ग्रामीण बोलीचा शब्दकोश

द. ता. भोसले

मेहता पब्लिशिंग हाऊस

Please contact us at **Mehta Publishing House Pvt. Ltd.,** Pune 411030.
✆ +91 020-24476924 / 24460313 / Mob. No. 954500513
Email : production@mehtapublishinghouse.com
Website : www.mehtapublishinghouse.com

◆ *या पुस्तकातील लेखकाची मते, घटना, वर्णने ही त्या लेखकाची असून त्याच्याशी प्रकाशक सहमत असतीलच असे नाही.*

GRAMIN BOLICHA SHABDAKOSH by D. T. BHOSALE

ग्रामीण बोलीचा शब्दकोश : द. ता. भोसले / संदर्भ

Email : author@mehtapublishinghouse.com

संस्थापक : सुनील अनिल मेहता

प्रकाशक : मेहता पब्लिशिंग हाऊस प्रा. लि.,
१९४१, सदाशिव पेठ, माडीवाले कॉलनी, पुणे ४११०३०.

मुद्रक : ट्रिनिटी ॲकॅडमी फॉर कॉर्पोरेट ट्रेनिंग लिमिटेड

मुखपृष्ठ : चंद्रमोहन कुलकर्णी

आतील चित्रे : अशोक बोकील

प्रकाशनकाल : मार्च, २००३ / जुलै, २००६ / फेब्रुवारी, २०१४ /
पुनर्मुद्रण : जुलै, २०२३

किंमत : ₹ २६०

P Book ISBN 9788177663839
E Book ISBN 9789353170332
E Books available on : amazonkindle Apple Books Google Play Books

---

डॉ. गं. ना. जोगळेकर

आपल्या

चार दशकांच्या

निकोप मैत्रीपोटी

हा ग्रंथ

आपणास अर्पण...

पाठवणी

प्रा. द. ता. भोसले यांनी पुण्याच्या 'सकाळ'मध्ये 'संस्कृतीच्या पाऊलखुणा' नावाची टिपणे क्रमशः प्रकाशित करून नंतर त्यांचे एक पुस्तकही काढले. दोन्हींचे चांगले स्वागत झाल्यामुळे बहुधा हुरूप येऊन या खेपेला त्यांनी ग्रामीण वस्तूंच्या ऐवजी वापरातून जात चाललेल्या ग्रामीण शब्दांची दै. 'लोकसत्ता'मधून क्रमाने २००१-२००२ वर्षात नोंद घेतली. त्या नोंदींचे हे पुस्तक.

वापरातील वस्तू काय किंवा वापरातले शब्द काय दोन्ही संस्कृतीमधून उपस्थित होतात आणि संस्कृतीलाच समृद्ध करतात. संस्कृती जसजशी बदलते, तसतशा वस्तू आणि शब्दही बदलतात. पूर्वी चटकन न वाळणाऱ्या पातळ शाईने लिहीत. ती वाळण्यासाठी त्यावर बारीक वाळू टाकून नंतर ती वाळू ओघळवून काढून टाकत. (शाईला मशी म्हणत. लहानपणी सोनाराच्या दुकानात मी हे सर्व पाहिले - ऐकले आहे.) नंतर विविध प्रकारच्या रासायनिक शाया आणि ब्लॉटिंग-पेपर आले. मराठी प्रतिशब्द टीप-कागद किंवा टिपकागद. कागदावर लिहिलेली ओली अक्षरे कधी जशीच्या तशी पण उलट्या स्वरूपात टिपकागदावर दिसत. त्यावरून आम्ही नवीन मत किंवा रीत दुसऱ्याकडून चटकन स्वीकारणाऱ्या मुलाला किंवा माणसाला टिपकागदाची उपमा देत असू. आज नव्या पिढीला ही उपमा समजणे कठीण, कारण चटकन वाळणारी शाई आली आणि टिपकागदाची गरज राहिली नाही. असे बदलते शब्द हे नेहमीच वस्तूवर आधारलेले असतात असे नाही. कधी ते घटना, क्रिया, रीती, किंवा कल्पना व्यक्त करणारे असतात. मात्र एवढे खरे की, वस्तू काय वा घटनादी इतर गोष्टी काय - दोन्ही भाषानिरपेक्ष अर्थच. बांधकाम करणारा ठेकेदार तोच, पण बघताबघता या बिल्डिंग काँट्रॅक्टरचा प्रथम काँट्रॅक्टर आणि मग बिल्डर कधी आणि कसा झाला ते कळलेही नाही. त्याची 'प्रतिमा'ही बदलत गेली. तसाच आणखी एक बदल म्हणजे राजकारणाचे कोरे सत्ताकारण झाले आणि 'देशसेवक', 'नेतृत्वाचा कस', 'विचारमंथन' सारखे शब्द त्यांच्या अर्थासह लुप्त झाले आणि 'शक्तिप्रदर्शन', 'घोषणायुद्ध', 'अर्थ पूर्ण संवाद' सारखे

नवे शब्द आणि नवी घटिते अवतरली. या पुस्तकात लेखकने मूर्त आणि अमूर्त अर्थ व्यक्त करणाऱ्या दोन्ही प्रकारच्या शब्दांची नोंद घेतलेली आहे - बाई नाकात घालते त्या 'मोरणी'ची आणि बाईशी लावायच्या 'म्होतुरा'चीही त्याने दखल घेतलेली आहे. मात्र लेखकाने स्वत:चे प्रारंभिक अनुभवक्षेत्र जे ग्रामीण जीवन त्यातून मुख्यत: ही पाहणी केली आहे आणि ते ठीकच आहे.

अर्थांमधील अदलाबदल आणि शब्दांमधील अदलाबदल नेहमीच या प्रकारे जोडीने होतील असे मात्र नाही. कधी असे होते की, अर्थाला वास्तवाचा आधार राहात नाही; पण शब्द मात्र तसेच राहतात. काप गेले आणि भोके राहिली यातलाच प्रकार होतो. 'काप गेले आणि भोके राहिली' हा वाक्प्रचार देखील या प्रकाराचेच उदाहरण ! दुसरे एक उदाहरण पाहू. वरपक्षाचा रुकार आला का अशी विचारणा होते. त्यातला 'रुकार' हे काय प्रकरण आहे ? हाताखालच्या मदतनीसाने एखाद्या समस्येची सोडवणूक कशी करायची यावर टिपण करायचे आणि निर्णयकर्त्याने त्यावर अंतिम निर्णय घ्यायचा अशी वेळ तर खूपदा येते. हा निर्णय होकारार्थी असला तर निर्णय करणारा टिपणाच्या समासात 'रुजू' या अरबी शब्दाचा संक्षेप 'रु' हे अक्षर लिहीत असे. चिरस्मृत यशवंतराव चव्हाणांपर्यंत तरी ही खूप जुनी पद्धत चालू होती असे समजते. ('रुजू' या शब्दाचा मूळचा अर्थ 'खरा' किंवा 'योग्य'. तसेच 'रुजूआत' म्हणजे 'व्हेरिफिकेशन'. संस्कृत 'ऋजु' आणि त्यावरून आलेला मराठी 'उजू' या शब्दांशी दिसणारे त्याचे रूपाचे आणि अर्थाचे साम्य हा केवळ योगायोग. 'अप'घात मात्र नव्हे !)

अशी ही अगदी साधी आणि स्वाभाविक अशी भाषिक आणि सांस्कृतिक इतिहास घडवणारी प्रक्रिया. पण तिला लेखकाने घालून घेतलेल्या ग्रामीण जीवनाच्या मर्यादेमुळे या विषयाचे आणखी एक परिमाण वाचकाच्या समोर आलेले आहे. हरवलेल्या शब्दांच्या विचारात गुरफटल्यावर स्मृतिरंजन होणे स्वाभाविक आहे. (टिपकागदाचा विचार करताना मला लेखणी झटकताना त्यावर पडणारे शिंतोडे आणि एखाद्या शाईच्या अपघाताने पडणारे डाग यांमुळे बनणारे चित्रविचित्र आकारही आठवले !) पण लेखक केवळ या स्मृतिरंजनात अडकून न राहता नष्टप्राय अशी जुनी घरंदाज ग्रामीण संस्कृती आणि उंडारलेल्या शहरांपुढे काहीशी ओशाळलेली नवी ग्रामीण संस्कृती या द्वंद्वाकडेही अधूनमधून नजर टाकतो. अशा या रोचक पुस्तकाची पाठवणी करताना वाचकांनाही स्मृतिरंजन आणि द्वंद्वदर्शन अशी दुहेरी प्रतीती येईल अशी मी आशा करतो.

पुणे, १२ एप्रिल २००२ अशोक रा.केळकर

मनोगत

कोणत्याही प्रमाणभाषेतील बोली या त्या प्रमाणभाषेला समृद्ध आणि सशक्त करीत असतात, हा विचार आता सर्वमान्य झाला आहे. मात्र यासाठी बोलीकडे पाहण्याची आपली भूमिका निकोप आणि स्वीकारशील असणे आवश्यक असते. तशी ती नसेल तर तीन गोष्टींचा तोटा उद्‌भवतो. एक तर या प्रमाणभाषेच्या वापराला आणि आविष्कार - क्षमतेला मर्यादा पडतात. तिचे भाषाव्यवहारातले स्थान गौण होत जाते. आणि तिसरी गोष्ट म्हणजे बोलीमधील शब्दांकडे दुर्लक्ष झाल्याने हे शब्दरूपी धन मातीत गाडून ठेवलेल्या सुवर्णमुद्रांसारखे निरुपयोगी बनते. म्हणून जीवन व्यवहारात असलेल्या प्रमाणभाषेने मिळेल तेथून शब्दांच्या सुवर्णमुद्रा गोळा केल्या पाहिजेत. आणि त्यासाठी तिने आधी आपल्या बोलीकडे वळायला हवे, यात शंका नाही. कारण एखाद्या परकीय भाषेतील शब्द आपल्यात सामावून घेताना जे अडथळे येतात, जो कालावधी लागतो आणि जी सामाजिक मान्यता त्यासाठी आवश्यक असते; ती या बोलीमधील शब्दांना आवश्यक नसते. त्यात फारसा बदल न करता, व त्यातल्या संकेताला थोडासा उजाळा देऊन हे बोलीतील शब्द वापरून प्रमाणभाषेला श्रीमंती आणता येते. कारण हे बोलीतील शब्द अर्थाभिव्यक्तीच्या दृष्टीने अतिशय प्रभावी, अचूक अर्थ प्रकट करणारे आणि ताजे टवटवीत असे असतात. बोलीतील कित्येक शब्द असे असतात की, त्या शब्दाऐवजी दुसरा कोणताही पर्यायी शब्द वापरून भागत नाही. त्या शब्दाचा अर्थ प्रकट करण्यासाठी केवळ तोच शब्द वापरावा लागतो.

शब्द आणि शब्दांनी तयार झालेली भाषा ही आपणाला मिळालेली फार मोठी देणगी आहे. ही भाषा आपल्या दैनंदिन व्यवहाराचे मुख्य साधन असते. ती ज्ञानाचे माध्यम असते. भावनांची वाहक आणि संस्कृतीचा प्राण असते. मात्र ती पंडित हेमचंद्राने म्हटल्याप्रमाणे वाळलेल्या लाकडात लपलेल्या अग्नीप्रमाणे असते. लाकडावर लाकूड घासल्याशिवाय जसा त्यातून अग्नी निर्माण होत नाही, तसेच भाषेत असलेले शब्द वापरात असल्याशिवाय ते जिवंत राहू शकत नाहीत. भाषेतील शब्द नित्याच्या

वापरात असल्याशिवाय ते जिवंत राहू शकत नाहीत. रोजच्या भाषा व्यवहारात असलेला एखादा शब्द वापरला गेला नाही, तर तो शब्द हळूहळू लोप पावतो. तो स्वत:चे अस्तित्व गमावून बसतो. त्याचे अंगभूत असलेले तेजही कमी होते. आणि शेवटी तो मृतप्राय होतो. एखादी वस्तू आपल्या व्यवहारातून बाद झाली की; त्या वस्तूचा निदर्शक असणारा शब्दही बाद होतो. तो बाजूला फेकला जातो. आणि शेवटी तो विस्मृतीच्या अंधारात लोप पावतो. आपल्या लोकजीवन आणि लोकसंस्कृतीतील कितीतरी शब्द 'अर्थपूर्ण' असूनही आणि एके काळी वापरात असूनही आज ते आपणाला ठाऊक नाहीत. त्यांचा अर्थ आपणाला आज कळत नाही. विस्मृतीच्या गडद अंधारात ते हळूहळू लोप पावत चालले आहेत. अशा लोप पावत चाललेल्या बोलीमधील शब्दांची नव्या पिढीला ओळख व्हावी हा या संग्रहामागील प्रधान हेतू आहे.

तसे पाहिले तर हे लोप पावलेले आणि पावत चाललेले शब्द म्हणजे लोप पावत चाललेली आपली संस्कृतीच होय. कारण शब्द हा काही केवळ संकेत घेऊन येत नाही; त्याबरोबरच तो संस्कृती घेऊन येत असतो. प्रवाही समाजजीवनही घेऊन येत असतो. कोणत्याही संस्कृतीचे सार, सामर्थ्य आणि समृद्धी या शब्दांमध्येच सामावलेली असते. या शब्दांतूनच आपणाला आपली संस्कृती समजत असते. तिची ओळख होत असते. म्हणून लोकजीवन आणि लोकसंस्कृतीचे निदर्शक असलेले हे ग्रामीण बोलीतील शब्द आपण जतन केले पाहिजेत. कारण त्यातूनच लोकसंस्कृतीचे जतन होणार असते. जुन्या काळात म्हणजे शतकापूर्वी वापरले जाणारे शब्द ज्ञात असलेली पिढीही आता हळूहळू नष्ट होत चालली आहे. ती पूर्ण नष्ट होण्यापूर्वीच आपल्या पूर्वकालीन संस्कृतीची ओळख नव्या पिढीला करून देण्यासाठी ग्रामीण बोलीतील काही निवडक शब्दांचा छोटासा कोश येथे जाणीवपूर्वक सिद्ध केला आहे.

या शब्दसंग्रहाच्या संदर्भात येथेच काही गोष्टी स्पष्ट केल्या पाहिजेत. त्यातील पहिली गोष्ट म्हणजे लोकसंस्कृतीची ओळख करून देणारे ग्रामीण बोलीतील सारेच शब्द येथे संग्रहित केलेले नाहीत. जे ग्रामीण शब्द लोप पावत चालले आहेत; जे शब्द मागच्या पिढीतील माणसेच अल्प प्रमाणात वापरतात आणि जे शब्द ग्रामीण भागातील नव्या पिढीला ज्ञात नाहीत; असे काही निवडक शब्द येथे संग्रहित केले आहेत. अशा प्रकारचे आणखी बरेच शब्द संग्रहित करता येण्यासारखे आहेत. तसेच दुसरी गोष्ट म्हणजे या शब्दांची ओळख करून देताना त्यांच्या व्युत्पत्तीवर फारसा भर न देता ग्रामीण लोकजीवनात तो कसा वापरला जात होता; कोणत्या अर्थाने तो वापरला जात होता; त्याचा अर्थसंकोच वा विस्तार कसा होत गेला; यांवर अधिक

भर देण्यात आलेला आहे; हे येथे मुद्दाम नमूद करावेसे वाटते.

या ग्रामीण बोलीतील शब्दांचा मागोवा घेत असताना जाणवलेली आणखी एक गोष्ट म्हणजे या ग्रामीण बोलीतील अनेक शब्द हे द्राविडीयन भाषांतून आलेले आहेत. विशेषत: कानडी भाषेतून अनेक शब्द या बोलीत आलेले आहेत. आणि ते सर्व प्रकारचे शब्द आहेत. मराठीत संस्कृतपासून आलेल्या वा तयार झालेल्या शब्दांचा भरणा खूप आहे अशी आपली समजूत असते; पण वस्तुस्थिती तर तशी नाही. काही शब्दांचे मूळ जसे संस्कृत भाषेत सापडते; तसेच ते कानडीतही आढळते. ग्रामीण बोलीतील काही शब्द उर्दू फारशीमधूनही आलेले आढळतात.

या लोप पावत चाललेल्या शब्दांचा संग्रह करण्याकडे मी वळण्याचे एक निमित्त घडले. 'लोकसत्ता' दैनिकाचे संपादकीय सल्लागार श्री. विजय कुवळेकर यांनी अशा शब्दांचा परिचय करून देण्याचा आग्रह धरला व त्यानुसार दररोज एक शब्द 'लोकसत्ते'त प्रसिद्ध होऊ लागला. वाचकांनी देखील याला चांगलाच प्रतिसाद दिला. अनेकांनी भेटीमध्ये आणि पत्राद्वारे "या शब्दांच्या माध्यमातून आम्ही आमचे बालपण व खेड्यातील जीवन पुन: एकदा अनुभवतो आहे—" अशी भावना प्रकट केली. म्हणून श्री. कुवळेकर आणि श्री. मुकुंद संगोराम यांनी दिलेल्या प्रोत्साहनाबद्दल मी त्यांचे मनापासून आभार मानतो. त्यांच्या प्रोत्साहनामुळेच मला या झाकल्या गेलेल्या सुवर्णमुद्रा सर्वांसमोर ठेवता आल्या. तसेच या शब्दांचा मागोवा घेण्यासाठी कर्मवीर भाऊराव पाटील महाविद्यालय, पंढरपूर, सावरकर वाचनालय, पंढरपूर यांचेही मला विविध स्वरूपी मोलाचे सहकार्य लाभले. या दोन्ही संस्थांचे पदाधिकारी व सेवकवर्ग, तसेच श्री. नंदकुमार देशपांडे (पत्रकार) यांचेही मी मनापासून आभार मानतो. विशेषत: वाचकांचे खास आभार मानले पाहिजेत. नोकरी-धंद्याच्या निमित्ताने शहरवासी झालेल्या पण मुळात ग्रामीण भागात वाढलेल्या वाचक मंडळींना या शब्दांतून आपल्या मातीची, शेतीची, रीतिरिवाजाची आणि संस्कृतीची ओळख झाली. या शब्दांच्या रूपाने त्यांना गावाकडचा भूतकाळ जगता आला. म्हणून त्यांनी या उपक्रमाचे मनापासून स्वागत केले. त्यांनी केलेल्या या स्वागताबद्दलही आभार मानतो. भाषा आणि लोकजीवन यांच्यातील नाते दृढ करणाऱ्या या उपक्रमाला ग्रंथरूप देणारे प्रसिद्ध प्रकाशक श्री. मेहता पितापुत्र यांनी हा संग्रह देखण्या स्वरूपात प्रसिद्ध केला, याबद्दल त्यांचेही मनापासून आभार मानतो. तसेच या पुस्तकाच्या निर्मितीला ज्यांचा हातभार लागला त्या सर्वांचे मी कृतज्ञापूर्वक आभार मानतो.

विख्यात भाषाशास्त्रज्ञ डॉ. अशोक केळकर यांनी आपल्या व्यापांतून वेळ काढून

या संग्रहाची पाठराखण केली, यामुळे या संग्रहाची प्रतिष्ठा उंचावली आहे. अशा मान्यवर आणि अधिकारी व्यक्तीने प्रस्तावनेचे चार शब्द लिहिणे हा माझ्या या प्रयत्नाला लाभलेला आशीर्वादच समजतो. त्यांच्या ऋणात राहू इच्छितो. त्याबद्दल मी कृतज्ञ आहे.

या छोट्याशा प्रयत्नातून नव्या पिढीला आपल्या लोकसंस्कृती व लोकजीवनाची थोडीफार नवीन ओळख झाली तर माझे हे श्रम सफल झाले, असेच मी समजेन.

द. ता. भोसले

अनुक्रम

(वर्णानुक्रमाने दिलेले शब्द)

१. उदीम - विविध अर्थच्छटा असलेला हा शब्द पूर्वीच्या काळी खूप मोठ्या प्रमाणात प्रचलित होता. चांगला प्रतिष्ठितही होता. आजकाल या शब्दाचा वापर फारसा होत नाही. हा हळूहळू लोप पावत चालला आहे. उदीम याचा अर्थ ''व्यापार करणारा, कामधंदा वा उद्योग करणारा'' असा आहे. या शब्दाचा वापर करताना 'व्यापार-उदीम' असाही केला जातो. या शब्दाच्या अर्थाचे सामान्यीकरण झाले आणि त्याचा अर्थ ''व्यवहार, काम किंवा एखादी योजना'' असा रूढ झाला. काही भागांत 'उदीम' याचा 'शेतीचे उत्पन्न, पीक, बागायत जमीन' असाही अर्थ केला जातो. पण अधिक प्रमाणात हा शब्द व्यापार, व्यवहार करणारा या अर्थाने वापरला जातो.
'व्यापार' हा शब्द आज वापरात असण्याने 'उदीम' शब्द लोप पावल्या-समान झाला आहे.
संस्कृतातील 'उद्यम' शब्दापासून मराठीत 'उदीम' शब्द निर्माण झाला असावा.

२. आळपणी - लोकजीवनाने विशेषत: ग्रामीण संस्कृतीने तयार केलेला हा एक व्यवहारोपयोगी शब्द. ग्रामीण बोलीत आळपणे याचा अर्थ गुंडाळणे. यापासूनच 'आळपणी' शब्द तयार झाला. याचा अर्थ आहे 'शेळीच्या सडाच्या तोंडाशी शेणाने माखलेली छोटीशी चिंधी गुंडाळणे' हा. रानावनात चरणाऱ्या शेळीचे दूध तिच्याबरोबर असलेल्या कोकरांनी पिऊ नये म्हणून शेतकरी किंवा गुराखी शेळीची धार काढल्यावर बोटाच्या आकाराची आणि साधारणत: सहा ते आठ इंच लांबीची जुन्या कापडाची चिंधी शेणाने माखतो आणि तिचे चळ पूर्णपणे तोंडाला झाकले

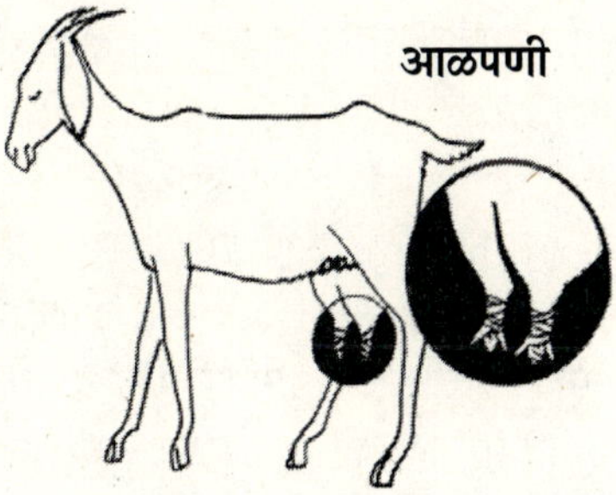

आळपणी

जातील अशा पद्धतीने ती गुंडाळतो. त्यातूनही एखादे चलाख कोकरू दूध पिण्याची शक्यता असते. म्हणून बाभळीच्या दोन काट्यांचा एक जोड शेळीच्या स्तनाला या चिंधीने घट्ट गुंडाळतात. त्यामुळे दिवसभराचे दूध शेळीच्या मालकाला मिळते. ग्रामीण परिसरात नंतर नंतर याला शिवीचे स्वरूप प्राप्त झाले. एखाद्या क्षुद्र माणसाला हा शब्द वापरला जातो.

३. जानवसा - 'लग्नामध्ये वऱ्हाडी मंडळींना उतरण्यासाठी दिलेली जागा' असा 'जानवसा'चा लोकजीवनातील अर्थ. मुलीकडे विवाहसोहळा असेल तर वराचे स्वागत ज्या ठिकाणी केले जाते, त्यालाही 'जानोसा' किंवा 'जन्यवास' या मूळ संस्कृत शब्दाला लाभलेले हे मराठी रूप. 'जन्यवास' म्हणजे वराचे मित्र. या मित्रांना राहण्यासाठी दिलेली जागा ती 'जानोसा'. मात्र काही विद्वानांच्या मते 'जन्मवास'

या शब्दापासून 'जानवसा' शब्द तयार झालेला असावा, जन्मवास म्हणजे जन्मस्थान. पूर्वी मुलीच्या जन्मस्थानास विवाहासाठी वर जात असे. या रूढीत जसा बदल झाला, तसा शब्दाच्या अर्थातही बदल झाला. वरास किंवा वधूस तात्पुरते राहण्यासाठी दिलेले घर असा त्याला अर्थ प्राप्त झाला आणि नंतर नंतर वधू वा वरापेक्षाही 'वऱ्हाडास उतरण्यास दिलेली जागा' असा अर्थ रूढ झाला.

गेल्या पिढीतली ग्रामीण मंडळी या जानवसा घराची बडदास्त अधिक काळजीकाट्याने घ्यायची. आदरातिथ्यामध्ये कमतरता झाल्यामुळे वराचे मित्र आणि नातेवाईक नाराज झाले तर काय करायचे, अशी भीती बाळगत. आजकाल मंगल कार्यालयातल्या एका बाजूच्या वाटणीला आलेल्या चार 'रूम्स' म्हणजे 'जानवसा' झाला आहे.

४. म्होरकी - कृषीसंस्कृतीला उपयोगी पडणाऱ्या जवळजवळ सर्व प्राण्यांना मुखावर बांधण्यासाठी उपयोगी पडणारी वाख किंवा सुताची करंगळीच्या आकाराची दोरीने केलेली एक वस्तू असा याचा खरा देशी अर्थ; हा शब्द तसा देशीच आहे. 'म्होरं' म्हणजे पुढं किंवा पुढील बाजू. त्यापासून तयार झालेला शब्द म्होरकी हा. 'पाटीलकी' शब्दाप्रमाणे 'की' प्रत्यय लागलेला हा शब्द असावा. त्यातही शेतीशी निगडित असलेल्या जनावरांना आपल्या इच्छेप्रमाणे अथवा कामाप्रमाणे राबविणे वा वागविणे अनेकदा अशक्य असते. आपल्यापेक्षा या प्राण्यांची ताकद खूप असल्याने त्यांना वठणीवर आणण्यासाठी वेसण आणि म्होरकी या दोन वस्तूंचा वापर शेतकरी करीत असतो. वेसण नाकपुडीला भोक पाडून बांधायची असते. म्होरकी मात्र विशिष्ट गाठी मारून

जनावरांच्या मुखावर बांधून, दोन्ही बाजूने तिचे पदर शिंगामागे एकत्र आणून गुंतवतात. या म्होरकीला दावे बांधून जनावरे गोठ्यात बांधता येतात. आणता-नेता येतात. या दोरीची गाठ विशिष्ट पद्धतीने बांधावी लागते व जनावराच्या जबड्यानुसार तिचा आकार कमी-अधिक करावा लागतो. म्हणून 'म्होरकी' म्हणजे जनावराच्या पुढील भागावर म्हणजेच मुखावर बांधलेले दावे.

५. कानपिळकी - आपल्या विवाहविधीत पूर्वीच्या काळी रूढ असलेला एक विधी म्हणजे कान-पिळकीचा आहेर. नवरा मुलगा विवाह-नंतर आपल्या शेजारी बायकोच्या धाकट्या भावाला म्हणजेच मेव्हण्याला बसवितो. त्यानंतर नवरा मुलगा या मेव्हण्याचा एक कान विशेषत: डावा

कान पिळतो आणि त्या बदल्यात त्याला मानाचा कपड्याचा आहेर देतो. यालाच 'कानपिळकी' असे म्हणतात. हा मेव्हण्याला मिळणारा हक्काचा आहेर असतो. कान पिळून आपला हक्क प्रस्थापित करण्याचा हा संकेत असावा.

'कर्ण' या संस्कृत शब्दापासून 'कण्ण' हा प्राकृत शब्द तयार झाला. त्यापासूनच 'कान' मराठीत आला. 'पीड्' या धातूपासून 'पिडणे-पिळणे' रूप तयार झाले आणि त्यापासून 'कानपिळकी' हा सामासिक शब्द रूढ झाला. कालांतराने या सामासिक शब्दाला आपल्या लोकसंस्कृतीत एका महत्त्वाच्या विधीचे स्थान प्राप्त झाले.

ग्रामीण भागात साजऱ्या होणाऱ्या लग्नविधीत तुरळक स्वरूपात हा विधी आढळतो. आणि त्याबरोबरच हा शब्द क्षीण झालेल्या अवस्थेत आढळतो.

६. साळुता - 'साळुता' म्हणजे छोट्या आकाराची केरसुणी. हा साळुता साधारणत: सहा ते आठ इंच लांबीचा असतो. 'साळुता' हा वाखापासून तयार केला जातो. केरसुणी सिंदीच्या-ताडीच्या पानांपासून तयार केली जाते. खेड्यातील स्त्रिया जेव्हा जात्यावर दळण दळायच्या; तेव्हा दळण झाल्यावर जात्याच्या भोवतीचे आणि आजूबाजूला उडून गेलेले पीठ गोळा करण्यासाठी त्या साळुत्याचा वापर करीत असत. या 'साळुत्या'ला मागच्या बाजूला छोटीशी मूठही तयार केलेली असायची.

काही संशोधकांच्या मते हा शब्द 'शल्' या संस्कृत शब्दापासून तयार झाला असावा. तर काहींच्या मते साळू (संसारीक) या शब्दापासून 'साळुता' हा शब्द निर्माण झाला असावा. मराठीत एका विशिष्ट पक्ष्याला 'साळू' असे म्हणतात. त्याची शेपटी फुलारल्यावर मागच्या बाजूने विस्तारते. वाखापासून बनविलेला साळुता अगदी असाच दिसतो. म्हणून कदाचित 'साळू'पासून 'साळुता' म्हणजे 'विस्तारलेल्या शेपटीसारखी दिसणारी वस्तू' असा शब्द तयार झाला असावा.

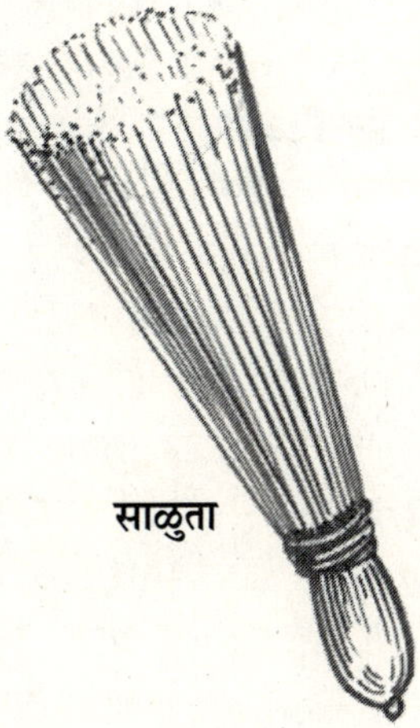

साळुता

७. आबदा - 'आ+पद्' या संस्कृत शब्दापासून 'आपदा' शब्द तयार झाला. त्याचा अर्थ आहे संकट किंवा पीडा किंवा अरिष्ट. या 'आपदा' शब्दापासून तयार झालेला शब्द म्हणजे 'आबदा'. ग्रामीण बोलीत हा शब्द सर्रास वापरला जात होता. मुळातला हा संस्कृत शब्द

जुन्या फारशीत गेला. त्यापासून तयार झाला 'आफत' हा शब्द. या शब्दाचा अर्थही 'संकट' असाच राहिला. 'आबदा' हा ग्रामीण बोलीतला शब्द संस्कृत 'आपदा'पेक्षा फारशीतल्या 'आफत'पासून मराठीत आलेला असावा.

मात्र कालमानाप्रमाणे 'आबदा' या शब्दातील अर्थाचा विस्तार झाला. आज ग्रामीण बोलीत याचा अर्थ, 'संकट' न राहता 'हालअपेष्टा, उपासमार, आर्थिक ओढाताण' असा झाला आहे. 'आमची गरिबीमुळे आबदा चालली आहे.' 'प्रवासात आमची लई आबदा झाली'... अशी वाक्ये अडाणी खेडुताच्या मुखामध्ये आजही थोडीफार आढळतात.

८. भगुले - ग्रामीण बोलीतले अनेक शब्द असे आहेत की, ते आज फारसे वापरात नसले तरी कमालीचे 'अर्थपूर्ण' आहेत. यथार्थ आहेत. 'भगुले' हा असाच एक शब्द आहे. पूर्वी खेड्यामध्ये शेतकरी कुटुंबात एखादेच 'जर्मल'चे मध्यम आकाराचे पातेले असायचे. बाकी सारा कारभार मातीच्या गाडग्या-मडक्यांचा. स्वाभाविकच खेड्यातील स्त्री हे जर्मलचे भगुले साऱ्या कामांसाठी वापरायची. शेळीची धार काढायला, भाकरी करताना पीठात पाणी घालायला, एखादी आमटी वा कोरड्यास करायला, पै-पाव्हणा आला तर चहापाणी करायला, एखादी वस्तू काढून ठेवायला किंवा सकाळी तोंड धुण्यासाठी कोमट पाणी घेताना याच भगुल्याचा हमखास वापर केला जायचा.

भगुले

खेड्यातल्या माऊलीच्या हरघडी ते उपयोगी पडायचे. असे हे बुडाला काळे झालेले व एखादा-दुसरा पोचा आलेले भांडे गृहिणीच्या नेहमी हाताशी असायचे. मुळात हे 'बहुगुणी' या नावाने ओळखले जाणारे भांडे त्याच्या नानाविध उपयोगां-मुळे सार्थ ठरले. ग्रामीण बोलीमध्ये या 'बहुगुणी'चेच झाले 'भगुले' अन् नंतर तर 'भगुलं' असाही त्याचा उच्चार रूढ झाला.

९. कानवला - 'कर्णवलय' या संस्कृत शब्दापासून तयार झालेला हा शब्द एके काळी ग्रामीण बोलीत चांगलाच रूढ होता. वस्तूच्या आकारावरून अथवा स्वरूपावरून नवीन शब्द तयार करणे हा कोणत्याही लोकसमूहाचा विशेष असतो. 'कानवला' याचा ग्रामीण भाषेतील अर्थ आहे 'कानासारखी आकार असलेली मोठी करंजी' हा. सणासुदीला विशेषत: दिवाळीला गोड सारण पोटात घालून आपण जी करंजी तयार करतो; त्या करंजीला खेड्यांमध्ये काल-परवापर्यंत 'कानवला' असे म्हणत.

ती करंजी आकाराने फारशी मोठी नसली तरी 'कानवला' हाच शब्द वापरला जात

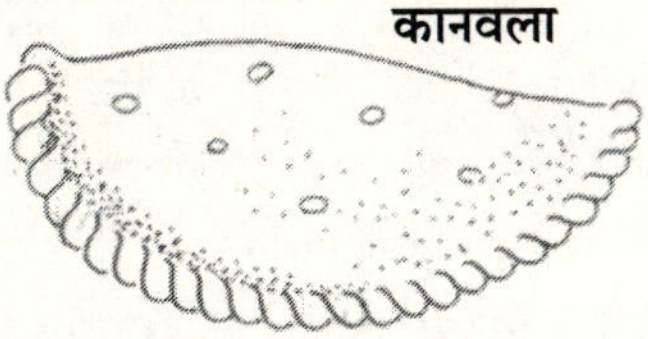

असे. मात्र त्याचा आकार कानासारखा असे. किंबहुना हा आकार साधारणपणे चंद्रकोरीसारखाच असायचा. या कानवल्याची दोन्ही टोके चिकटवून घेतल्यानंतर काठाला नखाने मोहक अशी मुरड घातली जात होती.

१०. आजुरा - अनेकदा शब्दाला एकापेक्षा अधिक अर्थ असतात. त्यात थोडीशी भिन्नताही असते. संख्येने अधिक असलेल्या या अर्थांमधील एक अर्थ व्यवहारात रूढ होतो आणि कालांतराने, त्याच्या वापरामुळे असेल कदाचित, त्या अर्थाचा विस्तार होतो. त्यापासून वेगळाच अर्थ निष्पन्न होतो. किंवा वेगळ्याच अर्थाने तो शब्द वापरला जातो. याचे उत्तम उदाहरण म्हणजे 'आजुरा' हा शब्द. मुळात हा शब्द आहे उर्दू भाषेतील. आणि त्याचा अर्थ आहे 'भाडे, पगार, उक्ते वेतन आणि हुंडी पटली नाही तर दंड म्हणून आकारण्यात आलेला पैसा.' यातला शेवटचा अर्थ घेऊन, हा शब्द मराठीत रूढ झाला, वापरण्यात आला.

मात्र, ''दंड म्हणून आकारण्यात आलेला पैसा'' हा अर्थही बाजूला पडला. अन् दंड भरताना भरणाऱ्या व्यक्तीला जो त्रास होतो, तोच अर्थ वापरात आला. त्यामुळे लोकजीवनात 'आजुरा' याचा अर्थ 'त्रास, कष्ट, दगदग' असा घेतला गेला. या अर्थाने तो वापरण्यात आला. मात्र आज हा शब्द फारसा वापरला जात नाही.

११. कोरड्यास - बोलीभाषेतील अनेक शब्द अतिशय अन्वर्थक असे असतात, समर्पक असतात. 'कोरडा' या विशेषणा-पासून ग्रामीण बोलीने तयार केलेला हा शब्द आहे. 'कोरडा' म्हणजे वाळलेला-पाण्याचा अंश नसलेला. शेतकऱ्यांच्या रोजच्या जेवणात जी भाकर असते ती अशीच असते. अशा या कोरड्या भाकरीला लावून खावयाचा जो ओलसर, पातळ पदार्थ तो म्हणजे कोरड्यास. यालाच खेड्यामध्ये 'कालवण' असेही म्हणतात. म्हणजे भाकरी ज्यात कालवून खायची असते ते. कोरड्यास म्हणजे आजची आपली पातळ भाजी.

'कोरड्यास' या ग्रामीण शब्दाला दुसरेही एक स्पष्टीकरण देता येते. 'कोर' म्हणजे छोटासा भाग. भाकरीच्या संदर्भात १/४ तुकडा. 'कोर-डा-यास' या क्रियादर्शक शब्दा-पासून 'कोरड्यास' हे वस्तुदर्शक नाम तयार झाले. म्हणजे 'भाकरीच्या तुकड्या-बरोबर खाण्याचा पदार्थ' असा याचा दुसरा अर्थ तयार झाला.

यातील कोणताही अर्थ घेतला तरी या शब्दाला असलेला समर्पक अर्थ अन्य कोणत्याही शब्दाने व्यक्त होत नाही.

१२. वैल - 'वैल' म्हणजे चुलीच्या बाजूस मुद्दाम तयार करून घेतलेला भाग.

हा भाग स्वयंपाक करणाऱ्या स्त्रीच्या डाव्या बाजूला तयार करून घेतलेला असतो. मूळ चुलीला जोडून तयार केलेली व तोंडाला गोलाकार असलेली ही जणू दुसरी चूलच असते. मुख्य चुलीमध्ये जाळासाठी घातलेले सरपण जेव्हा चांगले पेटते, तेव्हा त्याचा जाळ शेजारच्या या वैलामध्ये जातो. त्यावर शिजविण्यास ठेवलेल्या पदार्थाला तो उपयोगी ठरतो. म्हणजे एकाच जाळावर दोन पदार्थ शिजवण्या-साठी केलेली ही सोय असते. त्यामुळे वेळ वाचतो. सरपणाची बचत होते. एकाच वेळी दोन पदार्थ तयार होतात.

कानडीत 'बैलू' असा शब्द आहे. तमीळ-मध्ये 'उलै' असा शब्द आहे. या दोन्ही शब्दांचा अर्थ 'चूल' असाच आहे. या 'बैलू' शब्दापासून मुख्यत: 'वैल' हा मराठी शब्द तयार झाला असावा. तेव्हा 'वैल' म्हणजे 'मुख्य चुलीला जोडून तयार केलेली अन् एकाच जाळावर पदार्थ शिजविणारी छोटी चूल.' दुसऱ्या शब्दात थोरल्या चुलीची धाकटी बहीण म्हणजे 'वैल'.

१३. बोडकी - बोलीभाषेत असे अनेक शब्द आहेत की, ज्यांचा मूळ अर्थ बाजूला सारला गेला आणि दुसराच अर्थ साहचर्याने त्याला प्राप्त झाला. 'बोडकी' या शब्दाबाबत असेच घडले आहे. 'बोडणे' या क्रियापदाचा मूळ अर्थ आहे 'हजामत करणे किंवा केस भादरणे' हा. कानडीतल्या 'बोडुअ' किंवा तेलगुतल्या 'बोडी'पासून 'बोडणे' हा शब्द मराठीत आला असावा. कारण या दोन्ही शब्दांचा अर्थ 'केस नसलेला' किंवा 'हजामत करणे' असाच आहे. मात्र, तेलगुतल्या 'बोडी'पासून तयार झालेल्या 'बोली'चा अर्थ विधवा स्त्री असा अर्थ रूढ आहे. यापासूनच आपल्या मराठीत 'बोडकी' शब्द आलेला असावा. 'बोडका' शब्द तयार झाला असावा.

पण मराठीत 'बोडका' आणि 'बोडकी' या शब्दांमध्ये अर्थदृष्ट्या सूक्ष्म फरक आहे. 'बोडका' म्हणजे 'डोक्यावर काही नसलेला' हा अर्थ मराठीत रूढ आहे. तर 'बोडकी' म्हणजे विधवा स्त्री. पूर्वी पतिनिधनानंतर स्त्रीचे केशवपन केले जायचे. म्हणजे तिचे डोके भादरून टाकले जायचे. त्यातूनच केस काढून टाकलेली स्त्री म्हणजे विधवा स्त्री हा अर्थ रूढ झाला व वापरात आला. म्हणून 'बोडकी' म्हणजे 'विधवा स्त्री' हा अर्थ या शब्दाला प्राप्त झाला. कालांतराने एक शिवी म्हणूनही या शब्दाचा वापर ग्रामीण माणसे करू लागली.

१४. त्येगार - बोलीभाषेत एके काळी सर्रास वापरला जाणारा हा एक सुंदर शब्द आहे. आजही वयोवृद्ध ग्रामीण माणसे याचा थोडाफार वापर करतातच.

दिमाख, डौल, ऐट, रुबाब असा या 'त्येगार' शब्दाचा अर्थ प्रचलित आहे. 'गर्व' या अर्थानेही त्याचा वापर केला जातो.

'तोर' या कानडी शब्दापासून मराठीत 'तोरा' हा शब्द तयार झाला असावा व या 'तोरा' शब्दापासून बोलीमध्ये 'त्येगार' निर्माण झाला असावा. कारण तुर्की भाषेत आणि फारसीमध्ये 'तोरा' शब्द असला तरी 'हुकूम' तसेच 'राजघराण्यातील पुरुष' असे त्याला अर्थ आहेत. शिवाय फारसीत 'तोरा'चा 'ताट' किंवा 'तबक' असाही अर्थ आहे. हे सारे अर्थ 'त्येगार' शब्दाला गैरलागू आहेत. सूक्ष्म विचार केला तर दिमाख, ऐट, रुबाब या अर्थापेक्षा एक वेगळी अर्थच्छटा 'त्येगार' शब्दाला आढळते. त्यामुळेच असे वाटते की, हा कदाचित खास देशी शब्द असावा. देशी मराठीचा दिमाख मिरविणारा !

१५. व्हैमाली - शब्दाला मुळात असलेला अर्थ पूर्णपणे नष्ट होणे ही प्रक्रिया कालमानाप्रमाणे नेहमी घडतच असते. पण त्या शब्दाचा शिवीसारखा वापर होणे हे त्या शब्दाचे अतिवापराचे द्योतक म्हणावे काय ? कारण, 'व्हैमाली' या शब्दाचा मुळातच अर्थ 'वाईट चालीची स्त्री' असा आहे. म्हणजे इंग्रजीत ' A wicked woman' असे जिला म्हणतो अशी स्त्री. पण जेव्हा तो शब्द एक इरसाल शिवी म्हणून वापरात येतो, तेव्हा त्यात आणखीनच 'हीनार्थ' समाविष्ट झालेला असतो, यात शंका नाही.

हा शब्द बहुतांशी 'हेम्मारी' या कानडी शब्दापासून तयार झाला असावा. कारण 'हेम्मारी' शब्दाचा 'दुष्ट स्त्री' असाच अर्थ आहे.

आज मात्र शिवी म्हणून हा शब्द वापरला जात नाही. हा शब्द पूर्णपणे विस्मृतीत जाऊन बसला आहे.

१६. बरबाट - 'बरबाट' किंवा 'बरबट' म्हणजे पातळ रस्सा असलेले मटण, मांसाचे तुकडे कमी आणि पातळ रस्सा किंवा आमटीचे प्रमाण अधिक असलेल्या मांसाहारी भोजनाला ग्रामीण बोलीत 'बरबाट' असे म्हणतात. असा प्रकार साधारणपणे एखादा माणूस गावजेवण देतो, तेव्हा ते पुरवणी पडावे म्हणून तयार केला जातो. खेड्यातील मंडळी भाकरी कुस्करून त्याचा लगदा करूनच त्याचे सेवन करतात.

ज्ञानेश्वरीत 'बरबट' म्हणजे 'चिखल' या अर्थाने हा शब्द वापरला आहे. कुस्करलेल्या भाकरीचा लगदा या चिखलासारखा असल्याने अर्थविस्तार होऊन तो अर्थ या मांसाहारी पदार्थाला आला असावा. 'बरबटणे' म्हणजे 'चोपडणे' असाही एक अर्थ आहे. मांसाहारी भोजनात स्निग्धांशाचे प्रमाण अधिक असल्याने जेवताना चरबीमुळे खाणाराची बोटे चोपडली जातात. त्यावरूनही 'हात चोपडणारा पदार्थ' म्हणून याला 'बरबाट' किंवा 'बरबट' म्हणत असावेत.

मात्र, काही संशोधकांना 'वरट' या संस्कृत शब्दापासून 'बरबट' शब्द निर्माण झाला असावा असे वाटते. पण ही शक्यता

कमी असल्याने हा शब्द देशी असावा, असेच वाटते.

१७. बरसान - एके काळी ग्रामीण भागात सर्रास रूढ असलेला परंतु आज पूर्णपणे विस्मृतीत गेलेला हा खास देशी शब्द आहे. 'बरसान' म्हणजे 'पडसे' किंवा 'सर्दी'. हा शब्द नेमका कसा निर्माण झाला हे सांगणे थोडेसे अवघड वाटते. फारशीमध्ये 'बरन' म्हणजे पर्जन्याची धार या अर्थाचा एक शब्द आहे आणि 'सर' म्हणजे आजार किंवा दुखणे असाही एक शब्द फारशीत आहे. सर्दी किंवा पडसे याची लक्षणे पाहता 'नाकातून द्रवरूप पदार्थ गळणारा आजार' या अर्थाने हा 'बरसान' शब्द तयार झाला असावा. याखेरीज 'सर' म्हणजे डोके किंवा मस्तक हा अर्थ आपणाला ठाऊक आहे. सर्दीच्या आजारात मस्तक जड होते. ते ठणकते. नाकपुड्यांतून चिकट पाणी वाहते. म्हणून या साऱ्या लक्षणांचा परिपाक झाला 'बरसान' या शब्दात. 'सर'चे 'सन' झाले. नंतर वापर करता करता 'सान' झाले आणि पूर्वीच्या 'बरन'मधील 'बर'ला हे 'सान' येऊन मिळाले असावे, अशी एक शक्यता वाटते.

१८. फुकणी / फुंकणी - चुलीमध्ये लाकडे आणि गोवऱ्या घालून स्वयंपाक करण्याची पद्धत आता शहरात जवळ-जवळ दिसत नाही. ग्रामीण जीवनात ती अजून थोडीफार शिल्लक आहे. चुलीच्या तोंडात ओलसर लाकडे वा गोवऱ्या घातल्या; खूप प्रमाणात घातल्या, चुलीत ताजी हवा जाणार नाही अशा पद्धतीने घातल्या की खूप धूर होतो. त्या वेळी चुलीसमोर तोंड नेऊन एखाद्या बांबूच्या, पत्र्याच्या अथवा पितळी नळीने फुंकर मारून जाळ करावा लागतो. फुंकून विस्तव फुलविण्यासाठी वापरलेली पोकळ नळी म्हणजे फुकणी किंवा फुंकणी होय. ही फुंकणी सुमारे सव्वा ते दीड फूट लांबीची असते. तिचा व्यास अर्धा इंचाचा असतो. बांबूपासून बनविलेली फुंकणी मात्र जाडीला अधिक असते. 'फुकणे' किंवा 'फुंकणे' या दोन धातूंपासून हा शब्द तयार झाला आहे.

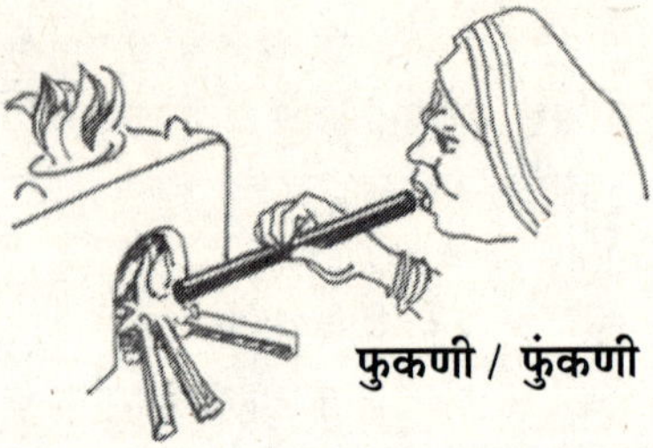
फुकणी / फुंकणी

संस्कृतातील 'फुत्करोति'पासून प्राकृतात 'फुक्कइ' शब्द झाला. अपभ्रंशरूप 'फुक्क-फुंक्क' असे बनले. त्यापासून मराठीत 'फुकणी/फुंकणी' शब्द प्रचलित झाला. कानडीतही 'फुंकु' असा शब्द आहे. खेड्यातल्या स्त्रिया शिव्या देताना या शब्दाचा वापर करतात. याला इतरही अर्थ आहेत. 'ददात, सर, माळ' हे त्यांपैकी काही.

१९. डबरे / रा - 'डबरा' हा तत्सम किंवा तद्‌भव शब्दाऐवजी खास देशी

मुशीतून तयार झालेला शब्द वाटतो. ग्रामीण बोलीत याचा अर्थ आहे खड्डा किंवा खोलगट असलेली जमीन किंवा जागा. पण 'खड्डा' या शब्दाचा अर्थात् 'मानवी श्रमातून निर्माण झालेली खोलगट जमीन' असा अर्थ ध्वनित होतो. 'डबरा' शब्दाला असलेला अर्थ वेगळा आहे. 'वाहत्या पाण्यामुळे, जोरकस पर्जन्यामुळे, नैसर्गिक घटनेने जमिनीला प्राप्त झालेला खोलगट भाग' असा त्यातून अर्थ स्पष्ट होतो. खड्डा जरा अधिक खोल असू शकतो. डबरे मात्र खोलीला कमी असते. 'डबके' या शब्दापासून डबरा/डबरे तयार झाला असेल का ? शक्यता नाकारता येत नाही.

पुढे पुढे 'डबरा' हा शब्दही शिवीसाठी, शापवाणी उच्चारण्यासाठी वापरला जाऊ लागला. वैतागलेली एखादी खेडूत स्त्री सतावणाऱ्या जनावराला सहजपणे म्हणते, "तुला घातला डबऱ्यात. भरल्या पिकात कशाला त्वांड घालतूस ?"

२०. सारीपाट - समाज व्यवहारातली एखादी वस्तू पूर्णपणे वापरातून बाजूला गेली की, त्या वस्तूचा नामनिर्देशक शब्दही पूर्णतः बाजूला फेकला जातो. तो वापरात न आल्याने निरूपयोगी ठरतो. 'सारीपाट' हा शब्द असाच आहे. सारीपाट म्हणजे 'सोंगट्यांनी खेळावयाचा पट.' 'सारी' म्हणजे सोंगटी आणि 'पट' म्हणजे ज्याच्यावर सोंगटी चालवावयाची ते. त्याला 'सोंगट्यांचा खेळ' असेही म्हणतात.

साधारणतः सहाव्या-सातव्या शतकामध्ये नागलोक 'सारीपाटा'चा हा बैठा खेळ खेळायचे. त्यासाठी सोळा सोंगट्या, तीन किंवा दोन फासे वापरले जात; आणि पट हा रंगीत अलवणाचा व कापडाचा केला जाई. या चार पटांच्या तुकड्यांवर कलाकृतीने समभुज चौकोन रेखलेले असतात आणि फासे वा कवड्यांच्या साहाय्याने तो खेळला जाई. हा खेळ आता आतासा समाजजीवनातून पार लोप पावला असल्याने या 'सारीपाट' शब्दाचे स्मरणही आता फारसे कोणाला होत नाही.

२१. डालगे - कृषीजीवनाशी निगडित असलेला वस्तुनिदर्शक असा हा शब्द आहे. या शब्दाची व्युत्पत्ती दोन प्रकारे झाली असावी, असे वाटते. 'डालणे' या क्रियापदापासून 'डालणं' हा शब्द तयार झाला असावा.

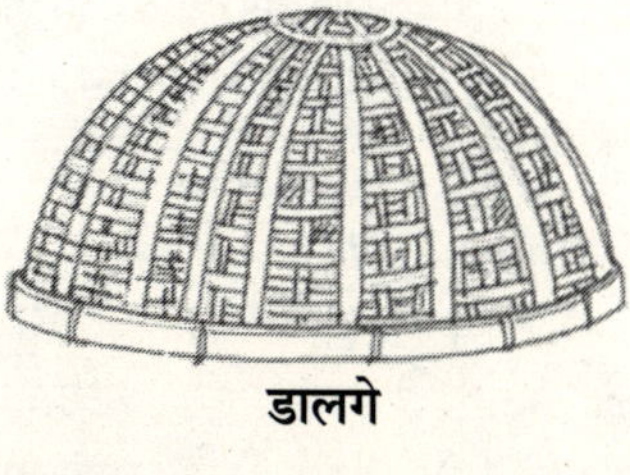

डालगे

'डालणे' म्हणजे 'रचणे, रास करून ठेवणे किंवा सोडून देणे' या 'डालणे' पासून 'उल्लग' रूप तयार झाले. झाकून ठेवणे या अर्थाने ते रूढ होते. 'उल्लग' पासून 'डालगे' निर्माण झाले असे गृहीत

धरले, तर 'झाकून ठेवायचे साधन' 'रास भरून ठेवायची वस्तू' असा याचा अर्थ झाला आणि व्यवहारात याच अर्थाने या डालग्याचा वापर होत होता.

दुसऱ्या मताप्रमाणे 'हडलगे' या कानडी शब्दापासून 'डालगे' शब्द तयार झालेला असावा. प्रारंभीचे 'ह' लोप पावले असावे. याचाही अर्थ 'आकाराने गोल असलेली पसरट तोंडाची मोठी टोपली' असाच आहे. कानडीचा मराठीवर झालेला प्रभाव सर्वश्रुत आहे. तेव्हा या दोन्ही व्युत्पत्ती सारख्याच योग्यतेच्या वाटतात.

शेतकरी बांबूच्या वा विशिष्ट वेलीच्या फोकापासून तयार केलेली डालगी कोंबडीची पिले झाकून ठेवण्यापासून तो मक्याची कणसे, तुरीच्या शेंगा झाकून ठेवण्यापर्यंत याचा हरघडी वापर करतो. या डालग्यात तो शेतमाल भरून ठेवतो.

२२. गरवार - दिवस गेलेल्या स्त्रीला ग्रामीण भाषेत 'गरवार' किंवा 'पोटीशी / पोटुशी' या शब्दांनी संबोधितात. संस्कृत शब्दांच्या आधारे निर्माण झालेल्या या शब्दांच्या अर्थाला औचित्य जाणवते. संस्कृतमधील 'गर्भार' आणि 'गुरुभार' या दोन शब्दांच्या आधारे हा शब्द सिद्ध झाला आहे. 'गरवार' या शब्दाच्या सिद्धीमध्ये 'गर्भ' आणि 'गुरु' अशा दोन शब्दांचा संबंध आहे. 'गुरु' म्हणजे 'जड' आणि 'गर्भ' म्हणजे 'उदरातील जीव' म्हणून गरवार. त्याचप्रमाणे 'गरोदर' या शब्दाचा आधार घेतलेला आहे. 'गुरु+उदर' म्हणजे 'जड झालेले उदर' अशी याची फोड म्हणजे विग्रह होतो. 'गुरु' किंवा 'गरो' याचाही अर्थ 'जड' असाच आहे. यालाच पर्यायी असलेला बोलीतील 'पोटुशी' हा शब्दही असाच 'अर्थपूर्ण' आहे. 'पोटाशी असलेला/असलेली' असे याचे विवरण करता येईल.

ग्रामीण भागात जुन्या पिढीतील बायका रोजच्या संभाषणात या दोन्ही शब्दांचा वापर करीत होत्या. आजकाल यांचा वापर थोडा कमी कमी होत चालला आहे.

२३. छाटन/ण - शेतावर राबणाऱ्या कष्टकरी मंडळींच्या अंगावर असलेले एक सुती वस्त्र म्हणजे छाटन होय. 'छाटण' किंवा 'छाटन' म्हणजे कोपरापर्यंत बाह्या असलेला सुती, जाड्याभरड्या अशा कापडाचा अंगरखा. ही छाटण खाली

छाटन/ण

लांबीलाही अंगरख्यापेक्षा कमी असते आणि अंगरख्यासारखी सैल वा ढगळही नसते. 'शत् (छेदन)' या संस्कृत शब्दापासून 'शात:' शब्द तयार झाला. त्यापासून 'छाट' शब्द बनला आणि 'छाट' पासून

'छाटण/न' हा ग्रामीण बोलीत रूढ असणारा शब्द तयार झाला. थोडक्यात, 'छाटण' म्हणजे 'ज्या अंगरख्याच्या बाह्या छाटलेल्या म्हणजे कापलेल्या असतात. ती छाटन होय—' नाही तरी 'छाटणे' या क्रियापदाचा अर्थ 'कापणे, काटणे, खुडणे' असाच आहे.

मात्र बैरागी अंगावर घेतात ती 'छाटी' वेगळी आणि भूमीपुत्र अंगात घालतो ती 'छाटण' वेगळी आहे - स्वरूप, आकार आणि उगमसुद्धा !

२४. अडणा - व्यवहाराच्या गरजेतून म्हणजे सोयीसाठी वेगवेगळ्या वस्तू निर्माण केल्या जातात अन् त्यातूनच नवनवीन शब्द तयार होतात. भाषेमध्ये ही प्रक्रिया

अडणा

सातत्याने चाललेली असते. पूर्वी रात्री चोरांपासून घराचे संरक्षण होण्यासाठी घराच्या दाराला कडी-कुलुपाबरोबरच मनगटापेक्षा जराशा मोठ्या आकाराचा जडशीळ लाकडाचा दांडा आडवा घातला जात असे. यालाच पूर्वी 'अडणा' असे संबोधिले जायचे. म्हणून 'अडणा म्हणजे दार बंद करण्यासाठी आडवे घातलेले कणखर व जडशीळ लाकूड' असा याचा अर्थ रूढ झाला.

कानडीमध्ये 'अडु' आणि 'अडने' असे शब्द आहेत. या शब्दांचा अर्थही 'आडवा' असाच आहे. या कानडी 'अडने'पासूनच मराठीत 'अडणा' शब्द तयार झाला असावा, मात्र अडणा याचा ग्रांथिक अर्थ आहे 'अडसर' हा !

मात्र, 'अडणी' या शब्दाचा अर्थ वेगळा आहे. आजच्या आपल्या भाषेत अडणी म्हणजे तीन पाय असलेले गोल आकाराचे छोटेसे स्टूल होय.

२५. अकुतोभय - विशेषणालाही अनेकदा नामवाचक शब्दाचे रूप प्राप्त होत असते. 'अकुतोभय' हा प्रमाण-भाषेतला साहित्यात वापरला जाणारा शब्द असाच आहे. शंभर-सव्वाशे वर्षांपूर्वीच्या वैचारिक गद्यात हा शब्द वापरला जात होता. 'अकुतोभय' या शब्दाचा ग्रांथिक अर्थ आहे 'ज्याला कोठूनही आणि कोणाकडूनही भय नाही असा' म्हणजे निर्भय किंवा धीट असा पुरुष.

हा शब्द संस्कृतमधून मराठीत तद्भव स्वरूपात आला. 'अ+कुत:+भय' या संस्कृत रूपापासून 'अकुतोभय' तयार झाला. याची अपभ्रष्ट रूपे अकृतोभय व अक्रतोभय अशी रुढ आहेत. या शब्दाचा ध्वन्यर्थ अनेकदा 'सिंह' असा घेतला जातो. कारण अरण्यामध्ये सिंहाला

कोठूनही व कोणापासूनही भय नसते. या अर्थाचा थोडासा विस्तार होऊन 'पुरुषसिंह-सिंहासारखा निर्भय पुरुष' असाही एक अर्थ वापरात आणला जात असे. 'अकृतोभय' हे या शब्दाचे अपभ्रष्ट रूप मानले जाते. अर्थात चुकीचेही.

२६. गबाळ - अनेक अर्थच्छटा असलेला आणि ग्रामीण मराठी बोलीमध्ये आजही वापरला जाणारा हा एक लवचिक शब्द आहे. 'गबाळ' याचा मूळ अर्थ आहे 'अव्यवस्थित, निरूपयोगी वस्तूंचा संग्रह' हा. पण या मूळच्या अर्थाने हा शब्द आज वापरला जात नाही. गबाळ म्हणजे 'रचून नीट न ठेवलेल्या वस्तूंचा ढीग', गबाळ म्हणजे 'मळक्या फाटलेल्या कपड्यात कसेबसे बांधलेल्या सामानाचे गाठोडे', गबाळ म्हणजे 'फारसे गरजेचे नसलेले साहित्य' असे बरेच अर्थ या शब्दाला आज प्राप्त झालेले आहेत. एवढेच नव्हे, तर आज लोकजीवनातला एखादा खेडूत 'कुटुंब-कबिला' या अर्थानेही गबाळ शब्दाचा वापर करीत असतो. ''सारं गबाळ गावीच ठेवून मी एकटाच भेटायला आलो.'' अशा वाक्यातून 'गबाळ' शब्दाचा झालेला अर्थविस्तार आपल्या लक्षात येईल.

'घैब' या अरबी शब्दाचे 'गाईब' हे रूप सिद्ध झाले. त्यापासून 'गायब' हा शब्द निर्माण झाला व 'गबाळ' या रूपाने तो मराठीत आला असे काही भाषाकोविदांना वाटते. पण ते रूपांतर तितकेसे उचित वाटत नाही. 'गबाळ' हा शब्द खरा तर देशी या प्रकारात मोडणारा वाटतो. तो अन्य भाषेतून आलेला वाटत नाही.

२७. चिरडी - एके काळी लोक-व्यवहारात वारंवार वापरला जाणारा हा शब्द आज मात्र पूर्णपणे विस्मृतीत गेलेला आहे. गेल्या शतकात लहान वयातच मुला-मुलींचे विवाह व्हायचे. या विवाहावेळी सात-आठ वर्षांच्या वधूला जी साडी नेसविली जायची, तिला 'चिरडी' असे म्हटले जात होते. केवळ विवाहातल्या वधूला नव्हे तर 'चिरडी' म्हणजे 'लहान मुलीचे लुगडे किंवा साडी' असा या शब्दाला रूढ अर्थ होता. म्हणजे लहान बालिकेला नेसवता येईल, एवढी लांबी-रुंदी असलेले लुगडे.

संस्कृतमध्ये 'चीर' म्हणजे वस्त्र, त्यापासून चिरडी शब्द मराठीत आला. संस्कृत-मधील 'चीरम्' प्राकृत भाषेत 'चीर' झाले आणि त्यापासून चिरडी हा शब्द मराठीत निर्माण झाला. 'चिरडी' शब्दाला 'डी' हा लघुत्वदर्शक प्रत्यय लागला असेल काय ?

२८. येरवाळी - 'काल-परवापर्यंत ग्रामीण जीवनात पदोपदी वापरला जाणारा आणि खास इथल्या मातीचा गंध असलेला हा शब्द आहे. या शब्दाचे माधुर्य अन् त्याला असलेला ताजेपणाही नजरेत भरणारा आहे. 'येरवाळी' याचा सर्वसाधाणपणे 'लवकर' हा अर्थ आहे. 'येरवाळी निघायला पाहिजे' यासारख्या वाक्यात हाच अर्थ सामावला आहे. पण सूक्ष्मपणे या शब्दांच्या अर्थाकडे पाहिले

अन् त्याच्या वापराकडे पाहिले तर 'लवकर' पेक्षाही 'भल्या पहाटे', 'नेहमीपेक्षा अगोदर' या अर्थाने तो वापरला जातो असे वाटते, असे म्हणण्याचे कारण असे की, 'येरवाळी' हा शब्द संस्कृतमधल्या 'अपरवेळा' या शब्दापासून निर्माण झालेला आहे. आणि 'अपर' याचा अर्थ आहे दुसरी, परकी, नेहमीची नसलेली वेळ, म्हणून 'येरवाळी' याचा व्यवहारातला अर्थ झाला 'नेहमीपेक्षा आधीची वेळ हा.'

'वारवलय' या संस्कृत शब्दापासून हा शब्द सिद्ध झाला असेही मानले जाते. कारण 'वार' म्हणजे 'दिवस' अन् 'वलय' म्हणजे 'तेज'. 'दिवसाचं तेज जाणवण्याची वेळ' म्हणजे 'येरवाळी' असाही अर्थ स्वीकारता येण्यासारखा आहे.

२९. तांबले - गेल्या शतकात ग्रामीण जीवनातल्या ज्या वस्तू आणि पदार्थ हरघडी वापरले जात होते, ते आता बदलत्या काळानुसार फारसे दिसत नाहीत. पदार्थ लोप पावला वा वापरात नसला की, त्यासाठी वापरला जाणारा शब्द

तांबले

लोप पावतो. 'तांबले' ही वस्तू अशी आहे. हा शब्द आज लोप पावला आहे. पार हरवून गेला आहे.

'तांबले' म्हणजे तांब्याच्या धातूचे तयार केलेले लहान भांडे. हे भांडे साधारणत: पावशेर ते दीड-दोन पावशेर द्रव्य मावेल एवढ्या आकाराचे असायचे. म्हणूनच ते ग्रामजीवनात हरघडी उपयोगी यायचे. धार काढणे, लेकरांना पाणी देणे, देवाच्या नैवेद्याबरोबर लागणारे पाणी नेणे, रतीबाचे दूध घालणे, द्रव्य पदार्थाचे मोजमाप करणे इ. अनेक कामांसाठी या तांबल्याचा वापर केला जायचा.

संस्कृतमधल्या 'ताम्र आलय' या शब्दाला मराठीचा 'ले' प्रत्यय लागून हा शब्द तयार झाला, असे अभ्यासकांचे मत आहे. पण त्यापेक्षा 'ताम्र' पासून 'तांबे' तयार होऊन त्याला 'ले' हा प्रत्यय लागून 'तांबले' शब्द बनला असावा. आता तांबेही गायब झाले व तांबलेही.

३०. तावीज - मुसलमान राजवटीच्या काळामध्ये मराठीमध्ये अरबी-फारशीतून इतके शब्द आले की, त्यातला कोणता स्वकीय अन् कोणता परकीय हे आपणाला ओळखता येईनासे झाले. अनेक शब्द तर खास देशी वाटावेत इतके इथे रुजले. रुळले. विज्ञानपूर्व काळात नेहमी वापरला जाणारा 'तावीज' हा शब्दही असाच आहे. 'तावीज' म्हणजे 'मंतरलेली वस्तू' अथवा भूतबाधा, जादूटोणा, लागीर इ. पासून आपले संरक्षण व्हावे यासाठी मंत्र टाकून भारलेली वस्तू. सर्व-साधारणपणे तांब्याची

छोटीशी चौकोनी पेटी अन् ती बांधण्यासाठी तिला असलेला काळा दोरा (अर्थात हे सर्व मंत्र टाकून भारभूत केलेले असते. त्या पेटीतही एखादी बाधा होऊन नये, म्हणून वस्तू ठेवलेली असते.) याला 'ताजीव' असे म्हणतात.

'तवीज' या अरबी शब्दापासून 'तावीज' शब्द मराठीत आला. 'तवीज' याचा अर्थ ''ईश्वराची प्रार्थना करणे. संरक्षणा-साठी मंत्राने भारलेली वस्तू जवळ बाळगणे'' असा अर्थ त्याही भाषेत आढळतो.

३१. कडूसे - खास ग्रामीण बोलीचे माधुर्य असलेला हा शब्द आहे. एके काळी लोकजीवनात सर्रास वापरला जाणारा हा शब्द होता. खेड्यातील म्हातारी माणसे आजही हा शब्द वापरतात. कडूसे म्हणजे 'थोडासा उजेड अन् थोडासा अंधार असलेली स्थिती' अथवा 'प्रकाश अंधुक होत चाललेली सायंकाळची वेळ.' अर्थात हा व्यवहारातल्या वापरातून निष्पन्न झालेला अर्थ आहे.

संस्कृतमधील 'कुदिवस' म्हणजे (इषत् दिवस: प्रकाश:) यापासून 'कवडसा' शब्द तयार झाला. आणि 'कवडसे' पासून 'कडूसे' हा शब्द मराठीत रूढ झाला. 'कूट+वास', तसेच 'कडा+वास' असाही या शब्दाचा विग्रह केला जातो. तो तितकासा योग्य वाटत नाही.

'दिवसाचा अंधुक प्रकाश' म्हणजे कडूसे असा याचा अर्थ असला तरी खेडूतांच्या मुखामध्ये 'संध्याकाळच्या दाटत जाणाऱ्या अंधाराशी' कडूसे शब्दाचा अर्थ निगडित झालेला आढळतो.

३२. धपाटे - एके काळी घरोघरी तयार केला जाणारा किंवा ग्रामीणांच्या मुखाला खमंग चव आणणारा एक खाद्यपदार्थ म्हणजे 'धपाटे'. सणासुदीला अन् प्रवासाला जाताना या पदार्थाशिवाय अन्य पर्याय नव्हता. अशा या शब्दाचा अर्थ आहे 'भाजणीची दशमी' असा. पण 'दशमी' म्हणजे 'धपाटे' नव्हे. मूग, हरभरा या डाळीचे पीठ व ज्वारीचे पीठ एकत्र कालवून धपाधपा आवाज करीत ठोकून अथवा बडवून केलेली भाकरी म्हणजे स्थूलपणे 'धपाटे' होय.

'धपाटणे' म्हणजे मारणे, चोपणे, ठोकणे या क्रियापदापासून 'धपाटे' शब्द निर्माण झाला. धपाटे करताना चोपणे, ठोकणे, थपाथपा थापणे ही क्रिया करावी लागते किंवा केली जाते. 'अद्य: आणि पत्' या शब्दात बदल झाला. 'पत्' चे 'पट्' रूप झाले. नंतर त्याचे 'अधपट' असे रूप तयार झाले. या रूपातील 'अ' अक्षर गळून गेले. अन् बाकी राहिला 'धपट' हा शब्द : या 'धपट' शब्दाचेच मराठी रूप झाले 'धपाटे'.

आजचे आपले 'थालीपीठ' आणि कालचे 'धपाटे' यांत थोडासा फरक आहे. त्याचा आकार, जाडी अन् तयार करताना घालावयाच्या वस्तू यांत तो फरक आहे. चार-सहा दिवसांचा प्रवास करावयाचा असेल तर उत्तम प्रकारे टिकणारे अन्न म्हणून धपाट्याचाच वापर पूर्वी केला जात होता.

३ ३. बाटका - शंभर-सव्वाशे वर्षांपूर्वी, बरेच प्रस्थ असलेला आणि भीती व अनादर व्यक्त करणारा हा शब्द आहे. 'बाटका' हा शब्द 'बाटणे' या क्रिया-पदापासून तयार झाला. आणि 'बाटणे' याचा ग्रांथिक अर्थ आहे, 'अपवित्र होणे, धर्मांतर केलेला' असा. 'बाट' या धातूला 'का' हा मराठीतला प्रत्यय लागलेला दिसतो. जसे-वाळका, रोडका, बुटका, थोटका इ. केवळ धर्मांतराशी निगडित हा शब्द नाही. जातिभेद आणि स्पृश्या-स्पृश्यतेचा जेव्हा बडेजाव होता, तेव्हा याची बंधने न पाळता कृती केलेल्या माणसालाही 'बाटलेला' असे मानले जाई. थोडक्यात, 'बाटका' म्हणजे 'समाजाने निषिद्ध मानलेली गोष्ट करणारा माणूस' असा याचा अर्थ झाला. 'बाटगा' असेही याचे रूप रूढ आहे.

आज मात्र धर्मांतर केलेल्या माणसाला हा शब्द वापरला जातो. 'भ्रष्ट' या संस्कृत शब्दापासून नामधातू म्हणून 'बाटका' शब्द तयार झाला आहे.

फारसीमध्ये मात्र 'बाटगा' म्हणजे 'धूर्त, लबाड, कावेबाज, वस्ताद' असा याचा अर्थ प्रचलित आहे.

३४. सागुती - पूर्वीच्या काळी खेड्यामध्ये मांसाहारी जेवणास 'सागुती' हा शब्द वापरला जायचा. 'सागुती' म्हणजे मांस किंवा मांसखंड. हा शब्द नेमका कसा तयार झाला असावा याचा अचूक अंदाज करता येत नाही. फार्सीमध्ये 'सागुती' असा उल्लेख असला तरी हा शब्द खास देशी शब्द वाटतो. कारण फार्सीतल्या शब्दाला आधार, मूळ सापडत नाही. आपल्याकडे 'सहा इंगोले' याचे 'सांगोले' झाले. 'सात तारा' याचे 'सातारा' रूप रूढ झाले. तसे जिथे सहा महत्त्वाची माणसे आवश्यक मानली जातात. गुंतली जातात, म्हणून ती 'सागुती' असे मानावे काय ? देवाला बोललेला नवस फेडण्यासाठी जेव्हा बोकडाचा बळी दिला जात असे, तेव्हा त्या मांसावर गावाचा प्रमुख असलेला पाटील, देवाचा पुजारी, नवस फेडणारा माणूस, बोकड कापणारा खाटीक, या खाटकाचा मदतनीस आणि ज्याच्या भल्यासाठी नवस बोलला गेला तो; अशी सहा माणसे यात हक्कदार मानली जात असावी. या विधीत गुंतली जायची. म्हणून सहा प्रधान वा अपरिहार्य अशा माणसांनी एकत्र येऊन तयार केलेले मांसाहारी जेवण असा 'सागुती'चा अर्थ घेता येईल काय ?

ग्रामीण जनजीवनामध्येही हा शब्द आजकाल फारसा आढळत नाही.

३५. वाम्बाळ - मराठीतला अतिशय अर्थपूर्ण असा हा तद्भव शब्द आहे. ग्रामीण भागातील जुनीजाणती माणसं ग्रामीण बोलीचा वापर करताना हा शब्द वापरतात. 'वाईट हवा, थंड आणि दमट हवा' असा या शब्दाचा ग्रंथगत अर्थ आहे. पण व्यवहारात वापरल्या जाणाऱ्या या शब्दाला एवढीच एक अर्थच्छटा नाही. हा शब्द 'झिमझिम पावसावेळची थंडगार हवा : पाऊसकाळातली बाधा

करणारी हवा' या अर्थानेही वापरला जातो. 'बाष्पाकुल' या संस्कृत शब्दापासून 'वाफउल' असा प्राकृत शब्द निर्माण झाला आणि या 'वाफउल' शब्दापासून 'विम्बाळ' किंवा 'वांबळ' असा बोलीमध्ये शब्द आला.

थोडक्यात, ''वारा, पाऊस, चिखल यांमुळे बाधा करणारी पावसाळी हवा'' असा याचा अर्थ रूढ झालेला आहे. 'भुरूभुरू पडणारा पाऊस' या अर्थानेही हा शब्द वापरला जातो.

३६. बुरणूस - पूर्वी ग्रामीण भागात बसण्यासाठी खुर्ची, टेबल, स्टूल यांसारखी साधने उपलब्ध नव्हती. घरात येणाऱ्या पै-पावण्यांना घोंगडी टाकली जायची. सुताडा, जीन अथवा सतरंजी अंथरली जायची. यांच्या जोडीलाच एखादा-दुसरा गृहस्थ आपल्याकडे आला तर त्यांच्यासाठी 'बुरणूस' टाकले जायचे. तेव्हा 'बुरणूस' म्हणजे 'स्वागतापोटी पाव्हण्याला बसण्यासाठी टाकले जाणारे जाड कापड.' पण एवढ्याने 'बुरणूस' शब्दाचा अर्थ पूर्ण होत नाही. 'बुरणूस' हे लोकरीचे तयार केलेले असते. शिवाय घोंगड्याप्रमाणे ते विणलेले नसते. सतरंजीच्या आकाराचे, न विणलेले लोकरीचे 'जीन' जसे ग्रामीण भागात विशेषतः माणदेशात आढळते, तसेच 'बुरणूस' हे लहान आकाराचे (एका व्यक्तीला बसण्यापुरते) न विणलेले बसकर जुन्या जमान्यात रूढ होते.

या शब्दाची निर्मिती संस्कृतमधील 'उर्णायु'पासून झाली असावी असे काहींना वाटते. पण अरबी भाषेतही 'बुरणूस' शब्द आढळतो. मात्र या अरबी शब्दाचा अर्थ 'मुख झाकण्यासाठी वापरलेले वस्त्र' असा आहे.

३७. सोयरा - एके काळी प्रमाण तसेच बोली भाषेत सर्रास वापरला जाणारा हा अर्थपूर्ण शब्द आज बराच निरूपयोगी बनला आहे. 'सोयरा' म्हणजे नातेवाईक, पाहुणा किंवा आप्त. संस्कृत भाषेतील 'सोयर' अथवा 'सहोदर' या शब्दापासून प्राकृतमध्ये 'सोअर' असे रूप तयार झाले आणि या 'सोअर' शब्दापासून मराठीत 'सोयरा' शब्द अवतरला. ज्ञानेश्वरीत याच अर्थाने पण 'सोईरा' असे शब्दरूप आढळते. म्हणजे 'सोअर'चे 'सोइरा' रूप झाले आणि 'सोइरा'चे 'सोयरा' हे आजचे रूप सिद्ध झाले.

त्याचप्रमाणे 'सोय' शब्दापासून 'सोयरा' शब्द निर्माण झाला असावा काय ? कारण मराठीत चावरा, बोचरा, हावरा, डावरा यांसारखे 'रा' प्रत्ययाचे शब्द बरेच आढळतात. आपल्याकडे ग्रामीण भागात 'सोय बघतो तो सोयरा' असा एक वाक्प्रचार रूढ आहे. अर्थात इथे 'दुसऱ्याचा विचार करणारा' असा अर्थ अभिप्रेत आहे.

३८. बिरडे - कृषीजीवनातल्या प्राणीसृष्टीशी निगडित असलेला हा शब्द आहे. ग्रामीण भागातील मंडळी गाय, बैल, म्हैस, शेळी यांसारखे पाळीव प्राणी वाखापासून अथवा सुतापासून तयार

बिरडे

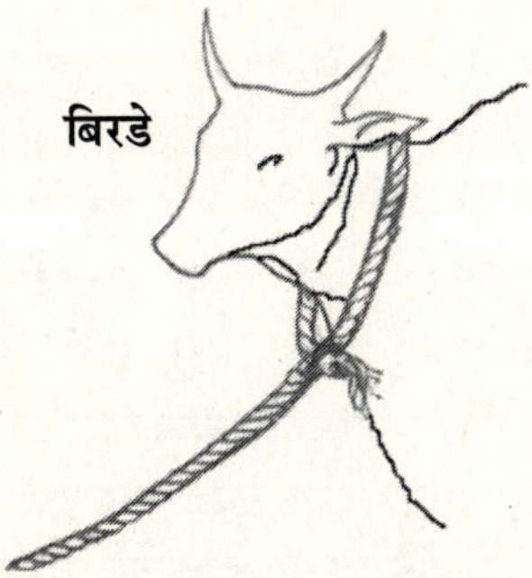

केलेल्या दाव्याने बांधतात. या दाव्याचे एक टोक मेखेला बांधलेले असते आणि दुसरे टोक जनावराच्या गळ्याभोवती गुंतविलेले असते. दाव्याच्या टोकाला गाठ मारून ती गळ्याभोवती घेतलेल्या दाव्याच्या पोटात - मध्यभागी (दाव्याचे दोन भाग करून) घुसवून टाकलेली असते. दाव्यामध्ये घातलेली गाठ दाव्यापासून मोकळी करणे म्हणजे बिरडे सोडणे होय. म्हणून 'बिरडे' म्हणजे 'जनावराला बांधण्यासाठी दाव्यात घातलेली गाठ' असा त्याचा रास्त अर्थ झाला. 'गुंडीचे भोक किंवा गुंडी' हा कोशगत अर्थ तितकासा परिपूर्ण वाटत नाही.

'बिरडे' हा कानडीतून मराठीत आलेला शब्द आहे. मात्र कानडीमध्ये त्याचा अर्थ 'बूच अथवा मेख' असा जो दिलेला आहे तो रास्त नाही. 'बिरडे' या शब्दाला मराठीत पूर्णत: नवाच अर्थ प्राप्त झालेला आहे.

३९. बोकणा - 'बोकणा' किंवा 'बोकाणा' म्हणजे मोठा घास. यालाच 'बकाणा' असाही दुसरा अर्थ (शब्द) रूढ आहे. या शब्दाच्या अर्थाकडे जरा सूक्ष्मपणे पाहिले तर आणि व्यवहारात होणारी याची निदर्शक क्रिया बघितली, तर मूळ अर्थाचा विस्तार झालेला असावा असे वाटते. खरे तर 'मोठा घेतलेला घास' म्हणजे बोकणा आहेच, पण 'तोंडात न मावणारा घेतलेला घास' हा त्याला व्यवहारात प्राप्त झालेला अर्थ आहे. 'बोकणा' भरताना किंवा मारताना एवढा मोठा घास घेतला जातो की, खाणाऱ्याला आपले तोंड त्या घासामुळे नीटपणे मिटताही येत नाही.

'बोकणा' हा शब्द कानडीतील 'बॉक्कण' या शब्दापासून निर्माण झालेला आहे. अर्थात् त्याचे बदललेले रूप खास देशी मराठीचे वाटावे, असे आहे.

४०. निवद बोने - संस्कृत भाषेतील 'नि अधिक विद्' या धातूपासून मराठीत दोन रूपे तयार झाली आहेत. त्यांतील एक आहे, 'निवेदणे' हे क्रियापदरूप आणि दुसरे आहे, 'निवेद्य' हे रूप. निवेद (णे) याचा अर्थ सांगणे, अर्पण करणे, बोलणे असा आहे; निवेद्यपासून तयार झालेल्या 'नैवेद्य' हा शब्द म्हणजे अवघड शब्दाचे सोपे करून घेतलेले रूप होय. 'नैवेद्य' याचा अर्थ अर्पण केलेली वस्तू असा आहे. या 'नैवेद्य शब्दापासून ग्रामीण

निवद बोने

मराठीत तयार झाला 'निवद' हा शब्द. 'बोणे' अथवा 'बोने' याचा अर्थ आहे, ''जेवण, पक्वान्न किंवा देवतेला अर्पण केलेली वस्तू'' असा. देवतेला बोललेला नवस फेडताना आपण एखादी वस्तू तिला अर्पण करतो आणि त्याचबरोबर मिष्टान्नाचा 'निवदही' दाखवतो. म्हणून हे दोन्ही शब्द बोलीभाषेत एकाच वेळी वापरले जातात.

'बोने' हा शब्द कानडीतल्या 'बोन' पासून आलेला दिसतो. 'बोन' म्हणजे भात. यादवकालीन मराठीत हा शब्द अनेकदा आलेला आहे.

४१. पैरण - एके काळी ग्रामीण लोकांच्या अंगा-खांद्यावर रुळलेला अन् ऊब देणारा हा गोड शब्द आहे. 'पैरण' म्हणजे 'आखूड व लहान असलेला सदरा'. यालाच काही जण 'सैल कुडता' असेही संबोधतात. संस्कृतमधल्या 'परिधान' शब्दापासून हा शब्द निर्माण झाला. त्याचे प्राकृत रूप 'परिहान' असे झाले. त्यापासून 'पेहरणे' आणि 'पैरण' हे शब्द निर्माण झाले. पेहरणे आणि परिधान याचा अर्थ 'अंगात घालणे; परिधान करणे' असा आहे. या 'परिधान' शब्दाचा 'आतील वस्त्र' असाही एक अर्थ आहे. पण हा अर्थ पैरणीला लागू होत नाही. 'पैरण' म्हणजे 'हलक्या प्रतीच्या सुती कापडापासून बनविलेला आखूड सदरा' हा त्या शब्दाचा व्यवहारा-तील अर्थ आहे.

पैरण

झूल ब्लोक या संशोधकाच्या मते 'पेराहन - पीराहान' या फारशी शब्दापासून 'पैरण' हा शब्द तयार झाला. हा शब्द नंतर हिंदीमध्येही प्रवीष्ट झाला. तर काही संशोधकांना मात्र मूळ संस्कृत असलेला हा शब्द फारशीशी संबंधित असावा असे वाटते. ग्रामीणांच्या मते 'अंगरखा' वेगळा अन् 'पैरण' वेगळी.

४२. कुंची - नागर तसेच ग्रामीण लेकरांचे थंडी, ऊन, वारा यांपासून संरक्षण करणारे हे लडिवाळ वस्त्र एके काळी सर्रास वापरले जात होते. 'कुंची' या शब्दाचा अर्थ कोशामध्ये 'लहान मुलाचे टोपडे' असा दिलेला असला तरी ते काही टोपडे नव्हे. टोपड्याला ग्रामीण बोलीत 'टकुचे' असे म्हणतात. कुंची म्हणजे दोन्ही कान, माथा झाकून पाठीमागील बाजूला गुडघ्यापर्यंत लोंबते कापड असलेले वस्त्र होय. कान आणि मान झाकणाऱ्या टकुच्यालाच मागच्या

कुंची

बाजूने कापड शिवून लावले की कुंची तयार होते. ती घसरून पडू नये म्हणून कानाजवळून खाली गळ्याला बांधण्या-साठी दोन बंद शिवलेले असतात. कुंचीची पुढची बाजू व काठ चोळखणाच्या नक्षीने आकर्षक केलेले असतात.

या शब्दाची व्युत्पत्ती दोन प्रकारे सांगितली जाते. 'कुच्चु' या कानडी शब्दापासून तो तयार झाला असावा असे एक मत आहे. 'कुंचिका' या संस्कृत शब्दापासून 'कुंचिया' हा प्राकृत शब्द निर्माण झाला आणि 'कुंचिया'पासून मराठीत 'कुंची' जन्माला आली असावी, असे दुसरे मत आहे.

४३. बिलवर - 'बिलवर' हा गेल्या शतकात चांगलाच प्रचलित असलेला शब्द मूळचा अरबी भाषेतून आलेला आहे. 'बिल्लोर' या शब्दापासून तो निर्माण झाला. मात्र हा शब्द पूर्वी ''उंची, किंमती, पैलू पाडलेला'' या अर्थाने रूढ होता. परंतु पुढे नाम म्हणून त्याचा 'बांगडी' या अर्थाने उपयोग होऊ लागला.

जुन्या साहित्यात त्याचा 'स्फटिक' या अर्थानेही वापर केला जात होता. पण वस्तुत: बिलवर म्हणजे केवळ बांगडी नव्हे. साधारणत: 'लांबट आकाराची पैलू पाडलेली सोन्याची बांगडी' याच अर्थाने बिलवर समाजात रूढ होता. थोडक्यात, 'बिलवर म्हणजे उंची जातीच्या काचेपासून तयार केलेले किंवा सोन्यावर डिझाइन केलेले कंकण' असे म्हणता येईल.

बांगडी वेगळी असते, बिलवर वेगळा असतो आणि चुडा वेगळा असतो.

४४. बालिंगा - ग्रामजीवनामध्ये आणि कृषीसंस्कृतीत वापरला जाणारा हा शब्द आता जवळजवळ लोप पावलेला आहे. 'बालिंग' याचा शब्दश: अर्थ आहे, 'वयात आलेला किंवा पक्व झालेला.' या 'बालिंग'चे व्यवहारी रूप झाले 'बालिंगा' असे. आणि 'बालिंगा' याचा अर्थ आहे 'लठ्ठ मेंढा, पोसलेला मेंढा.' व्यवहारामध्ये या शब्दाचा जेव्हा वापर केला जात होता, तेव्हा त्यात अधिक अर्थाची भर पडली; आणि तो अर्थ आहे 'मस्तवाल किंवा मग्रुरी करणारा मेंढा' असा. पोसलेला मेंढा हा मग्रुरी करणारा असतोच असे नाही.

या बालिंग्याची शिंगे दणकट, पिळदार आणि कानाजवळ गोलाकार होऊन पुढच्या बाजूस आलेली असतात. याच्या जवळून आपण गेलो तर याचा अतिशय उग्र

असा घाणेरडा वास येतो.

'बालिघ' या फारशी शब्दापासून 'बालिंगा' हे रूप तयार झालेले असावे.

४५. वाळूक - कृषी जीवनामध्ये शेतकरी आपल्या पिकामध्ये फळभाज्यांच्या काही बिया टोचतो. उदा. दोडका, कारली, भोपळा, इ. तशाच काकडीच्या बिया-देखील बांधाच्या पोटात आणि पिकामध्ये पेरतो. 'वाळूक' म्हणजे एक विशिष्ट प्रकारची काकडी. कोशातील याचा अर्थ आहे 'थोरली काकडी'. पण व्यवहारात या शब्दाचा जेव्हा वापर केला जातो, त्या वेळी 'बी पक्व न झालेली कोवळी काकडी' असाच अर्थ घेतला जातो. आजकाल मंडईत जी खिरा काकडी मिळते, ते 'वाळूक' नव्हे.

या 'वाळूक' शब्दाची व्युत्पत्ती दोन प्रकारे सांगितली जाते. संस्कृत 'उर्वारू' पासून 'उर्वारूक' झाले. या उर्वारूक चे प्राकृत रूप 'वारूक' झाले. त्याचे व्यावहारिक रूप 'वालुक' झाले व ते 'वाळूक' म्हणून लोकजीवनात रूढ झाले. दुसरी व्युत्पत्ती म्हणजे 'वालुङ्क' या संस्कृत शब्दापासून प्राकृतमध्ये 'वाळुंक' झाले. त्याचेच 'वालुकी' रूप बनले अन् व्यवहारात 'वाळूक' म्हणून प्रचलित झाले. तेव्हा वाळूक म्हणजे 'देशी वाणाची कोवळी काकडी.'

४६. कडता - पूर्वी चाळीस शेर वजन केल्यावर त्याला एक मण म्हणत असत. तेव्हा मोजमापाची हीच पद्धत रूढ होती. असा एक मण जिन्नस विकला असता ग्राहकाला दीड शेर धान्य अथवा वस्तू जादा द्यावी लागत असे. या जादा द्यावयाच्या भागाला 'कडता' असे म्हणत. काही भागांत मणामागे दीडशेराऐवजी चार शेर जादा जिन्नस किंवा धान्य द्यावे लागे. याला 'वर्ताळा' असे दुसरे नाव आहे. 'वर्ताळा' म्हणजे वरती (जादा) दिलेला भाग, यालाच व्यापारी 'कडता' असे म्हणतात. आजच्या भाषेत बोलायचे झाले तर जेव्हा एखादा गवळी आपणाला मापाने दूध घालतो, तेव्हा शेवटी धारभर दूध अधिक घालतो. हा आजच्या भाषेतला 'कडता'च होय.

कानडीतल्या 'कडत' या शब्दापासून हा 'कडता' शब्द आलेला आहे. त्याचा शब्दशः अर्थ आहे छाट. म्हणजे 'कमी करणे, काटछाट करणे.' जादा धान्य अथवा वस्तू घालूनही वजनात काटछाट करावी लागते. म्हणजे हिशेब करताना वजन कमी धरावे लागते. हा अर्थ 'कडता' याला शब्दशः प्राप्त झालेला आहे.

व्यंग्यार्थाने 'नेहमीपेक्षा जादा' याबरोबरच 'वचपा' या अर्थानेही हा शब्द वापरला जातो.

४७. मातेरे / मातरं - एखादा शब्द अनेक संदर्भांत वापरला गेला की, त्याला आपोआपच व्यवहारामध्ये एकापेक्षा अधिक अर्थ प्राप्त होतात. 'मातेरे' किंवा ग्रामीण बोलीत ज्याला 'मातरं' असे म्हणतात, हा एक असाच शब्द आहे. 'मातेरे' म्हणजे 'मातीत मिसळलेले धान्य.' हा झाला

त्याचा एक अर्थ. त्याचबरोबर 'माती, कचरा, खडे मिसळलेले धान्य' असाही एक अर्थ या शब्दाला आहे. तर तिसरा एक अर्थही धान्यबाजारात रूढ आहे. तो म्हणजे 'धान्य पाखडून, वेचून काढलेला कचरा.' या तिन्ही अर्थाला वेगळ्या वेगळ्या छटा आहेत. असे हे धान्य टाकाऊ, निरूपयोगी असते. म्हणून या शब्दाचा अर्थ विस्तार करून याला वेगळ्या अर्थानेही व्यवहारात वापरले जाते. 'मातरं' याचा अर्थविस्तार होऊन तो 'सत्यानाश, दुर्दशा, अप्रतिष्ठा, नुकसान, वाटोळे' अशा अर्थाने व्यवहारात वापरला आहे. 'अमक्या अमक्यानं माझ्या आयुष्याचे मातेरं केले', असे जेव्हा एखादा बोलतो; तेव्हा 'मातीत मिसळलेले धान्य' हा अर्थ त्याला अभिप्रेत नसतो, हे उघड आहे.

'मृत्तिका+कीर' या संस्कृत शब्दापासून 'मातेरे' शब्द तयार झाला आहे. 'मृत्तिका' म्हणजे 'माती' आणि 'कीर' चा एक अर्थ आहे, 'थोडेसे. अंशत:' असा. म्हणून 'थोडीशी माती असलेले धान्य म्हणजे मातेरं'.

काहींच्या मते 'मट्टिआ' या प्राकृत शब्दापासून 'मातेरे' शब्द तयार झाला असावा.

४८. इसाळ - 'इसाळ म्हणजे 'स्पर्धा किंवा चढाओढ.' हा झाला कोशगत अर्थ किंवा ग्रांथिक अर्थ. ग्रामीण भागात मात्र या अर्थापेक्षा थोड्याशा वेगळ्या अर्थाने हा शब्द वापरला जातो. तो अर्थ म्हणजे 'राग, द्वेष, असूया.' स्पर्धे-बरोबर या गोष्टी आल्या की, ग्रामीणांचा 'इसाळ' शब्द पूर्णार्थाने तयार होतो. ग्रामीण बोलीतून आता हा शब्द लोप पावत चालला आहे. 'इसाळ' या शब्दाची व्युत्पत्ती दोन प्रकारे सांगितली जाते. पहिला प्रकार म्हणजे संस्कृतीमधील इक्षापासून (इक्ष) प्राकृतात 'इक्खत्ती' शब्द तयार झाला. त्याचा वापरात 'इक्खती' बनला व मराठीत तो 'इसाळ' म्हणून अवतरला. पण या व्युत्पत्तीपेक्षाही संस्कृतातील 'ईर्षा' या शब्दापासून प्राकृतात 'इस्सा' रूप तयार होऊन त्याला 'ल' प्रत्यय लागला आणि त्यापासून मराठीत 'इसाळ' हा शब्द निर्माण झाला, ही व्युत्पत्ती योग्य वाटते. ज्ञानेश्वरांनी तेराव्या अध्यायात हा शब्द वापरला आहे. मुक्तेश्वरांनी आदिपर्वात हा शब्द वापरला आहे. याचा अर्थ असा की, हा 'इसाळ' मराठीत सुमारे सातशे आठशे वर्षांपासून नांदतो आहे. वापरात आहे.

४९. इराकत - खेड्यातील अगदी म्हातारी माणसे सोडली तर हा शब्द फारसा कोणी वापरत नाही. आजच्या नागर वा ग्रामीण भागातील तरूण पिढीच्या कानावर हा शब्द पडला असेल असे वाटत नाही, अशा या शब्दाचा अर्थ आहे 'लघवी' किंवा 'मानवी मूत्र' हा ! 'इराकत' या शब्दाच्या निर्मितीबद्दल तीन मूलस्त्रोत सांगितले जातात. काही अभ्यासकांना असे वाटते की, 'इराकत' हा अरबी भाषेतील शब्द मराठीत जसाच्या तसा आला असावा. दुसरा मूलस्त्रोत सांगणाऱ्या मंडळींना 'इराखत' या फारशी

शब्दापासून हा शब्द मराठीत सिद्ध झाला असावा असे वाटते. तर काही अभ्यासकांचे मत असे की, 'इरां'या संस्कृत शब्दाचा एक अर्थ 'पाण्याचा झरा' असा आहे. 'पाणी' आणि 'पेय' या अर्थाने देखील पूर्वी तो वापरला जात होता. 'लघवी' आणि 'पाणी' यांच्यातील साम्य लक्षात घेता 'इराकत' हा मराठीत असलेला शब्द संस्कृतपासून आलेला असावा.
अनेकदा असे घडते की, मूळ संस्कृत शब्द फारशी-अरबीत गेला आणि तेथून तो मराठीत आला आहे. या 'इराकत' शब्दाबाबत असाच प्रवास झाला असावा. 'हा शब्द अशिष्ट समाजात वापरला जातो' असा शेरा प्रा. कृ. पां. कुलकर्णी यांनी मारला आहे.

५०. मिचकूट - विशेषण म्हणून वापरला जाणारा हा शब्द आजकाल फार कमी प्रमाणात वापरला जातो. तो अनेकदा व्यवहारात स्वतंत्रपणे वापरला न जाता 'काळा' या शब्दाबरोबर वापरला जातो. याचा रूढ मराठीतील अर्थ आहे, 'फार काळा, काळाकभिन्न किंवा कुळ-कुळीत' असा. 'काळा' या रंगाचा अतिरेक दाखविण्यासाठी या शब्दाचा वापर केला जातो.
हा शब्द 'मषी' या संस्कृत शब्दापासून निर्माण झाला. 'मषी' म्हणजे शाई व काळा रंग, 'मषी'पासून प्राकृतमध्ये 'मसी' शब्द तयार झाला आणि त्यापासून 'मिचकूट' शब्द मराठीत आला. 'मसीकूट' या संस्कृत शब्दापासूनही 'मिचकूट' निर्माण झाला असावा, असे एक मत आहे. 'कूट' याचाही अर्थ 'काळा' असाच आहे. ज्ञानेश्वरांनी पाचव्या अध्यायात 'मसैरे' हा शब्द वापरला आहे. अंधार अथवा कोळसा या अर्थाने तो वापरला आहे. तेव्हा 'मिचकूट' याचा रूढ अर्थ असा की 'काळ्या रंगाचा अतिरेक झालेला'. 'आत्यंतिक काळा असलेला' हा.

५१. माळवद - धाब्याची घरे असलेल्या भूप्रदेशात या शब्दाचा अधिक वापर केला जातो. खेड्यांमध्ये हा शब्द अजूनही बऱ्याच प्रमाणात वापरला जातो. 'माळवद' म्हणजे 'घराच्या तुळयांवर लाकडी वासे किंवा खांडं (जाड पट्ट्या) आडवी पसरून त्यावर माती टाकून केलेली सपाट जमीन.' यालाच धाबे असेही म्हणतात. हा शब्द 'माळा+वत' यापासून तयार झाला. 'त' चा 'द' होण्याची प्रक्रिया मराठीत रूढ आहेच. 'भाष्य' या संस्कृत शब्दाचा अर्थ 'पठार' किंवा 'सपाट जमीन' असा आहे. या 'भाष्य'पासून 'माळ' शब्द झाला. 'पठारासारखी सपाट जमीन' हा अर्थ व्यक्त करण्यासाठी 'वत' शब्द याला जोडला गेला असावा.
काही अभ्यासकांना कानडीतील 'मर्तळगे' शब्दापासून 'माळवद' शब्द आला असावा असे वाटते. 'माळगे' या शब्दाचा अर्थही घर किंवा 'घराची वरची बाजू' असाच आहे. 'पोटमाळा असलेले घर' असाही एक अर्थ 'माळवद' शब्दाला आहे. परंतु सर्वसाधारणपणे कमी पावसाच्या प्रदेशात

'माळवद' म्हणजे 'लाकडी आच्छादन असलेल्या घरावर चिकणमातीचा जाडसर घातलेला थर' असा अर्थ घेतला जातो.

५२. धत्तुरा - 'धत्तुरा' म्हणजे पिवळी फुले आणि भरपूर काटेरी पाने असलेला धोतरा ही वनस्पती किंवा त्या वनस्पतीचे बी.

धोतऱ्याचे बी आणि मुळ्या मादक आणि विषारी असतात. त्यांचा रस प्याल्याने माणूस नशेत वेडाचार करू लागतो किंवा तो रस खाद्यपदार्थात घालून एखाद्यास दिला तर त्याला गुंगी येते. त्याची शुद्ध जाते. त्याचा फायदा घेऊन त्याला म्हणजे गुंगी आलेल्या माणसाला फसवता येते. त्यावरून 'धत्तुरा' या शब्दाचा अर्थविस्तार होऊन त्याचा 'फसवणूक, लुबाडणूक, अभाव' हा अर्थ व्यवहारात रूढ झाला आहे.

व्यवहारात अनेकदा 'ढोंग धत्तुरा' असा सामासिक शब्द वापरला जातो.

संस्कृतमधील 'धत्तुरक:' अथवा 'धत्तूर:' या शब्दापासून मराठीतला 'धत्तुरा' शब्द निर्माण झालेला आहे. त्याचा संस्कृतातील मूळ अर्थही 'एक काटेरी वनस्पती' असाच आहे. ''चाकरा मलिदा मिळे। धन्याला धत्तुरा हाती'' ही जुन्या मराठी काव्यातील ओळ तशी प्रसिद्ध आहे.

५३. मोगा - एखादी वस्तू रोजच्या व्यवहारातून म्हणजे वापरातून लोप पावली की, त्या वस्तूचा निदर्शक शब्दही आपोआपच लोप पावतो. शंभरएक वर्षांपूर्वी

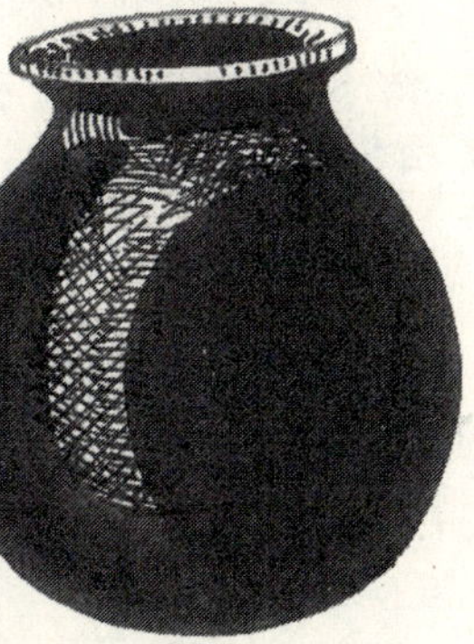

मोगा

ग्रामीण भागात जेव्हा मातीची भांडी सर्रास वापरली जात होती; तेव्हा 'मोगा' ही वापरला जात होता. या 'मोगा'चा अर्थ आहे मातीचे लहान भांडे; किंवा 'मध्यम आकाराचा मातीचा लोटा'. हा आकाराने थोडासा उभट असून, त्यामध्ये अर्धा लिटर ते पाऊण लिटर-पर्यंत द्रवरूप पदार्थ ठेवता येई. खेड्यांमध्ये प्रामुख्याने ताक आणि आमटीसाठी याचा वापर होत असे.

कोकणात विहिरीवरील रहाटाला बांधलेल्या मातीच्या भांड्यालाही 'मोगा' असेच म्हणतात. कानडीत 'मोगा' असा एक शब्द असून, त्याचा अर्थही ''मातीचे लहान भांडे'' असाच आहे. म्हणून हा शब्द कानडीतून आलेला दिसतो किंवा मराठीतून तो कानडीत गेला असावा. आधी हा शब्द 'मोघा' अशा स्वरूपात रूढ होता.

क्वचित प्रसंगी नारळात उद्‌भवणाऱ्या कोंबालाही 'मोघा/गा' म्हणतात.

५४. आडनीड - आडनीड, आडनाट, आडनाड अशा तिन्ही चारी प्रकारे हा शब्द व्यवहारात प्रचलित होता. या शब्दांचा ग्रांथिक अर्थ 'नीट किंवा बरोबर नसलेला', पूर्ण नसलेला, म्हणजे हिशेबाच्या दृष्टीने दहा-वीस, शंभराच्या पटीत नसलेला' असा आहे. थोडक्यात, संख्येच्या दृष्टीने जो गैरसोयीचा, तो 'आडनीड' होय. त्याचा व्यवहारात अर्थविस्तार झाला आणि 'धड इकडे नाही; धड तिकडे नाही अशा तऱ्हेचा' हा अर्थ वापरात आला. 'मध्येच असा आडनीड बसू नकोस' अशी वाक्यरचना आजही वापरली जाते.

संस्कृतातील 'अर्धः+नीतः' यापासून आडनीट शब्द तयार झाला. 'ट'चा 'ड' होण्याचा मराठीचा स्वभाव आहेच. त्यापासून 'आडनीड' शब्द बनला.

आजच्या व्यवहारात मात्र 'आडनीड' याचा अर्थ 'आडमुठा', दुसऱ्याचे मत न मानणारा; म्हणजे न जुमानणारा' असा प्रचलित आहे.

शिवकालीन मराठी गद्यात 'अडथळा आणि हट्ट' या अर्थाने तो वापरला जात होता.

५५. सवने/णे - 'सवणे' याचा अर्थ 'झरोका' किंवा 'धुराडे' असा आहे. हा खास मराठीचा म्हणजे देशी शब्द आहे. कमी पावसाच्या प्रदेशात धाब्याच्या घराला चिकणमातीच्या जाड थराचे आच्छादन घालत असत. पूर्वी खेड्यातल्या या घरांना मुळात खिडक्या कमी, असलीच तर तीही एखादीच असे आणि चोराच्या भीतीने ती बऱ्याच वेळा बंद ठेवली जात असे.

सवने/णे

म्हणून हा चिकण-मातीचा थर म्हणजेच माळवद घालताना माठाचा तोंडाकडचा अर्धा भाग त्यात बसविला जाई. यालाच 'सवने' असे ग्रामीण भाषेत म्हणतात. त्यातूनच घरातला धूर बाहेर जात असे आणि बाहेरचा सूर्यप्रकाश घरात येई. त्यामुळे घरातल्या वस्तू शोधणे सोयीचे होई.

पाऊसपाणी आले की, त्याच्यावर एक खापराचा तुकडा ठेवला जाई.

ग्रामीण भागातील मंडळी याला सवने असे न म्हणत 'सवनं' असे म्हणतात. आता याची गरजही कमी कमी होत चालली आहे.

५६. धुरी - सत्तर-ऐंशी वर्षांपूर्वी छोट्या आणि किरकोळ आजारपणावर घरगुती औषधे दिली जात. वनौषधींचा विविध प्रकारे वापर केला जाई. सर्दीने नाक चोंदले असेल तर, घसा खवखवत असेल तर, श्वसनाचे काही किरकोळ आजार असतील तर वृद्ध, अनुभवी स्त्रिया यावर 'धुरी' देण्याचा उपाय करीत. म्हणजे विस्तवावर काही वनौषधी टाकून त्याचा जो धूर बाहेर पडेल तो श्वासाने आत

ओढून घेणे. खेड्यामध्ये सर्दी झाल्यावर ज्वारीचे पीठ निखाऱ्यावर टाकून त्याचा धूर घेतला जाई. पूर्वी एखाद्याकडून गुन्हा कबूल करून घेण्यासाठी किंवा गुन्ह्यासाठी शिक्षा देण्यासाठी मिरचीसारख्या जहाल पदार्थांच्या धुरावर माणसाला धरत किंवा त्याच्यावर धूर सोडत. यालाही 'धुरी' असेच संबोधिले जात होते. थोडक्यात 'धुराचा केलेला वापर म्हणजे धुरी होय.' मोरोपंत कवीने आर्यभारतच्या शांतिपर्वात 'धुरी' शब्द वापरला आहे.

संस्कृतातील 'धूम्र' शब्दापासून 'धूर' शब्द मराठीत तयार झाला नि त्यापासून 'धुरी' शब्द सिद्ध झाला. 'फसविणे' या अर्थाने 'धुरी देणे' असा वाक्प्रयोग केला जातो.

५७. रक्ती - अपत्याला जन्म दिल्यावर त्या स्त्रीची गळून गेलेली शक्ती भरून येण्यासाठी खेड्यांमध्ये पूर्वी काही घरगुती पदार्थ तयार करून तिला खाऊ घातले जात असत. डिंक लाडू, अळिवाची खीर वा लाडू यांबरोबर अधूनमधून शक्य असेल तेव्हा या बाळंतिणीला 'रक्ती' तयार करून खायला देत असत. 'रक्ती' म्हणजे बकऱ्याच्या रक्तात गरम पाणी घालून आणि कांदा, मसाला मिसळून तयार केलेला एक सुका पदार्थ होय. वाटलेल्या ओल्या डाळीच्या कोरड्या पिठल्यासारखा हा पदार्थ असतो. अर्थात, आजारी, अशक्त माणसालाही ही रक्ती खायला देण्याचा रिवाज पूर्वीच्या काळी म्हणजे ७०-८० वर्षांपूर्वी खेड्यांमध्ये होता.

'रक्त' या संस्कृत शब्दाला 'ई' प्रत्यय लागून तयार झालेला हा शब्द आहे. आजकाल खेड्यांमध्ये हा रिवाज लोप पावल्यामुळे हा शब्दही व्यवहारातून गेल्यासारखा झाला आहे. भटक्या जातीजमातींमध्ये मात्र देवीला बळी दिलेल्या बोकडाच्या रक्तापासून ही 'रक्ती' तयार करून प्रसाद म्हणून खाण्याची प्रथा आढळून येते.

५८. बाजिंदा - ग्रामीण बोलीमधील अतिशय अर्थपूर्ण असलेला व वारंवार वापरला जाणारा हा शब्द आहे. 'बाजिंदा' म्हणजे 'फसवणूक करणारा, गारुड करून म्हणजे गुंगवून फसवणारा माणूस.' याला 'बेरकी' असाही एक पर्यायी शब्द अनेकदा वापरला जाते; पण 'बाजिंदा' यातील अर्थच्छटा 'बेरकी' शब्दाच्या अर्थापेक्षा वेगळी आहे.

फारशीत 'बाझी' शब्द आहे. त्याचा अर्थ 'हात' आणि 'हातचलाखी करणारा' असा आहे. त्यापासून 'बाजीगर' शब्द तयार झाला आहे. या 'बाजीगर'चाच भाईबंद म्हणजे 'बाजिंदा' हा खेड्यांमध्ये वापरला जाणारा शब्द.

होनाजी बाळाने तर 'चंचल मैना तू दिससी बाजिंदी' असे एका फशी पाडणाऱ्या मैनेचे वर्णन केले आहे.

कालांतराने 'बाजिंदा' या शब्दाला व्यवहारात सौम्य शिवीसारखे वापरले जाऊ लागले.

५९. टकुरे - ग्रामीण बोलीतला अतिशय ताजा, टवटवीत आणि वैशिष्ट्यपूर्ण

असलेला हा शब्द आहे. आज हा शब्द नव्या पिढीतील मंडळींना जवळजवळ अपरिचित आहे. 'टकुरे' म्हणजे 'डोके' / अथवा प्रमाण भाषेत बोलायचे झाले तर मस्तक. ग्रामीण माणूस याला उच्चारताना 'टकुरं' असेच म्हणतो. 'टकुरं' हा शब्द मराठीतल्या 'टक्कर' शब्दाचा आधार घेऊन आला आहे. टक्कर म्हणजे केवळ धडक नव्हे तर 'डोक्याने दुसऱ्या डोक्याला दिलेली धडक' असा याचा अर्थ आहे. म्हणून 'टक्कर' शब्दाच्या आधारे 'टकुरं' किंवा टकुरे' निर्माण झाला असावा.

'तंच्' या संस्कृत शब्दापासून हा शब्द निर्माण झाला असावा, असा एक अंदाज व्यक्त केला जातो. पण त्यापेक्षाही 'स्तक्'या संस्कृत शब्दापासून हा शब्द निर्माण झाला असावा असे वाटते. कारण या 'स्तक्'चा अर्थ 'प्रतिघात करणे' असा आहे. 'टक्कर'मध्ये हाच अर्थ थोडाफार सामावलेला दिसतो.

द्राविडी भाषेत 'टक' असा एक शब्द आहे. यापासून 'टकुरे' शब्द जन्माला आला असावा, अशी एक शक्यता व्यक्त केली जाते.

६०. बोचके - खेड्यामध्ये नाना वस्तू घालून सहजपणे उचलून डोक्यावर घेता येईल अशा कसेतरी बांधलेल्या ऐवजाला 'बोचके' असे म्हणतात. 'गाठोडे' किंवा 'लहान पोते' असा या शब्दाला ग्रांथिक अर्थ आहे. गाठ बांधून पक्के केलेले ते गाठोडे; 'बोचके' हे गाठोड्यासारखे व्यवस्थित बांधलेले नसते किंवा लहान

बोचके

गठ्ठा म्हणजेही बोचके नव्हे. तेव्हा 'बोचके म्हणजे 'एखाद्या जुन्या वस्त्रात कसेतरी बांधलेले जिन्नस' हा अर्थ उचित वाटतो. 'बुक्का' या तुर्की शब्दापासून हा शब्द निर्माण झाला असे काही अभ्यासकांना वाटते. पण 'बुक्का' पेक्षाही कानडीतल्या 'बोच्चु' या शब्दापासून हा 'बोचके' शब्द तयार झालेला असावा. 'बोच्चू' म्हणजे 'दात नसलेल्या तोंडाचा आकार' असा कानडीतला अर्थ आहे. दात नसलेल्या तोंडाचा आकार व स्थिती आणि या 'बोचक्याचा' आकार व स्थिती खूप सारखी असल्याने ही दुसरी उत्पत्तीच अधिक योग्य वाटते. यालाच दुसरा 'बाजके' असाही एक प्रतिशब्द आहे.

६१. कवाड - आजच्या आपल्या भाषेत याचा अर्थ 'दार' किंवा 'फाटक' असा आहे. पण पूर्वी हा शब्द 'दरवाजा' किंवा 'दरवाजाचे झाकण' या अर्थाने सर्रास वापरला जात होता. अजूनही ग्रामीण भागात हा शब्द बऱ्यापैकी टिकून आहे. एवढेच नव्हे तर सुमारे सातशे-आठशे वर्षांपासून हा शब्द मराठीत वापरला

जात होता. ज्ञानेश्वरांनी याचा वापर केलेला आहे. 'उघडिली कवाडे अमृताची' असा उल्लेख त्यांनी सहाव्या अध्यायात केलेला आहे. संत तुकारामांनीही 'घाली कवाड टळली वाढ राती' असे एका अभंगात म्हटले आहे.

'कपाटम्' या संस्कृतातील शब्दापासून प्रकृतात 'कवाड' असे रूप तयार झाले. 'ज्याच्या मस्तकावर वायू आदळतो' या अर्थाने 'कपाटम्' शब्दाची संस्कृतमध्ये फोड केली जाते. पंजाबीमध्येही मराठीप्रमाणेच 'कवाड' असे रूप तयार झाले आहे. गुजराथी भाषेत मात्र कवाडाला 'कमाड' असे म्हणतात.

६२. करल - जमिनीच्या एका प्रकाराला शेतकरी हा शब्द वापरतात. मुळात हा शब्द 'करळ' असा आहे. 'ळ'चा 'ल' झाला व 'करल जमीन', 'कराल जमीन' असा शब्दप्रयोग केला गेला. करलाची जमीन म्हणजे चुनखडी आणि मातीला चिकटपणा असलेली जमीन. या जमिनीत भुस-भुशीतपणा कमी असतो आणि चिकटपणा अधिक असतो. त्यामुळे हिच्यात पाणी मुरत नाही. पावसाचे पाणी हिच्यावर पडले असता तिच्यावर मिठासारखा पांढरा थर जमा होतो. कितीही पाऊस पडला तरी या जमिनीत सहा ते आठ इंचांपेक्षा अधिक खोलीवर ओल जात नाही.

संस्कृतमध्ये 'करक' असा एक शब्द आहे. पण त्याचा अर्थ 'वाळूमिश्रित बरड जमीन' असा आहे. करलची जमीन काही अशी नसते. मात्र कानडीमध्ये 'करळ' असा शब्द असून, त्याचा अर्थ खारटपणा, क्षारमयता असा दिला आहे. तेव्हा 'करल' हा शब्द 'कानडी'मधून मराठीत आला असावा. संस्कृतमधून नव्हे.

६३. सोळके - समाज जीवनातला एखादा विधी लोप पावला की, आपो-आपच त्या विधीचा निदर्शक शब्दही वापर नसल्याने लोप पावतो. 'सोळके' हा शब्द असाच आहे. शंभरएक वर्षांपूर्वी लग्नविधी झाल्यावर सोळाव्या दिवशी या विवाहविधीचाच एक भाग म्हणून एक विधी साजरा केला जात असे. त्याला 'सोळके' असे म्हटले जाई. या दिवशी वधूवरांना विधीपूर्वक स्नान घातले जाई आणि सासरा आपल्या नूतन जावयाला कपड्याचा आहेर देऊन मानपान करीत असे. त्याबरोबरच दुरडीभर तेलच्याची शिदोरी दिली जायची आणि सोळा दिवस सासरी राहिलेल्या मुलीला तिचा बाप माहेरी घेऊन जाई.

संस्कृतमधील 'षोडशम्' या शब्दापासून 'सोलहं' रूप तयार झाले आणि त्यापासून मराठीत 'सोळा' शब्द निर्माण झाला. सोळाव्या दिवशी करावयाचा विधी म्हणून 'सोळा' शब्दापासून 'सोळके' रूप निर्माण झाले. याला पूर्वी 'सोळन्हाण' असाही प्रतिशब्द होता.

६४. उलिसे - शब्दाचे उच्चारणदृष्ट्या सुलभीकरण करणे आणि श्रमाची बचत करणे हा मानवी स्वभावाचा एक विशेष

आहे. भाषाव्यवहारात माणूस अशा अनेक शब्दांचे उच्चार सोपे करून वापरतो. 'अक्षयतृतीया' शब्दाला 'अखिती' म्हणतो, 'चंपाषष्ठी'ला 'सठ' म्हणून श्रमाची बचत करणे ही यांतली काही उदाहरणे. 'उलिसे' हा शब्दही याच प्रकारात मोडतो. संस्कृत भाषेतील 'अल्पम्' मराठीत जसाच्या तसा अल्प स्वरूपात आलेला आहे. याशिवाय 'अल्पीयस्' या शब्दापासून प्राकृतात 'उल्लीस' हे रूप तयार झाले आणि या 'उल्लिस'चा उच्चार ग्रामीण माणसाने 'उलिसं' असा रूढ केला.

'उलिसे' या बोली शब्दाचा अर्थ आहे 'थोडे. थोडेसे' किंवा 'अल्पसे' हा. खेड्यातील मागच्या पिढीतली माणसे हा शब्द सर्रास वापरत असत.

'अल्+प' अशी अल्प या शब्दाची फोड करता येते. 'अल्पसे' यापासूनही 'उलिसे' शब्द निर्माण झाला असावा. कारण दोन्हीचा अर्थ एकच आहे.

६५. टकुचे - शब्दालाही मानवी प्राण्याप्रमाणे जन्म आणि मरण असते. सामाजिक गरजेतून एखादा शब्द जन्माला येतो आणि लोप पावतो. त्या शब्दाचे मरण हे या वस्तूच्या मरणात असते. 'टकुचे' नावाचे एक वस्त्र पूर्वी लहान मुलाच्या डोके व कानांच्या संरक्षणासाठी वापरले जायचे. डोक्याला घट्ट बांधता येणारे जाडसर कापडाचे एक वस्त्र पूर्वी खेड्यात सकाळी बांधले जायचे. ऊन, गारठा, वारा यांपासून संरक्षण होण्यासाठी, बांधण्या-साठी त्याला बंद असत. या

टकुचे

बंदाची गाठ गळ्याखाली असायची. यालाच 'टकुचे' म्हणत. 'टकुऱ्याला असणारे कवच' म्हणजे टकुचे.' 'टकुरे' म्हणजे डोके हा अर्थ आपण मागे पाहिला आहेच.

याचा ग्रांथिक अर्थ 'कानटोपी' तसेच, 'टोपडे' असा दिलेला आहे. मात्र कान-टोपी वेगळी. टोपडेही स्वरूपाने वेगळे, कानटोपीला अनेकदा बांधण्या-साठी बंद नसतात.

'टक' या द्रविडीयन शब्दापासून हा शब्द निर्माण झाला असावा, असे एक मत आहे, पण 'टकुरे' या शब्दाच्या आधारे 'टकुचे' शब्द सिद्ध झाला असे वाटते.

६६. हावळा - 'हावळा' हा कृषी जीवनाशी निगडित असलेला शब्द आहे. निदान ग्रामीण भाषाव्यवहारात तरी तो तसा वापरला जातो. 'हावळा' याचा ग्रांथिक अर्थ 'होरपळ' असा आहे. या शब्दाला पर्याय म्हणून जो 'हुळा' शब्द

वापरला जातो, त्याचा अर्थ 'भाजलेले हिरव्या हरभऱ्याचे घाटे', असा आहे. हावळा म्हणजेही रस भरलेला, सत्त्वांश असलेला वा दुधासारखा रस असलेला, खाण्यायोग्य, शेतातील पिकांचा निखाऱ्यावर भाजलेला हुरडा. मक्याचे कणीस, ज्वारी-बाजरीचे कणीस, गव्हाच्या ओंब्या अथवा ओला हरभरा यांना रसरसत्या निखाऱ्यात टाकून ती भाजण्याची क्रिया केली जाते. त्याला ग्रामीण बोलीत 'हावळा' असे म्हणतात. हावळा केलेले पदार्थ कमालीचे खमंग लागतात.

'होलक' या संस्कृत शब्दापासून 'हावळा' शब्द सिद्ध झाला, असे एक मत आहे. तर कानडीत 'हावळी' असा शब्द आहे. तो बदल होऊन मराठीत आला असावा, असे दुसरे मत आहे. दक्षिण महाराष्ट्रात तिखट खाण्याने 'तोंडाचा हावळा झाला', या अर्थानेही हा शब्द वापरला जातो. या वापरामध्येही तोंडाची होरपळ झाली, आग-आग झाली, असा अर्थ सामावला आहे. पूर्वीसारखा आज-काल हा शब्द फारसा वापरला जात नाही.

६७. हावरा - अनेक सूक्ष्म अर्थच्छटा असलेला हा एक खास ग्रामीण शब्द आहे. 'हाव' शब्दापासून 'हावरा' शब्द तयार झाला. 'हावरा' म्हणजे लोभी, म्हणजेच तीव्र इच्छा असलेला. पण एवढाच अर्थ या शब्दाला नाही. तो अनेकदा 'वासना मिसळलेले प्रखर आकर्षण' या अर्थानेही व्यवहारात वापरला जातो. एखाद्या गोष्टीसाठी कोणी वेडा झाला, त्याला हाव सुटली तर त्यासाठी 'हावरा' शब्द वापरला जातो. एवढेच नव्हे तर 'उतावळा' या अर्थानेही हा शब्द वापरला जातो. पण प्रत्येक अर्थाला किंचितशी भिन्न भिन्न अर्थच्छटा आहे, हे बारकाईने पाहिले तर लक्षात येईल. कारण 'उतावळा' आणि 'लोभी' या शब्दांचा अर्थ एकच नाही.

या शब्दाची निर्मिती दोन प्रकारे सांगितली जाते. संस्कृतातील 'होलक' शब्दापासून हा शब्द निर्माण झाला अशी एक व्युत्पत्ती सांगितली जाते; तर 'हावर' या कानडी शब्दापासून हा शब्द मराठीत आला असावा, असे मानले जाते. कानडीतल्या 'हावर' या शब्दाचा अर्थ 'लोभी' असाच आहे. ममीळ मधल्या 'अलवारि' शब्दा-पासून 'हावरा' शब्द मराठीत आला असे काही वाटत नाही.

६८. ऐतवार - मराठीत आठवड्यातील दिवसांना जी नावे दिलेली आहेत ती बहुतेक ग्रहांची आहेत. सूर्य हा देखील आजच्या आपल्या संकल्पनेनुसार ग्रहच आहे. यातील सहा दिवसांची नावे ग्रामीण बोलीभाषेत तशीच आहेत. बृहस्पतीवार हा शब्द उच्चारण्यास खूप कठीण म्हणून ग्रामीण माणूस 'बेस्तरवार' असे त्याचे सोपे रूप उच्चारतो. पण रविवारला मात्र तो 'ऐतवार' असे म्हणतो. मागची पिढी रोजच्या व्यवहारात 'ऐतवार' असाच शब्द उच्चारत असे. हा ऐतवार शब्द 'आदित्यवार' यापासून निर्माण झाला.

आदित्यवार हा रविवार. म्हणजे सूर्याचा वार, सूर्याचे नाव असलेला दिवस.
या 'आदित्य' शब्दाची उकल वेगवेगळ्या प्रकारे केली जाते. आदि+त्य म्हणजे आरंभापासून असलेला. 'अदिती मातेचा मुलगा म्हणून आदित्य' आणि तिसऱ्या प्रकारे दि, दा म्हणजे बंधन. अ उपसर्ग लावल्याने त्याचा अर्थ झाला 'बंधनरहित असलेला'; म्हणजे सूर्य. जगाला तेज, ऊब, प्रकाश देणाऱ्या सूर्याचे स्मरण होण्यासाठी तो आदित्यवार झाला अन् तो ग्रामीण बोलीत 'ऐतवार' बनला.
आजकाल या ऐतवार शब्दाचा वापर फारसा होत नाही.

६९. कावदान - ग्रामीण बोलीतला हा नित्य वापरातला शब्द आता जवळजवळ लोप पावला आहे. नव्या तरुण पिढीला तर तो पूर्णत: अपरिचित आहे. 'कावदान' म्हणजे 'सोसाट्याचे वारे, किंवा 'काही काळ निर्माण झालेले 'वादळ' किंवा 'वावटळीचा झटका'.
'कावदान' हा शब्द 'कावणे'पासून तयार झाला असावा. 'कावणे' याला चार-पाच अर्थ आहेत. कंटाळून जाणे, पिसाळणे, तळमळणे, त्रासणे, याबरोबरच 'भयाने गांगारून जाणे' असाही त्याला एक अर्थ आहे. या 'कावणे' क्रिया-पदातील मूळ रूपाला 'दान' हा प्रत्यय लागून 'कावदान' शब्द झालेला असावा. सोसाट्याचे वारे आल्यावर अथवा वावटळ आल्यावर आपण भयाने गांगरून जातोही. त्याचा त्रासही होतो. म्हणून 'भय निर्माण करणारे वारे' असा 'कावदान'चा अर्थ झाला.

७०. हिलाल - 'हिलाल' याचा ग्रांथिक अर्थ आहे 'दिवा, टेंभा, मशाल, पलिता हा.' म्हणजे अंधाऱ्या रात्री उजेड मिळावा म्हणून तयार केलेले साधन. पण 'दिवा' म्हणजे 'हिलाल' नव्हे. कारण दिवा आकाराने छोटा असतो. अन् त्याला वातीचीच गरज असते. टेंभा, मशाल, पलिता आणि हिलाल ही प्रकाशाची साधने जवळपास सारखीच असली तरी त्यातही किंचितसा फरक आहे. एका जाड काठीला किंवा मूठ असलेल्या दोन फुटी लाकडाच्या टोकाला जुन्या कापडाचा बोळा दोरीने गच्च बांधून घेतात आणि मग तो तेलात भिजवून पेटवतात. यालाच मशाल, टेंभा, हिलाल असे म्हणतात. बोळ्याचा आकार केवढा आहे यावर त्याचे नाव निर्भर होते. मशाल किंवा पलिता यांच्यापेक्षाही हिलालचा चिंध्यांचा बोळा मोठा असतो. स्वाभाविकच त्याचा प्रकाश अधिक दूरपर्यंत पडतो. या पेटलेल्या बोळ्यावर गोडेतेल किंवा करंजीचे तेल वारंवार घालावे लागते. त्यासाठीही उभट आकाराचे आणि गळ्याला लहान असलेले मातीचे किंवा धातूचे भांडे अनेकदा वापरले जाते. हिलाल हा अरबी शब्द आहे, तो तेथूनच मराठीत आलेला आहे. पूर्वीच्या काळी रात्रीच्या प्रवासावेळी आणि समारंभावेळी प्रकाशासाठी हिलाल आणि मशालीचा वापर होत असे. मराठी बखर गद्यात आणि युद्धवर्णनात या शब्दाचा वापर बखर-

कारांनी अनेकदा केलेला आढळतो. आता विजेचे दिवे आल्याने हिलाल विझून गेले.

७१. आटोळा - कृषी जीवनाशी निगडित असलेला हा शब्द आहे. एके काळी पीकपाण्याशी आणि शेतमळ्याशी निगडित असलेला हा शब्द आज जवळजवळ विस्मृतीत गेलेला आहे. 'आटोळा' म्हणजे शेतातल्या ज्वारी-सारख्या पिकाची राखण करण्यासाठी

तात्पुरत्या स्वरूपाचा तयार केलेला माळा. हा पिकाच्या उंचीइतका असतो. चार वासे आणि वरती उभे-आडवे बांबू अगर लाकडे टाकून हा आटोळा तयार केला जातो. त्यावर पालापाचोळा, कडबा अंथरतात किंवा बाजले टाकतात. चढण्या-उतरण्यासाठी तात्पुरती सोयही केलेली असते. यालाच ओटोळा, अटोळी, अटाळी अशी पर्यायी नावे आहेत. मात्र त्याचा ग्रंथनिविष्ट अर्थ 'मनोरा, गच्ची, माडी, माळा' असा आहे. खेड्यांत मात्र पिकांच्या राखणीसाठी तयार केलेल्या कामचलाऊ माळ्यालाच 'आटोळा' म्हणतात.

संस्कृतातील 'अट्टाल' शब्दापासून 'अट्टालक' रूप झाले. त्याचे प्राकृतात 'अट्टालग' रूप बनले आणि त्यापासून 'आटोळा' हे मराठी रूप तयार झाले. त्याबरोबरच 'माळा' या अर्थाचा कानडी मध्ये 'अट्टा' असा शब्द आहे. त्यावरून-देखील आटोळा किंवा अटोळा हा मराठी शब्द बनला असावा. तेलगुमध्येही 'अट्टालकमु' असा शब्द आहे. मात्र त्याचा 'वेशीवरचा माळा' असा अर्थ आहे.

समर्थ रामदासांनी दासविश्रामधाम-मध्ये "आटोळ्याजवळी पातला" असा उल्लेख केला आहे. सामराजानेही रुक्मिणीहरण काव्यात या शब्दाचा वापर केला आहे.

७२. उंडगा - या शब्दाला मुळात 'हीनार्थ' नाही. पण कालांतराने त्याला शिवीचे स्वरूप प्राप्त झाले आहे. असे अनेक शब्दांच्या बाबतीत घडते. उदाहरणार्थ 'भवानी' हा शब्द असाच आहे. आजदेखील तो शिवीसारखाच वापरला जातो.

'उंडगा' किंवा 'उंडगी' या शब्दाला मुळात असलेला अर्थ, 'बिनकामाचा, निरूपयोगी वा भटक्या' असा आहे. 'उगाच आपला उनाडक्या करणारा'. पण नंतर हा अर्थ जाऊन याला शिवीचे रूप प्राप्त झाले. कानडीमध्ये 'उंडिग' असा एक शब्द आहे. त्याचा अर्थ आहे 'सडा, फटिंग' असा. म्हणजे जवळपास मराठीतल्या अर्थासारखाच. या 'उंडिग' शब्दापासून मराठीत 'उंडगा' शब्द आलेला आहे. याचे स्त्रीलिंगी रूप 'उंडगी' असे होते.

ऑस्ट्रेलियातील काही भागांत पुरुष चुलीपुढे बसून स्वैपाकपाणी करायचे, तर स्त्रिया रस्त्यातून बाजारहाट करण्याच्या निमित्ताने उंडारतात, असे एक निरीक्षण नोंदविलेले येथे या संदर्भात अर्थपूर्ण वाटते.

७३. टाळके - 'टाळके' या शब्दाचा अर्थ डोके किंवा मस्तक, असा असला तरी तो निंद्यार्थी म्हणून रूढ झाला आहे. म्हणजे नेहमीच्या चांगल्या अर्थाने तो शब्द वापरला जात नाही. राग, चीड, वैताग, सूड, द्वेष इत्यादी भावना प्रकट करताना हा शब्द वापरला जातो. उदाहरणार्थ - 'घालू का तुझ्या टाळक्यात काठी ?', 'त्याचं टाळकं फोडल्याशिवाय मी गप्प बसणार नाही'. रोजच्या व्यवहारात कोणी - 'त्याच्या टाळक्यावर मुगुट ठेवा', असे विधान करणार नाही.

याचा अर्थ डोके असा असला तरी व्यवहारामध्ये तो 'डोक्याचा वरचा भाग व त्यावरचे केस, या अर्थानेच वापरला जातो.

संस्कृतमध्ये 'ताळम्' असा एक शब्द आहे. तर कानडीत 'तळे' असा शब्द आहे. कानडी 'तळे' या शब्दाचा अर्थ डोके असाच आहे. प्रा. कृ. पां. कुलकर्णी यांच्या मते हा मूळचा द्राविडीयन शब्द असावा. वेदकाळात तो संस्कृतीच्या आदान-प्रदानामध्ये संस्कृतमध्ये प्रवीष्ट झाला असावा व त्याचे टाळकम्-ताळम् हे रूप झाले असावे.

७४. ठुशी - सत्तर-ऐंशी वर्षांपूर्वी नागर आणि अनागर समाजातल्या सर्व वयांतील स्त्रिया चोळीचा वापर करीत असत. अलीकडे चोळी वापरण्याची प्रथा खूप कमी झालेली आहे. मात्र खेड्यातल्या जुन्या वळणाच्या म्हाताऱ्या बायका अजूनही चोळी वापरतात. या चोळीच्या काखेतल्या भागाला जो कापडाचा तुकडा लावला जातो त्याला 'उबार' असे म्हणतात. उबाराबरोबर 'ठुशी' हा शब्दही रूढ आहे. यालाच 'चोळीचा लग' असेही म्हटले जाते. हा तुकडा त्रिकोणी आकाराचा असतो. चोळीचे जे कापड किंवा खण असतो, त्यापेक्षा वेगळ्या रंगाचे असते. तेव्हा 'उबार' किंवा 'ठुशी' म्हणजे 'चोळी शिवताना काखेसाठी वापरलेला कापडाचा वेगळा त्रिकोणी तुकडा' होय.

संस्कृतमधील 'उत् + बाहु' या शब्दापासून प्राकृतात 'उब्बाहू' असे रूप तयार झाले आणि त्यापासून 'उबार' शब्द मराठीत आला. 'ठुशी' हा मात्र देशी शब्द असावा असे वाटते. स्त्रियांच्या गळ्यातल्या एका दागिन्यालाही 'ठुशी' असे म्हणतात.

७५. टेंगूळ - 'टेंगूळ' या शब्दाचा ग्रांथिक अर्थ 'गाठ' असा आहे. शरीरावर उत्पन्न झालेली किंवा झाडाच्या खोडावर उद्भवलेली गाठ असली तरी तिला 'टेंगूळ' असे संबोधिले जाते. पण शरीराच्या कोणत्याही भागाला आलेली 'गाठ' म्हणजे 'टेंगूळ' नव्हे. काटेकोर बोलायचे झाले तर 'आघातामुळे डोक्याला येणारी गाठ' म्हणजे 'टेंगूळ' होय.

याला 'टुंगूळ', 'टेंगळ', 'टुंगर' असेही

म्हटले जाते.
हा शब्द अन्य कोणत्याही भाषेतून आलेला नसावा. डोक्यावर मारलेला टोला आणि त्याचा येणारा 'टण' असा आवाज याचा विचार करून, नादा-नुकूलतेचा विचार करून 'टेंगूळ' हा देशी शब्द निर्माण झाला असावा.

७६. खकाणा - 'खकाणा' या शब्दाचा सर्वसाधारण अर्थ 'धूळ, केर-कचरा' असा आहे. पण 'खकाणा' शब्दाला एवढाच अर्थ नाही. 'अतिशय सूक्ष्म कणांची धूळ म्हणजे खरा 'खकाणा' होय. पुस्तकांवर, लाकडी सामानांवर साचलेली बारीक कणांची धूळ, तंबाखू, मिरची, तपकिरीची पूड, नाका-तोंडात गेल्याने त्रास देणारी जी धूळ तिला रोजच्या भाषेत 'खकाणा' असे म्हणतात. या धुळीच्या त्रासाने आपणाला खवखवते. ठसका लागतो. डोळ्यांतून पाणीही गळते. रस्त्यावर उडालेली धूळ असा त्रास देणारी सहसा नसते. तिच्यात असा झोंबणारा भाग नसतो. 'खाक्' या अरबी शब्दापासून हा शब्द तयार झाला आणि आपल्या मराठीत अवतरला.
धान्याचे माप करताना मालातील धुरळा व घाण वजा करतात. त्यालाही 'खकाण' असा शब्द वापरला जातो. अलीकडे तुलनेने या शब्दाचा वापर खूप कमी झालेला आहे.

७७. धडोत - 'धडोत' किंवा 'धडुतं' हा मराठीत सुमारे सातशे-आठशे वर्षांपासून वापरला जाणारा शब्द आता जवळ जवळ नामशेष झाला आहे. अनेक अर्थांच्या छटा असलेला आणि उत्तम अर्थवत्ता असलेला हा शब्द मृतवत झाला आहे. 'धडोत' याचा ग्रांथिक अर्थ 'नेसावयाचे वस्त्र' असा असला तरी 'धडोत' म्हणजे 'नेहमी नेसण्यास उपयोगी पडणारे जाडेभरडे आणि चांगले मजबूत असलेले वस्त्र' हा त्याचा खरा व परिपूर्ण अर्थ आहे. धड म्हणजे शरीर, म्हणून 'जे धडाला झाकते ते धडोत' असा हा उचितार्थ आहे. कालांतराने याचा अर्थविस्तार झाला आणि देहाला वरून शालीसारख्या झाकून घेणाऱ्या वस्त्रालाही 'धडोत' किंवा 'धडुतं' असे संबोधू लागले.
संस्कृतमधल्या 'धटी, धट्टी' या शब्दा-पासून हा शब्द तयार झाला किंवा 'धट्+ओत' पासून 'धडोत' शब्द तयार झाला असावा.
या शब्दाला 'श्रीमंत, पूर्ण, अखंड' असेही अर्थ प्राप्त झालेले आहेत. ज्ञानेश्वरांनी दहाव्या आणि अकराव्या अध्यायांत 'धडौता' असा शब्द वापरला आहे. मुक्तेश्वराच्या आदिपर्वामध्येही 'धडोतौ' असा शब्द आला आहे. 'सुशोभित वस्त्र' या अर्थाने त्याने तो शब्द वापरला आहे.

७८. धोबड - ग्रामीण परिसरात सर्रास वापरला जाणारा हा शब्द आता पूर्णत: लोप पावलेला आहे. या शब्दाची निदर्शक वस्तू (या ठिकाणी प्राणी) जिवंत असतानादेखील शब्द मात्र मृत झाला आहे. 'धोबड' हा शब्द असाच म्हणता

येईल.

'धोबड' म्हणजे म्हैस, रेडा इ. हा अर्थ स्वीकारून खेड्यातील माणूस या शब्दाचा वापर करतोच, पण गाई-म्हशींचा एकच घोळका असेल तरी सर्वांना उद्देशून तो 'धोबडं' असा शब्द वापरतो.

या शब्दाला 'बोजड, ओबडधोबड, जाडजूड' असाही अर्थ आहे. म्हशींचे आकारमान, वजन आणि तिची ओबडधोबड शरीररचना पाहता हे तीनही शब्द अर्थदृष्ट्या योग्यच म्हणावे लागतात. किंबहुना 'ओबडधोबड' या शब्दातील 'ओबड' काढून फक्त 'धोबड' शब्द उच्चारण्याच्या प्रथेतून 'धोबड' शब्द प्रतिष्ठित झाला असावा.

कानडीमध्ये 'दोप्प' असा शब्द आहे. त्यापासून 'धोप्प' रूप तयार झाले, रूढ झाले आणि 'धोप्प'चा मराठी अवतार म्हणजे 'धोबड' होय.

७९. पायखाना - समाज व्यवहारातून बाजूला फेकलेला असा हा शब्द आहे. त्याची निर्मितीही मोठी मजेशीर आहे. 'पायखाना' म्हणजे 'शौचकूप, संडास' - आजच्या काळातील स्वच्छतागृह. 'पायखाना' हा शब्द का म्हणून आला असावा ? एक तर शौचकूपाचा आकार हा आपल्या पायाच्या आकारासारखा जाणवला असावा. शिवाय पाय जपून ठेवावा लागतो, म्हणून तर त्याला 'पायखाना' म्हणत असावेत का ? कारण 'पायखाना' याचा 'पायाचा आकार असलेली उपयोगाची कोणतीही वस्तू' असाही एक अर्थ आहे.

'खाना' म्हणजे केंद्र, ठिकाण - उदाहरणार्थ दवाखाना, कैदखाना, पील-खाना, फरासखाना इत्यादी. म्हणजे त्या त्या वस्तू, प्राण्याचे मुख्य ठिकाण.

संस्कृतमधील 'पाद' शब्दापासून प्राकृतात 'पाए' रूप तयार झाले. आणि मग 'पाए' पासून मराठीत 'पाय' शब्द जन्माला आला. या पाय शब्दाला फारशीतला 'खाना' हा प्रत्ययात्मक शब्द जोडून 'पायखाना' शब्द तयार झाला. म्हणजे संस्कृतोद्भव शब्दाला फारशी रूप येऊन मिळाले.

या 'पायखाना' शब्दाला 'शेतखाना' असाही एक दुसरा शब्द आहे.

८०. धोकटी - एके काळी नागर आणि ग्रामीण भागातल्या प्रत्येक घराशी सलगी करणारी ही 'धोकटी' केश-कर्तनालयाचा जन्म होताच झटकन् मरून गेली. तिची ग्रामजीवनात असलेली प्रतिष्ठाही संपली. धोकटी काखेला मारून फिरणारा न्हावी देखील आता अखेरचे आचके देत जगतो आहे. तेव्हा 'धोकटी' म्हणजे 'न्हावी मंडळींची हजामतीची हत्यारे

धोकटी

ठेवण्याची कातडी पिशवी.' ही पिशवी दोन किंवा तीन कप्प्यांची असायची. सध्या असलेल्या मध्यम आकाराच्या पर्सएवढा तिचा आकार असायचा. किंबहुना सोय आणि सौंदर्य नसलेली आजची पर्स म्हणजे कालची धोकटी होय.

श्रीसंत ज्ञानेश्वर महाराजांनी 'शरीररूपी पिशवी' या अर्थाने तेराव्या अध्यायात 'धोकटी' हा शब्द वापरला आहे. 'भक्ताचे संकट निवारण करण्यासाठी परमेश्वराने काखेत धोकटी घेतलेल्या न्हाव्याचे रूप धारण केले व भक्ताला संकटमुक्त केले.' अशा आशयाचे पद पूर्वीच्या काळी बरेच प्रसिद्ध होते.

प्रा. कृ. पां. कुलकर्णी यांच्या मते हा शब्द द्राविडी भाषांतून मराठीत आला असावा.

८१. तुरमुंडी - मराठीत आज जवळ-जवळ लोप पावलेला हा शब्द आहे. समाजस्थिती व व्यवहार बदलल्यामुळे हा शब्द वापराविना मृत झाला. तुरमुंडी म्हणजे 'डोके पुढे करून जोराने घुसणे.' पण हे घुसणे सहजपणे केलेले नसते. तर 'डोके पुढे करून जोराचा दिलेला रेटा म्हणजे तुरमुंडी.' गर्दीतून बाहेर पडण्यासाठी किंवा गर्दीत घुसण्यासाठी डोके पुढे करून सर्व शरीरासह ताकदीने केलेला प्रवेश म्हणजे खऱ्या अर्थाने 'तुरमुंडी' होय. म्हणजेच दुसऱ्या शब्दात मुसंडी किंवा धडक म्हणजे तुरमुंडी होय. 'तुर' या हिंदी शब्दाला 'मुंडी' हा देशी शब्द येऊन मिळाला. त्यापासून हा 'तुरमुंडी' शब्द तयार झाला. 'तूर' म्हणजे त्वरेने म्हणजे घाईने : मुसंडी मारताना आपणाला घाई करावी लागते. शिवाय 'तुरा' या अरबी शब्दाचा अर्थ 'मस्तका-वरील पुढचे केस' असा आहे. मुसंडी मारताना हे पुढचे केस आधी गर्दीत घुसतात-जातात. म्हणून या अर्थानेही हा शब्द अर्थपूर्ण वाटतो.

मोरोपंतांनी 'आर्याभारत' काव्यात आणि शाहीर रामजोशींनी आपल्या लावणीत हा 'तुरमुंडी' शब्द वापरला आहे.

८२. बोकांडी - अनेक सूक्ष्म अर्थच्छटा असलेला हा शब्द खेड्यांमध्ये काही विशिष्ट प्रसंगी वापरला जातो. पण त्याचे प्रमाण तसे कमीच. भांडण, मारामारी किंवा एखादे श्वापद, पिशाच्च यांचा उपद्रव असताना हा शब्द अधिक प्रमाणात वापरला जातो.

'बोकांडी' शब्दाचा अर्थ आहे 'मान, पाठ, उर आणि पार्श्वभाग' असा. पण मान व पाठ या अर्थानेच तो अधिक वापरला जातो. उदा. 'वाघाने त्याची बोकांडी धरली' किंवा 'भीम बकासुराच्या बोकांडी बसून त्याला बुक्क्या मारू लागला.'

'वृकौ' या संस्कृत शब्दापासून प्राकृतात 'वक्कम' रूप तयार झाले व त्याचे 'बक्कम' अन् त्याला 'ई' प्रत्यय लागून 'बोकाई' झाले. वारंवारच्या वापरातून त्याचे 'बोकांडी' रूप झाले. कानडीमध्ये पार्श्वभाग या अर्थाचा 'बोरू' हा शब्द आहे. या 'बोरू'पासून 'बोकांडी' निर्माण झाला असावा असेही काहींना वाटते. नाहीतरी

बोकांडी बसताना पाठीबरोबर पार्श्वभागावरही बसावे लागतेच. बोका अथवा मांजरी आपल्या पिलांना एका ठिकाणावरून दुसरीकडे नेताना त्यांची मान पकडून नेते. यावरूनही 'बोकांडी' शब्द तयार झाला असेल का ?

'एखाद्या गोष्टीचा पिच्छा पुरविणे' या अर्थानेही 'बोकांडी' शब्द वापरण्यात येतो. एखाद्यास जखडून टाकणे, कचाटीत पकडणे, स्वेच्छेने वागू न देणे या अर्थानेही हा शब्द वापरला जातो.

८३. बोचरा - 'बोचरा' हा शब्द तसा ग्रामीण आणि नागर समाजामध्ये वापरला जाणारा शब्द आहे. आजही थोड्याफार प्रमाणात हा वापरला जातो.

'बोचरा' म्हणजे 'दात नसलेला'. पण लहान लेकराच्या मुखात दात नसतील तर त्याला आपण बोचरा म्हणत नाही. तेव्हा 'ज्याच्या मुखातले दात पडलेले असतील असा माणूस' म्हणजे बोचरा. दातांमध्ये मोठी फट असेल तरीही काही मंडळी त्या वेळी बोचरा शब्द वापरतात. कानडीमध्ये 'बोच्चु' असा एक शब्द आहे. त्याचा अर्थही 'दात नसलेला' असाच आहे. या 'बोच्चु'पासून बोच शब्द झाला आणि मराठीतला 'रा' प्रत्यय त्याला येऊन चिटकला. मराठीत बऱ्याच शब्दांना असा 'रा' प्रत्यय लागतो. उदा. लाजरा, साजरा, बुजरा, हावरा इ. यादवकालीन मराठीत 'बोचर' शब्द रूढ होता. ज्ञानेश्वरांनी बाराव्या अध्यायात 'बोचरिया' असा शब्दप्रयोग 'दंतहीन' याच अर्थाने वापरला आहे. कानडीत 'बोडुअ' असा एक शब्द आहे. त्याचाही अर्थ 'दात आणि केस नसलेला' असा आहे. मराठीत बोडका-बोडकी हा शब्द या 'बोडुअ'पासून तयार झालेला आहे.

८४. बाटूक - पूर्वी कृषीजीवनाशी निगडित असलेला हा शब्द बराच वापरला जात असे. विशेषतः ज्या भागात ज्वारी, मका अशा प्रकारची तृणधान्ये पिकतात, तेथे या शब्दाचा वापर अधिक होत होता. याचा वापरही आता कमी झाला आहे.

'बाटूक' या शब्दाला तसे तीन अर्थ आहेत. एक : बुटका, आखूड, दुसरा : 'खाऊ / असा आणि तिसरा कणीस येण्यापूर्वीचे जोंधळा किंवा ज्वारीचे ओले ताट' हा. पण कणीस येण्यापूर्वीच्या ताटाला खेड्यात बाटूक म्हणत नाहीत. साधारणपणे गुडघ्याइतक्या उंचीच्या ज्वारीच्या ताटाला बाटूक म्हणतात. याची वाढ न होता ते तसेच - तेवढेच वाढलेले असते. म्हणून हे तीनही अर्थ या शब्दाला शोभतात. ते आखूड असते. ते खाऊ खावा तसे आवडीने जनावरे खातात, नव्हे, जनावरांची ती एक प्रकारे मिठाईच असते. आणि त्याला कणीस आलेले नसते. थोडक्यात काय, 'हलक्या प्रतीच्या जमिनीवर पाणी कमी मिळाल्याने व ज्याची नैसर्गिक वाढ खुंटल्यामुळे गुडघ्याइतक्या उंचीवर येऊन थांबलेली ज्वारीची रसाळ ताटे म्हणजे बाटूक.'

'बध्द+अष्टी' या संस्कृत शब्दापासून 'बाट' हा मराठी शब्द झाला आणि त्याचे

आकारमान सिद्ध करण्यासाठी 'ऊक' हा प्रत्यय या 'बाट' शब्दाला लागून 'बाटूक' शब्द तयार झाला. कदाचित हा 'देशी' शब्द असावा असेच वाटते.

८५. चांदवा - समाजातल्या सर्वसामान्य माणसाची जगण्याची रीत बदलल्याबरोबर त्याशी संबंधित असलेला शब्दही निकामा झाल्याने लोप पावला. पूर्वी मजल दरमजल प्रवास करताना, मोहीमेवर जाताना माणसांना मुक्काम करावा लागे. त्या वेळी तात्पुरता निवारा तयार करावा लागे. त्यासाठी 'चांदवा' शब्द

चांदवा

वापरला जाई. त्यामुळेच चांदवा म्हणजे छत, तंबू किंवा राहुटी असा या शब्दाचा अर्थ आहे. अनेकदा धर्मकार्यात जे छत्र धरतात, त्यालाही 'चांदवा' असे म्हणतात. विशेषत: विवाहावेळी एक पांढरे चौकोनी वस्त्र चारी टोकांना धरून एखाद्या काठीच्या आधारे किंवा कुऱ्हाडीचा दांडा आधाराला घेऊन माथ्यावर धरून जाण्याची प्रथा आढळते. या चांदव्याखाली पूजेचे तबक घेतलेले दांपत्य असते.

संस्कृतातील 'चंद्रक' या शब्दापासून प्राकृतात 'चंदऊ' हे रूप तयार झाले. ते पुढे 'चंदुआ' बनून रूढ झाले. यादवकाळात त्याला 'चांदोवा' किंवा 'चंदुआ' म्हटले जाई. त्यापासून अर्वाचीन मराठीत 'चांदवा' सिद्ध झाला. नरेंद्राने आपल्या 'रुक्मिणी स्वयंवर' काव्यात हा शब्द वापरला आहे. शिवकाळात 'राहुटी' या अर्थाने 'चांदणी' शब्द आला आहे.

८६. शेंगूळ - खेडेगावामध्ये आणि थोडाफार शहरातही रूढ असणारा हा एक खाद्यपदार्थ आहे. 'शेंगूळ' याचा कोशगत अर्थ आहे ''डाळीच्या पिठाचा शेंगेसारखा केलेला मुकटा.'' हा ''हरभरा, मूग किंवा उडदाच्या डाळीच्या भरड्याचे तोंडी लावण्यासाठी केलेले मुटके'' असाही दुसरा एक किंचितसा वेगळा अर्थ दिलेला आहे. तर शेंगूळ याला ''एक प्रकारची मिठाई'' असा तिसरा अर्थ रूढ आहे. समाज व्यवहारात मात्र ज्याला आपण शेंगूळ म्हणतो, तो पदार्थ डाळीच्या भरड्यापासून केला जातोच पण खेड्यामध्ये ज्वारीच्या पिठामध्ये हरभरा डाळीचे पीठ मिसळून आणि त्यात मीठ, हळदपूड, जिरेचूर्ण घालून आपल्या करंगळीपेक्षा लहान जाडीची म्हणजेच बारीक शेवग्याच्या शेंगेसारखी कडबोळी तयार करतात आणि ती शिजवून घेतात. अर्थात कडबोळी

शेंगूळ

तयार न करता त्या आकाराचे तुकडे करून शिजविण्याची सुद्धा प्रथा आहे. तेव्हा शेंगूळ म्हणजे 'पेन्सिलच्या आकाराचा, दोन-तीन डाळपीठांचे छोटे छोटे तुकडे करून शिजवून घेतलेला खमंग पदार्थ होय.'

तमीळमध्ये 'तेंगूळल' असा एक शब्द आहे. त्यापासून हा शब्द निर्माण झाला असावा असे एक मत आहे; तर संस्कृतच्या 'शिंबा'पासून 'शेंगूळ' जन्मले असावे असे दुसरे मत आहे. यामध्ये पहिले मतच अधिक उचित वाटते.

८७. दादला - शंभर-दोनशे वर्षांपूर्वी खूप प्रचलित असलेला असा हा शब्द आहे. आजकाल मात्र फारसा वापरला जात नाही. 'फारसा' म्हणण्यापेक्षा जवळजवळ नाहीच.

दादला या शब्दाचा 'नवरा, पती, घरधनी' असा अर्थ आहे. 'यजमान' असा दुसरा एक अर्थ याला असला तरी ज्ञानेश्वरांच्या काळापासून 'पती, नवरा' याच अर्थाने तो अधिक रूढ होता. ज्ञानेश्वरांनी सहाव्या अध्यायात हा शब्द वापरला आहे. ''दादला नको ग बाय; मला नवरा नको ग बाय'' हे संत एकनाथाचे भारूड आपणास चांगले परिचित आहे. यामध्येही नवरा, पती हाच अर्थ आहे.

दादा+ला पासून दादला शब्द निर्माण झाला. 'दादा' म्हणजे मालक, धनी आणि थोरला भाऊ. संस्कृतातील 'तात' पासून 'दाद' शब्द झाला व त्यापासून 'दादा' निर्माण होऊन त्याला 'ला' प्रत्यय लागला. 'त' चे 'द' होणे मराठीत रूढ आहेच. 'ला' प्रत्ययही रूढ आहे. उदा. धाकला, चांगला, थोरला; इ. पुरुष, नर असाही या शब्दाला दुसरा अर्थ आहे. आज मात्र दोन्हीही अर्थ लोप पावले आहेत. ती जागा 'मिस्टर' या शब्दाने घेतली आहे. दादलाऐवजी संत तुकोबारायांनी 'दादुला' शब्द वापरला आहे.

८८. तरट - शेती, व्यापार आणि दळणवळण या क्षेत्रांशी संबंधित असलेला हा शब्द आहे. आजही हा शब्द थोड्याफार प्रमाणात वापरला जातो. 'तरट' किंवा 'तरटे' याचा अर्थ आहे ''गोणपाट'' किंवा 'गोणपाटाचे छोटे पोते.' व्यापारक्षेत्रात वस्तूचे गठ्ठे बाहेरून बांधणे नि शिवण्यासाठी याचा वापर केला जातो. शेतीक्षेत्रात हरघडीला तरटाचा वापर होत असतो. याला 'ताटूक' असाही एक प्रतिशब्द आहे. पण त्याच्या अर्थात थोडासा फरक आहे. 'ताटूक' म्हणजे जीर्ण झालेले गोणपाट.

संस्कृतातील 'तरपट्ट' या शब्दाचे प्राकृतात 'तरवट्ट' असे रूप झाले व या 'तरवट्ट' पासून आजच्या मराठीत 'तरट' शब्द निर्माण झाला. 'तरटम्' या फारशी शब्दापासून 'तरट' शब्द तयार झाला असेही एक मत सांगितले जाते. 'चाबूक' असा एक जादा अर्थ या शब्दाला आहे. 'चाबूक' अर्थाने संत तुकाराम महाराजांनी शब्द वापरला आहे. तर ऐतिहासिक पोवाड्यात 'गोणपाट' या अर्थाने 'तरट' हा शब्द आला आहे.

८९. दामटी - 'दामटी' या शब्दाचा अर्थ 'लहान भाकर' असा आहे. 'थोपटून-थापटून चपटा व वाटोळा केलेला पदार्थ' यालाही 'दामटी' असे म्हणतात. 'पानगा' नावाचा पदार्थही असाच असतो; पण तो जाड असतो आणि काही ठिकाणी तो निखाऱ्यावर भाजतात. दामटी मात्र तव्यावर भाजून नंतर चुलीला लावून खमंग करतात. संस्कृतातील 'द्रव्य' किंवा 'दम' या शब्दापासून 'दाम' शब्द मराठीत आला आणि त्याला आकाराची कल्पना देणारा 'टी' हा प्रत्यय लागला. आपल्या मराठीत छोटा आकार सांगण्यासाठी रोपटी, धाकटी, घरटी, अशांसारखे शब्द आपण 'टी' प्रत्यय लावून वापरतोच.

यापासूनच 'पोटाची दामटी वळणे' असा शब्दप्रयोग करून उपासमार किंवा पोट खपाटीला गेल्याचे आपण सांगतो.

९०. इर्जिक / इरजिक - शेतामधील काही कामासाठी दुसऱ्या शेतकऱ्यांची अनेकदा मदत घ्यावी लागते. आपणालाही त्यांच्या मदतीला जावे लागते. विशेषत: पिकांची काढणी, विहिरीचे काम या वेळी अशी गरज भासते. म्हणून 'इरजिक' याचा अर्थ ''पिकाच्या काढणीसाठी कामाला बोलावलेल्या लोकांना द्यावयाचे जेवण'' असा एक अर्थ ग्रामीण भागात रूढ आहे. कामास आलेली ही मंडळी दिवसभर असतील तर न्याहारी व दुपारचे जेवणही देण्याची प्रथा आहे. याचे स्वरूप कामाच्या मोबदल्यात दिलेले जेवण असे असते. या जेवणात गोड पदार्थ असतो. काही भागांत ते मांसाहारीही असते. यामागे शेजारच्या शेतकऱ्यांनी केलेल्या निरपेक्ष सहकार्याची कृतज्ञतापूर्वक केलेली परतफेड अशी भावना असते.

इरजिक / इर्जिक या शब्दाची व्युत्पत्ती तीन प्रकारे सांगितली जाते. वेदकालीन संस्कृतमध्ये 'इरा' असा एक शब्द आहे. त्याचा अर्थ 'अन्न देणे' असाच आहे. वेदकालोत्तर संस्कृतमधील 'विरच्' या शब्दापासून 'इरज्ज' शब्द तयार झाला व त्यापासून पुढे 'इर्जिक' शब्द मराठीत आला; असे एक मत सांगितले जाते. पण ही व्युत्पत्ती दुरान्वयाची वाटते. अरबी भाषेत 'इरझा' असा एक शब्द आहे. त्याचा 'राजी करणे' असा अर्थ आहे. तेव्हा पहिल्या किंवा शेवटच्या शब्दापासून इरजिक/इर्जिक शब्द निर्माण झाला, असे वाटते. आता हा शब्द फक्त ग्रामीण साहित्यापुरताच जिवंत राहिला आहे.

९१. डेरके - ग्रामीण परिसरात मागच्या काळातील माणसे मातीची भांडी विशेष करून वापरत. या भांड्यांच्या आकारावरून त्या त्या वस्तूला विशिष्ट नावे दिलेली होती. डेरा म्हणजे मोठा माठ. हा 'डेरा' शब्दही फुगलेले पोट किंवा पोट फुगणे यासाठी वापरल्या जाणाऱ्या 'डेर' या शब्दापासून निर्माण झाला. तसेच आकाराने लहान असलेल्या भांड्याला 'डेरके' असे संबोधिले जाते. काही ठिकाणी यालाच घागर वा कळशी असेही म्हणतात.

डेरके

डेरके याचा हा झाला वाच्यार्थ. त्याचा लक्षणार्थ मात्र पोट, 'भोजनानंतर गरगरीत झालेले म्हणजे गच्च भरलेले पोट' असा घेतला जातो. ''फुकटचे खायला मिळाले ना ! डेरके चांगलेच भरलेले असणार.'' अशा वाक्यातून ''जेवणामुळे गच्च भरलेले-सहजपणे जाणवणारे मोठे पोट'' हा अर्थ निष्पन्न होते. त्याबरोबरच एखाद्याचे पोट सुटलेले असेल. म्हणजे चरबीमुळे ते मोठे गरगरीत झालेले असेल तर त्यालाही 'डेरके' संबोधण्याची रीत आहे. हा शब्द अन्य कुठल्या भाषेतून आलेला असावा असे गृहीत धरण्यापेक्षा तो देशी शब्द आहे असे मानणे योग्य वाटते.

१२. शेंदाड - या ना त्या कारणाने ज्याचा शेतीशी, पिकाशी, शेतमळ्याशी घनिष्ट संबंध आलेला आहे, त्याला 'शेंदाड' म्हणजे काय हे सांगता येईल. त्यातही अलीकडे शेती-भातीतून हे शेंदाड पाहण्याचे भाग्यच खूप कमी झालेले आहे. पूर्वी ज्वारी, मका अथवा वांगी, भेंडी इ. भाजीपाला करणारा शेतकरी ज्वारीच्या पिकातून, शेताच्या बांधावर, भाजीपाल्याच्या वाफ्यात आणि वाफ्याच्या वरंब्यावर काकडीच्या बिया टोचायचा. यातली गोड काकडी कोवळी असतानाच तोडून खाल्ली जायची. पण कडू काकडीला तोंड कोण लावणार ? म्हणून ही चवीला कडू असलेली काकडी किंवा वाळूक पिकून पिवळे-सोनेरी झाल्यावर खाण्यासाठी घेतले जाई. त्या वेळी ते गोड - आंबूस लागे. त्याची खास वेगळी चव असे. अशा पिकण्यामुळे मधुर नि चवदार झालेल्या कडू काकडीच्या फळाला खेड्यात 'शेंदाड' असे म्हणतात. शब्दकोशात, 'शेंदाड या वेलाचे फळ' एवढाच अर्थ दिलेला आहे. अर्थात चवीला गोड असलेल्या काकडीचे पिकलेले फळही 'शेंदाड' या नावानेच ओळखले जाते. तमीळमध्ये 'शेंदाड' या शब्दाचा 'लाल फुलांची माळ' असा अर्थ आहे. तेव्हा हा देशी शब्द असावा. बढाया मारणाऱ्या वा पराक्रमाच्या पोकळ बाता करणाऱ्या शिपायाला आपल्याकडे 'शेंदाड शिपाई' असे म्हणतात. म्हणजे पिकलेल्या शेंदाडासारखा केवळ निरु-पयोगी झालेला शिपाई.

१३. इरड - पूर्णपणे लोप पावलेला आणि ग्रामजीवनाशी संबंधित असलेला हा शब्द आहे. मात्र एके काळी हा शब्द खेड्यामध्ये जनावरांच्या संदर्भात सर्रास वापरला जात होता.

'इरड' म्हणजे सकाळी गावदरीला पडलेले उष्टेपास्टे अन्न, अर्धवट खाल्लेला चारा, विष्टा वगैरे खाण्यासाठी जनावरांचा मालक जनावरांना सोडून देतो. जनावरे गावभर

हिंडत असतात. या हिंडण्यालाच म्हणजे चारा, विष्ठा खाण्याला 'इरड' करणे असे संबोधिले जाते. ही जनावरे खात खात गावभर भटकल्यानंतर त्यांना पुन्हा बांधण्यासाठी आणतात. खेड्यात विशेषत: म्हशींना विष्टा वगैरे खाण्यासाठी सोडण्याची प्रथा अधिक आढळते.

'एरू' या कानडी शब्दापासून 'इरड' हा शब्द तयार झाला आहे. 'एरू' म्हणजे गुरांचे शेण किंवा गुरांची विष्टा. त्यावरून माणसाची विष्टा हा अर्थ त्यात समाविष्ट झाला. या शब्दाला आणखी एक अर्थ प्राप्त झाला आहे. एखादा माणूस अधाशीपणाने शेजारी-पाजारी तोंड घालत असेल तर 'इरड करायची सवय लागलेला' माणूस असे संबोधिले जाते. 'लाकडासाठी जंगलात मारलेला फेर-फटका' असाही एक अर्थ या 'इरड' शब्दाला आहे.

९४. शेरणी - या शब्दाला एकापेक्षा अधिक अर्थ प्राप्त झालेले आहेत. पण रूढ आणि सर्वमान्य असलेला अर्थ म्हणजे 'नवसाचा प्रसाद, नवस फेडण्या-साठी वाटलेली खिरापत.' दक्षिण, पश्चिम महाराष्ट्रात या शेरणी शब्दाला अधिक संदर्भ आढळतात. एका लाल-शेंदरी फडक्यात देवाचा प्रसाद म्हणून नारळ

शेरणी

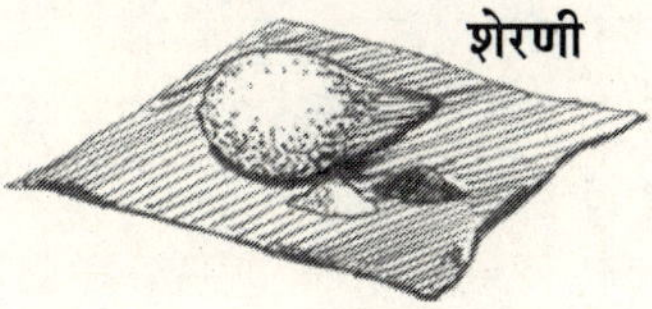

किंवा खोबरे आणि हळद-कुंकू बांधून त्याची पुरचुंडी करून देवापुढे ठेवतात. त्याच्यावर ज्या गावाची मालकी तो गाव पुढील वर्षी देवाची यात्रा करतो. प्रसाद म्हणून या पुरचुंडीतील वस्तू भाविकांना दिल्या जातात. या अर्थाबरोबरच देवापुढे ठेवण्यासाठी तयार केलेल्या छोट्या गुळाच्या ढेपेलाही शेरणी असे म्हणतात. राजे लोकांना द्यावयाचा नजराणा किंवा दंड असाही एक अर्थ या शब्दाला आहे. खेड्यामध्ये नदीकाठी शेरणी नावाचे लांबट पानांचे एक झाड आढळते. पण या सर्व अर्थापेक्षाही 'नवसाचा प्रसाद' हाच अर्थ अधिक प्रचलित आहे.

'शीरीनी' या फारशी शब्दापासून 'शिर्नी' असा शब्द तयार झाला आणि त्यापासून 'शेरणी' हा मराठी शब्द निर्माण झाला. संस्कृतमधील 'श्रेणी'पासून 'शेरणी' शब्द निर्माण झाला हे मत तितकेसे योग्य वाटत नाही.

९५. तिलोदक - धार्मिक विधी आणि कर्मकांडाशी संबंधित असलेला हा शब्द आता त्या क्षेत्रापुरताही पुरेसा वापरला जात नाही. एक तर हे विधी कमी होत गेले. आणि त्यांचे पूर्वीचे स्वरूप बदलले. 'तिलोदक' हा शब्द याच प्रकारचा म्हणावा लागेल.

'तिलोदक' हा एक धार्मिक विधी आहे. एखाद्याच्या मृत्यूनंतर दहाव्या दिवशी तीळमिश्रित जळाने मृतास उद्देशून 'अश्मा' नावाच्या दगडावर जे तर्पण केले जाते, त्याला 'तिलोदक' असे म्हणतात. लक्षणेने

यावरून एखाद्याच्या नाशाची किंवा मरणाची वाट पाहणे, एखाद्या वस्तूची आशा सोडणे; एखाद्या गोष्टीचा त्याग करणे, संबंध तोडणे असा अर्थ या शब्दाला प्राप्त झाला. 'तिल' या संस्कृत शब्दाचे मराठीत रूप तसेच राहिले. यालाच तत्सम शब्द असे म्हणतात. या 'तिल' शब्दाला 'उदक' हा दुसरा संस्कृत शब्द जोडून 'तिलोदक' असा सामासिक शब्द तयार झाला. मराठीत तो तसाच स्वीकारला गेला.

दर वर्षी केल्या जाणाऱ्या श्राद्धामध्ये पितरांसाठी तीळ घालून अभिमंत्रित केलेले पाणी अर्पण केले जाते. यालाही 'तिलोदक' विधी असे म्हणतात.

१६. बुचडा - 'बुचडा' म्हणजे स्त्रियांच्या डोक्यावरील केशरचनेचा एक प्रकार. यामध्ये सारे केस मागे मानेवर घेऊन सैलसर स्वरूपाची मारलेली आकर्षक

गाठ अभिप्रेत असते. यालाच थोड्याफार फरकाने 'अंबाडा' असे संबोधिता येईल. मागच्या पिढीतील स्त्रिया अशी केशरचना करीत. वेळ आणि श्रम यांची बचत करणारी ती एकमेव केशरचना होती.

'बुचडा' हा शब्द 'बुचका' ह्या शब्दाचा अपभ्रंश असावा आणि 'बुचका' हा शब्दही 'पुंजका' ह्या शब्दाचा अपभ्रंश असावा असे मानले जाते. 'चुडा' ह्या शब्दाला 'वि' हा उपसर्ग लागून 'बुचका' शब्द झाल्याचेही मानले जाते. तमीळ भाषेत 'मुडिच्चु' असा एक शब्द आहे. त्याचे रूपांतरित रूप 'बुचडा' यामध्ये झाले असल्याची शक्यताही व्यक्त केली जाते. या शब्दाला 'केशरचनेचा एक प्रकार' या अर्थाबरोबरच 'गवत, भात किंवा कणसासह असलेल्या कडब्याच्या पेंढ्याच्या जुडग्यालाही बुचडा' असे म्हणतात. पण ग्रामीण भागात 'बुचडा' न म्हणता या जुडग्याला 'बुचाड' असा शब्द वापरला जातो. 'डोकीवर घेण्याची खोळ' असाही एक अर्थ 'बुचडा' शब्दाला आहे.

१७. सजगुरा - एखाद्या वस्तूला किंचितसा फरक असलेले दोन शब्द असतील तर कालांतराने त्यातला एक शब्द आपोआपच लोप पावतो. तो वापरातून बाहेर फेकला जातो. कवाड व दार या दोन शब्दांत थोडासा फरक असला तरी ते एकाच वस्तूला वापरले जात होते. त्यातला कवाड जसा लोप पावला; त्याप्रमाणेच 'सजगुरा' ह्या शब्दाची गत झाली आहे. सजगुरा म्हणजे बाजरी किंवा बाजरी ह्या तृणधान्याचाच उपप्रकार : जवळ जवळ बाजरीसारखाच. त्यामुळे 'बाजरी'ला असलेला हा पर्यायी शब्द

आज जवळ जवळ लोप पावलेला आहे. कानडीमध्ये बाजरीला 'छज्जे' असा शब्द आहे. या 'छज्जे'चे मराठी रूप झाले सजगुरा : हा 'सजगुरा' शब्द 'समर्थ प्रताप' या ग्रंथात वापरला आहे. त्यापेक्षाही नवल असे की, पंधराव्या शतकात कर्नाटक आंध्रप्रदेशाच्या सीमावर्ती भागात बोलभाषा म्हणून प्रचलित असलेल्या दखनी मराठीतही हा शब्द आढळतो.

९८. हेंगाडा / हेंगडा - एखाद्या शब्दाला अर्थाच्या इतक्या सूक्ष्म आणि विविध छटा असतात की, तो शब्द कोणताही अर्थ मनात ठेवून वापरला तरी चपखल बसतो. चपखल वाटतो. 'हेंगाडा' किंवा 'हेंगडा' हा असाच एक बोलीचा ताजेपणा सिद्ध करणारा शब्द आहे.
'हेंगाडा किंवा हेंगडा' याचा अर्थ 'राकट, ओबडधोबड, चमत्कारिक, रानटी, मूर्ख, तथा अडाणी' असा आहे. हा शब्द माणसाला वापरताना मूर्ख, अडाणी, चमत्कारिक या अर्थाने वापरला जातो. रीत, स्वभाव या संदर्भात वापरताना राक्षसी, रानटी, चमत्कारिक या अर्थाने वापरला जातो. तर कामाच्या संदर्भात वापरला तर ओबडधोबड अशा अर्थाने वापरला जातो. एकूण काय 'हेंगाडा' म्हणजे हट्टी, अडाणी, मूर्ख, ओबड-धोबड नि चमत्कारिक, दुर्गुण असलेला माणूस.
'हेंगस्' या कानडी शब्दापासून 'हेंगाडा' हा अनेक अर्धच्छटा असलेला शब्द मराठीत आला आहे.

९९. सवंदा - 'सवंदा' याचा अर्थ आहे 'शेतीचे एकत्र केलेले काम' असा: पण 'सवंदा' म्हणजे तीन-चार शेतकऱ्यांनी मिळून नांगरट केली; बांध घातला किंवा विहिरीतला गाळ काढला तर त्याला सवंदे म्हणत नाहीत. ते झाले इर्जिक. तेव्हा 'सवंदा' याचा काटेकोर अर्थ असा की, डोंगर कपारीला वाढलेले उंच गवत जेव्हा चार-सहा माणसे कापत असतात; तेव्हा ढोल आणि थाळी वाजवून ही कापणी करतात. या ''सवाद्य गवत कापणीला सवंदा'' असे म्हणतात. पाच-सहा स्त्रीपुरुष ओळीने जंगलातील गवत कापण्याचे काम करीत असतात. त्यांना या कामाचा कंटाळा येऊ नये म्हणून त्यांच्या मागे असे दोघे-तिघे वाद्ये वाजवतात. कधी कधी ढोल आणि थाळीबरोबर छोटा टाळही वाजविला जातो. म्हणूनच याचा रुची, आनंद असाही एक अर्थ दिला आहे. इंग्रजीत ज्याला आपण 'डिलाइट' म्हणतो तो.
संस्कृत मधील 'धा' या धातूला 'सम' हा उपसर्ग लागून 'समधा' रूप तयार झाले आणि या 'समधा'चे बोली भाषेतील 'सवंदा' बनले.

१००. सवळ - अनेकदा खेड्यातल्या विहिरींना गोड पाणी लागत नाही. जमिनीतले क्षार आणि इतर काही घटक त्या पाण्यात उतरतात. त्यामुळे ते पाणी पिण्याला रुचकर लागत नाही. अशा खारट, मचूळ, बेचव पाण्याला खेड्या-मध्ये 'सवळ पाणी' असे म्हणतात. या पाण्याने कपडे स्वच्छ

निघत नाहीत. माणसाची तहान भागत नाही. या पाण्याची पीकेही चांगली जोमदार येत नाहीत. अनेकदा या पाण्याचा रंग देखील किंचितसा वेगळा दिसतो.

कानडीमध्ये 'मातकट' या अर्थाचा 'सवुळु' असा एक शब्द आहे. त्यापासून मराठीतला हा 'सवळ' शब्द आला असावा. त्याचप्रमाणे 'गढूळ, दूषित' या अर्थाचा 'शबळ' असा एक संस्कृत शब्द आहे. या 'शबळ' पासूनही 'सवळ' शब्द जन्मला असावा असे काहींना वाटते. पण दोहोंची तुलना केली तर हा शब्द कानडीतून आलेला असावा असेच वाटते.

या शब्दाला 'फासा', 'पहाट' असे दुसरेही अर्थ प्राप्त झालेले आहेत.

१०१. सरवा - या शब्दाला ग्रामीण परिसरामध्ये एकापेक्षा अधिक अर्थांनी वापरले जाते. शिवाय तो कृषीजीवनाशी निगडित असलेला शब्द असल्याने तो बोलीभाषेतच अधिक वापरला जातो. त्यामुळे 'सरवा' म्हणजे 'नुकतीच पिकाची कापणी केली आहे अशी जमीन'' असा एक या शब्दाला अर्थ आहे. पण या अर्थापेक्षाही त्याचा वापरात असलेला (अधिक प्रमाणात) अर्थ हा थोडासा भिन्न आहे. शेतातील फळे, भाजीपाला वगैरे काढून घेतल्यावर किंवा शेतातील ज्वारीची कणसे, गव्हाचे काड वा तुरीच्या शेंगा गोळा केल्यावर नजरचुकीने अथवा कामाच्या घाईमुळे मधून मधून जो शेतमाल जमिनीवर सांडतो तो गोळा करण्याच्या क्रियेला 'सरवा' असे म्हणतात. म्हणजे थोडक्यात 'सरवा' म्हणजे 'पिकाचा पाठीमागे उरलेला अवशेष' होय.

प्राकृतात 'सरिवाओ' असा एक शब्द आहे. त्यापासून हा शब्द आलेला असेल का ? किंवा 'सरले+उरले' यापासून 'सारून उरलेला' असे रूप झाले व त्यातून 'सरवा' शब्द तयार झाला असावा का ? पहिले मतच अधिक उचित वाटते.

१०२. शिवळ - शेतीच्या मशागतीसाठी शेतकऱ्याला जी उपकरणे उपयोगी पडतात; त्यांपैकी एक आहे

शिवळ. खरे तर हे उपकरण नाही. औजार नाही. उपकरण वा औजाराचा एक भाग आहे. शेतकरी जेव्हा कुळव, तिफण, नांगर, बैलगाडी यांचा वापर करताना त्यांना बैल जोडतो, तेव्हा या दोन्ही बैलांच्या मानेवर ठेवलेली लाकडी, गुळगुळीत सच्छिद्र दांडी म्हणजे 'शिवळ' होय. याच्या दोन्ही टोकांना छोट्या बांबूच्या आकारांची दोन भोके असतात. सापत्या आणि खिळा (खुंट्या) यांच्या आधारे बैलांना या शिवळेला जुंपतात.

या शब्दाचा कोशगत अर्थ थोडासा वेगळा आहे. ''बैलांच्या मानेवरची खुंटी'' असा

एक अर्थ दिलेला आहे. ''जोखडाजवळ असलेली बैलाची मान'' असा दुसरा अर्थ दिलेला आहे. हे दोन्हीही अर्थ अपुरे आहेत. वास्तविक पाहता 'शिव(णे)' म्हणजे दोरा घालून सांधणे, दोन भाग जोडणे होय. येथेही दोन बैल शिवळद्वारे जोडले जातात म्हणून शिवण-शिवल-ळ असे या शब्दाचा विकासक्रम असावा. हा पूर्णत: खास देशी (मराठीचा) शब्द असावा असे वाटते.

१०३. म्होरं - प्रमाणभाषेतील एखादा शब्द ग्रामीण माणूस सवय आणि श्रमबचतीच्या भावनेने संक्षिप्त करून उच्चारतो. उदा. 'परशुराम'चा पर्शराम करतो. पंढरपूरचा उच्चार 'पंडुपूर' करतो. 'आषाढ' महिन्याला आखाड-आकाड म्हणतो. 'म्होरं' हा ग्रामीण बोलीत वापरला जाणारा शब्द याच प्रकारचा आहे. 'म्होरं' या शब्दाचा अर्थ 'समोर, पुढे, सामोरा' असा आहे.

संस्कृत भाषेतील 'मुखर' शब्दापासून 'मोहरा, मोहरे' असा शब्द प्रमाणभाषेत रूढ झाला. या 'मोहरे'पासून खेडुतांनी 'म्होरं' शब्द तयार केला. त्याबरोबरच मूळचा 'समोर' या शब्दातील 'स' गळून पडला व 'मोर' बाकी उरला. या 'मोर'चा उच्चार करताना ग्रामीण माणसाने त्यात 'ह' मिसळला असावा. आणि त्यातूनच 'म्होरं' हा शब्द रूढ झाला. एखाद्या शब्दाच्या उच्चारणात अकारण 'ह' मिसळण्याची सवय खेडुतांना असते. उदा. 'वाघ' चे व्हाग, 'वाढ' चे 'व्हाड', 'ओठ' चे 'व्हट'. 'म्होरं' हा शब्द बाशिंग या अर्थानेही वापरला जातो. पण मोहरे यापासूनही तो तयार झाला असावा. ज्ञानेश्वरांनी 'विश्व हे मोहरे लावावे' असे म्हणताना 'पुढे, प्रगत' याच अर्थाने हा शब्द वापरला आहे.

१०४. लेपाट - नागर संस्कृतीपेक्षा ग्रामीण संस्कृतीमध्ये वस्तू, पदार्थ, वस्त्रे, खाद्यपदार्थ आणि भांडीकुंडी यामध्ये परिस्थिती, परंपरा आणि परिसर यांनुसार फरक पडत असतो. ग्रामीण भागात अंथरा-पांघरावयासाठी जी वस्त्रे वापरली जातात, त्यामध्ये 'लेपाटा'चा वापर सर्रास केला जातो. आजही तुरळक स्वरूपात याचा वापर आढळतो. 'लेपाट' म्हणजे ''पांघरूणाचा एक प्रकार'' असा जरी याचा कोशगत अर्थ असला तरी तो पूर्णार्थ नाही. खरे तर 'लेपाट' म्हणजे वापरलेल्या जुन्या दोन-तीन वस्त्रांना दोरा घालून तयार केलेले पांघरूण : काही वेळा हे अंथरूण म्हणूनही वापरले जाते. पण 'लेपाट' म्हणजे 'वाकळ' नव्हे. वाकळीला विविधरंगी छोटे छोटे तुकडे वापरले जातात. त्यावर एखादी नक्षी रेखाटतात. लेपाटाला मोठ्या वस्त्राचा तुकडा वरून लावतात. रजई वा दुलई सुद्धा वेगळी असते. यात कापूस भरलेला असतो. लेपाट म्हणजे लेपाटून घेता येण्यासारखे पांघरूण होय.

संस्कृत 'लिप्'पासून प्राकृतात 'लेप्प' शब्द तयार झाला आणि त्यापासून 'लेपाट'

हा शब्द रूढ झाला.

१०५. फाकडा - अनेक अर्थच्छटा असलेला आणि सर्वत्र वापरला जाणारा हा एके काळचा लोकप्रिय शब्द आहे. 'फाकडा' या शब्दाला 'पाणीदार, निष्णात, ऐटबाज, सुंदर' असे अर्थ आहेत. पण व्यवहारात मात्र, 'बहादुरी करणारा, विशेष कर्तृत्व दाखविणारा, अशक्यप्राय गोष्ट करणारा, अचाट काम करून लोकांना चकित करणारा' या अर्थानेच तो वापरला जातो. उदा. अंगावर झेप घेऊन येणाऱ्या वाघाला एखाद्याने नि:शस्त्र झुंज देऊन ठार मारले; तीन-चार चोरांना एकट्याने लोळविले अथवा महाकाय पैलवानाला एखाद्या किरकोळ गड्याने चीत केल्यावर त्याला 'फाकडा' हे विशेषण लावून प्रशंसेची पावती दिली जाते.

पेशवाई काळात या शब्दाला युद्धात केलेल्या पराक्रमाचा अर्थ प्राप्त झाला. जीवाची तमा न बाळगता पराक्रम करणाऱ्या वीराला 'फाकडा' म्हणून पदवी दिली जात होती. इस्टर फाकडा, मानाजी फाकडा ही काही त्या काळची उदाहरणे.

संस्कृतमधील 'फक्किका' शब्द प्राकृतात 'पक्किआ' आणि 'फक्किआ' असा रूपांतरित झाला आणि या रूपापासून मराठीत 'फाकडा' शब्द अवतरला. आजकाल याचा फारसा वापर होत नाही.

१०६. लेकावळा - सामाजिक नीतिनियम आणि कौटुंबिक धारणा यांमध्ये गेल्या शतकामध्ये प्रचंड बदल झाल्यामुळे त्यांच्याशी निगडित असलेले अनेक शब्द आपोआप बहिष्कृत झाले. वापरातून गेले आणि त्यामुळे लोप पावले. 'लेकावळा' या शब्दाचे मरणही याच प्रकारचे आहे. त्याला इलाज नसतो.

'लेकावळा' म्हणजे संकरातून जन्म झालेला. किंवा रखेलीपासून झालेला पुत्र. दुसऱ्या शब्दात 'स्वत:च्या स्त्रीशिवाय इतर स्त्रीपासून झालेल्या संततीला 'लेकावळा' असे संबोधिले जात होते. 'दासीपुत्र' असा आणखी एक अर्थ या शब्दाला आहे. पूर्वी अशा स्वरूपाच्या स्त्री-पुरुष संबंधाचे प्रमाण जास्त असल्याने असे 'लेकावळे' खूप असायचे.

'नोकर' या अर्थाचा तेलगुमध्ये 'लेक' शब्द आहे. कानडीमध्येही 'गुलाम' या अर्थाने 'लेक' शब्द आढळतो. आणि प्राकृतात म्हणजे जिच्यापासून आपली मराठी निर्माण झाली; तिच्यातही 'लेक्क' असा शब्द सापडतो. या 'लेक' शब्दाला 'वाळी' शब्द जोडला गेला. वाळी तथा 'वाडी' म्हणजे धर्म, नीती अथवा कायदा. लेक आणि 'वाडी' यांचा एकत्रित विचार केल्यावर ''धर्म आणि नीतिमत्ता यांच्या नियमात न बसणारा जन्म म्हणून 'दासीपुत्राचा जन्म' असा याचा अर्थ झाला.

१०७. खिरापत - धार्मिक महोत्सवावेळी जी कथा प्रवचने चालतात; तेव्हा कथेच्या शेवटी श्रोत्यांना जो प्रसाद दिला जातो, त्याला 'खिरापत' असे म्हणतात. पूर्वी पळीभर दूधसाखर खिरापत म्हणून दिली जायची. संस्कृतात दुधाला

'क्षीर' असे म्हणतात. या 'क्षीर'- वरून 'खिरापत' शब्द निर्माण झाला. पात्राने दिलेली क्षीर ती खिरापत होय. 'पात्र' या संस्कृत शब्दाचे मराठीत 'पात' हे अपभ्रंश रूप तयार झाले. त्यापासून खिरापत शब्द तयार झाला.

भोंडल्याच्या शेवटी खोबऱ्याचा कीस, साखर, हरभरा डाळ इ. वस्तू खिरापत म्हणून वाटल्या जातात. त्यातूनच या शब्दाचा अर्थविस्तार झाला आणि 'मोफत मिळण्याची वस्तू; मुक्तपणे उधळपट्टी करणे किंवा सढळ हाताने देणगी देणे' यांनाही खिरापत वाटणे असा अर्थ निष्पन्न झाला.

फारशीमध्ये 'खैर' या शब्दाला 'आफियत्' शब्द लागून खिरापत शब्द झाला अशी एक व्युत्पत्ती सांगितली जाते. 'खैर' म्हणजे भले, कल्याणप्रद. पण यापेक्षाही पहिली क्षीरपात्राची दिलेली व्युत्पत्तीच अधिक योग्य वाटते.

१०८. लगोरी - लोकजीवनात खेळला जाणारा एक लहान मुलांचा खेळ; या खेळात एकावर एक असे सात लाकडाचे वा खापराचे तुकडे रचतात. आणि एका विशिष्ट अंतरावर उभे राहून ही उतरंड चेंडूने पाडतात. यासाठी अनेकदा पातळ दगडी चिपळ्याही वापरतात. यालाच लगोरीचा खेळ असे म्हणतात. हा खेळ दोन गटांमध्ये खेळला जातो. चेंडूने पाडलेल्या लगोरी रचणाऱ्या प्रतिस्पर्ध्यावर पुन्हा चेंडू मारून त्याचा प्रयत्न विफल केला जातो. या लाकडाच्या तुकड्यांना वा खापराच्या तुकड्यांना 'लगोरी' असे म्हणतात.

लगोरी

श्रीकृष्णाचे चरित्र कथन करणाऱ्या जवळजवळ साऱ्याच प्राचीन काव्यांत या लगोरी खेळाचा उल्लेख आढळतो. संस्कृतातील 'लघ्' या शब्दाला 'उपरि' हा शब्द लागून हा शब्द तयार झाला असे मानले जाते. पण ही व्युत्पत्ती तितकीशी समाधानकारक वाटत नाही. त्याऐवजी कानडीत 'लग्गे' असा एक शब्द आहे. त्याचा 'गिच्चर' याच्याशी संधी झाला. आणि त्यापासून 'लगोरी' शब्द तयार झाला. ही व्युत्पत्तीच अधिक योग्य वाटते.

१०९. सरमाड - शेती आणि पीक-पाण्याशी संबंधित असलेला हा शब्द आहे. हलक्या प्रतीच्या जमिनीत बाजरी केल्यानंतर बाजरीची कणसे कापून घेतल्यावर उरलेले बाजरीचे ताट, त्याला 'सरमाड' असे म्हणतात. तेव्हा 'सरमाड' म्हणजे 'बाजरीचे काड किंवा कडबा.' ज्वारीच्या कडब्याप्रमाणे याचा वैरणीसाठी शेतकरी वापर करतात. पण जनावरे हे

सरमाड बेचव आणि नि:सत्त्व असल्याने खात नाहीत. खेड्यातील बायका सरपण म्हणून चुलीला जाळण्यासाठी याचा वापर करतात. पण त्याची उष्णताही दीर्घकाळ टिकणारी नसते. कारण हे ताट आतून थोडेसे पोकळ असते. कुडाच्या भिंती करण्यासाठी याचा वापर केला जातो. 'शरगृष्ट' या संस्कृत शब्दापासून 'सरमाड' हा शब्द निर्माण झाला असावा, असे एक मत आहे. कदाचित हा देशी शब्द असावा असे वाटते.

११०. शेनोत - ग्रामीण माणूस एखादी गोष्ट सहजासहजी उपलब्ध होत नसेल, तर त्याला परिसरातील वस्तूंच्या आधारे पर्याय शोधतो. आणि आपली गरज भागवून घेतो. 'शेनोत' या जवळजवळ मृत झालेल्या शब्दाविषयी असेच म्हणावे लागेल. 'शेनोत' म्हणजे विडी करण्याकरिता केळीच्या पानाचा वापरलेला लहान तुकडा, शेतामध्ये काम करताना मध्येच विडी (ग्रामीणांच्या भाषेत बिडी) ओढण्याची लहर आल्यावर ग्रामीण माणूस तंबाखूचा चुरा करून केळीच्या पानांमध्ये भरतो व त्याची गुंडाळी करून बिडीची तल्लफ भागवतो. तीन बोटे रुंदीचा व साधारणत: चार-पाच इंच लांबीचा केळीच्या पानाचा तुकडा काढतो व तो यासाठी वापरतो. हा तुकडा फार कोवळ्या पानाचा असूनही चालत नाही. 'शेन' म्हणजे 'रिक्त' किंवा 'मोकळा-मोकळी'. रिक्त असलेल्या पानात तंबाखू भरून ती बिडी केली जाते. या 'शेन' शब्दावरून 'शेनोत' शब्द तयार झाला असावा असे वाटते.

१११. रिकीब - प्रवासातील वाहनांचे स्वरूप बदलले. पूर्वी प्रवासासाठी, लढाईसाठी घोड्यांचा सर्रास वापर होत होता. गेल्या शतकात लढाईपेक्षाही प्रवासासाठी घोडी अधिक वापरली जात. प्रवास सोयीचा व सुरक्षित व्हावा यासाठी घोड्याच्या पाठीवर खोगीर घातले जाई. रिकीब लावली जाई, घोड्याच्या पाठीवर असलेल्या जीन आणि खोगीराच्या दोन्ही बाजूला पाय अडकविण्यासाठी बांधलेली कडी म्हणजे 'रिकीब' होय. ही 'रिकीब' जाड लोखंडी पट्टीची केलेली असते. आणि आपला पाय मावेल एवढ्या आकाराची ती असते. या कड्या चामड्याच्या वादीने (म्हणजे जाड चामड्याच्या दोरीने) अथवा सुताच्या दोरीने बांधलेल्या असतात. घोडे पळू लागल्यावर रिकीबीत असलेल्या पायांनी घोड्याच्या दोन्ही बाजूना ताकद लावावी लागते. रिकीबीन पाय ठेवून धावत्या घोड्यावर उभे राहण्याचे कौशल्य दाखविले जाते. 'रिकाब्' या फारशी शब्दापासून मराठीत 'रिकीब' शब्द आलेला आहे. याला 'रिकब' असा पर्यायी दुसरा शब्दही रूढ आहे. प्रवासासाठी घोडी वापरणे बंद झाल्याबरोबर हा शब्दही पार हरवून गेला.

११२. लुबरा - अनेक अर्थच्छटा व्यक्त करण्यास समर्थ असलेला असा हा शब्द आहे. कोणत्याही अर्थाने वापरला तरी तो अपुरा वाटत नाही. ग्रामीण

माणसाच्या व्यवहारात तो अजूनही बऱ्यापैकी रूढ आहे. 'लुबरा' ह्या शब्दाचा 'विनाकारण लुडबूड करणारा' असा अर्थ असला तरी त्याला प्रसंगानुरूप इतरही अर्थ प्राप्त झालेले आहेत. ह्या शब्दाला 'तोंडपुजेपणा करणारा, चोंबडेपणा करणारा, लावालावी करणारा, खोटेनाटे सांगणारा, कारणावाचून तोंड घालून बोलणारा, विचारले नसताना उपदेश करता करता आपले मत सांगून उपद्रव करणारा, उगीच ढवळाढवळ करणारा' इतक्या सूक्ष्म अर्थच्छटा ह्या शब्दाला आहेत. त्यामुळेच कदाचित ग्रामीण भागात याचा शिवीसारखा वापर केला जातो.

'लुभ्' ह्या संस्कृत शब्दाला 'रा' प्रत्यय लागून हा शब्द तयार झालेला असावा असे काही अभ्यासकांचे मत आहे. तरीही हा देशी शब्द असावा असे वाटते.

११३. लापट / लापाट - खेडेगावी 'लापट' ह्या शब्दाचा उच्चार 'लापाट' असाच करतात. 'लापाट' ह्या शब्दाला तसे बरेच अर्थ आहेत. त्यातील 'ढिला, सैल झालेला कुलुपाचा काटा किंवा घट्ट न बसणारे' हा अर्थ मनात ठेवून त्याचा म्हणजे ह्या शब्दाचा फारसा वापर होत नाही. प्रामुख्याने 'निर्लज्ज माणूस, कोडगा किंवा लोचट माणूस' याच अर्थाने 'लापाट' हा शब्द खेड्यामध्ये वापरला जातो.

'लंपट' ह्या संस्कृत शब्दापासून हा शब्द मराठीत आला असावा असा काहींचा अंदाज आहे. पण तो बरोबर वाटत नाही. हा देशी शब्द आहे. कारण 'लंपट' ह्या शब्दाचा अर्थ 'कामुक, स्त्रीव्यसनी, आसक्त' असा आहे. आणि ह्या अर्थाने तो आजही मराठीत वापरला जातो. म्हणून 'लापाट' हा ध्वनीशब्द आहे असे म्हटलेले योग्य ठरेल.

११४. ओप(णे) - अनेक अर्थच्छटा असलेला आणि नागर, अनागर अशा समाजामध्ये वारंवार वापरला जाणारा हा शब्द आहे. म्हणजे क्रियापद आहे. आज मात्र हा शब्द जवळजवळ लोप पावला आहे. 'ओपणे' म्हणजे 'विकणे, एखाद्याच्या हवाली करणे किंवा देणे.' पण या अर्थाबरोबरच 'अर्पण करणे, वाढणे, सोपविणे' असाही याला अर्थ आहे. विकणे, सोपविणे आणि अर्पण करणे यांमधील क्रिया ढोबळमानाने एक असली तरी त्यामागील हेतू मात्र एक नाही. तरीही हे क्रियापद त्यासाठी सर्रास वापरले जात असे.

आजही मावळ भागात आणि मंचर, ओतूर जुन्नरच्या ग्रामीण परिसरात हे क्रियापद तुरळक स्वरूपात वापरले जाते. काही अर्वाचीन कवींनीही याचा वापर केलेला आहे. त्यांपैकी विनायक कवी हे एक नाव सांगता येईल.

'अर्प' या संस्कृत धातूपासून प्राकृतात 'अप्प' रूप तयार झाले. त्याचे पुढे 'ओप्प' रूप रूढ झाले व त्यापासून 'ओपणे' मराठीत अवतरले.

११५. वायला - ग्रामीण बोलीत अजूनही थोडाफार टिकून असलेला हा

शब्द आहे. नव्या पिढीला मात्र थोडाफार अपरिचित असलेला. 'वायला' म्हणजे 'वेगळा, भिन्न किंवा अलग'. काही प्रसंगी तो 'निराळा' आणि 'एका बाजूला' या अर्थानेही वापरला जातो. या शब्दाचेच सातशे वर्षांपूर्वीचे रूप 'वहिला' असे आढळते. ज्ञानेश्वरांनी सहाव्या अध्यायात 'निराळा' या अर्थानेच हा शब्द वापरला आहे. ऐतिहासिक पोवाड्यामध्येही हा शब्द आलेला आहे. 'वायले व्हा' असे वाक्य जेव्हा एखादा ग्रामीण माणूस बोलतो, तेव्हा 'एका बाजूला व्हा' असा त्याचा अर्थ होतो. 'आमी वायलो झालो' असे म्हणणारा खेडूत 'आता आम्ही विभक्त झालो. एकाची दोन कुटुंबे झाली' या अर्थाने वायला शब्द वापरत असतो. ''आमाला एका ताटात जेवायला देऊ नका. वायली वायली दोन ताटं करा.'' असे एका यजमानानं म्हटलेले स्मरणात आहे.

संस्कृत 'उपहित'चे प्राकृत रूप 'उवाड् + उवाइल' असे बनले अन् 'उवाइले'चे 'वायले' हे रूप प्राचीन मराठीपासून व्यवहारात आले.

११६. वंगाळ / वंगळ - ग्रामीण माणसाच्या मुखात पदोपदी येणारा हा बोली शब्द आहे. याच्या अर्थात जात्याच खूप प्रसरणशीलता असल्याने तो केव्हाही वापरला जातो. थोडीशी वेगळी अर्थच्छटा असली तरी वापरला जातो.

'वंगाळ' या शब्दाचा 'वाईट' असा अर्थ आहे. याच अर्थाने तो खूपसा वापरला जातोही; पण अशुभ, मळ, कलंक, ओंगळ या अर्थानेही त्याचा वापर होत असतो. प्रामुख्याने दु:खद घटना घडली तर 'लई वंगाळ झालं रं बाबा' अशा प्रकारे ते दु:ख प्रकट केले जाते.

'अमंगल' या संस्कृत शब्दापासून 'ओंगळ' हे रूप तयार झाले आणि या 'ओंगळ'चे ग्रामीण रूप म्हणजे 'वंगाळ' किंवा 'वंगळ'.

प्राकृतात 'कलंक' या अर्थाने 'वंक' असा शब्द आहे. या 'वंक' पासून 'वंगाळ' झाला असावा असे काहींना वाटते. पण ते उचित वाटत नाही.

११७. सावड - 'सावड' आणि 'सावडणे' अशी दोन रूपे मराठीत प्रचलित आहेत. यापैकी पहिला शब्द कृषीजीवनाशी निगडित आहे. तर दुसरे क्रियापद नागर-ग्रामीण समाजातील सर्व स्तरांतील माणसे वेगवेगळ्या अर्थाने वापरतात.

'सावड' शब्द नाम म्हणून जेव्हा शेतकरीवर्ग व्यवहारात वापरतो. तेव्हा त्याचा अर्थ शेतकामात एकमेकांना बैल-बारदानाच्या रूपाने मदत करणे हा आहे. अर्थात ही मदतीची देवाण-घेवाण एकदाच नसते. ती वर्षभरासाठी असते. एखाद्या शेतकऱ्याकडे एकच बैल असेल तर दुसऱ्या शेतकऱ्याच्या एका बैलाची मदत घेऊन शेतीची कामे आलटून पालटून केली की त्याला 'सावड' केली असे म्हणतात. या व्यवहाराला 'पैरा' असाही शब्द आहे. म्हणजे आधी एकाच्या शेतात चार-सहा दिवस नांगरणी केली की मग

आपल्या साथीदाराच्या शेतात ती करायची. शेतीसाठी लागणाऱ्या अवजारांचीही अशी परस्पर मदत दिली-घेतली जाते. यालाच सावड करणे म्हणतात.

'सावडणे' म्हणजे गोळा करणे, सारखे करणे, साठविणे, राब जाळून डोंगरावर धान्य पेरणे या अर्थानेही हा शब्द वापरला जातो. अंत्यसंस्काराच्या तिसऱ्या दिवशी राख सावडण्यासाठी जाण्याचा प्रघात खेड्यात आहे. समर्थ रामदासांनी 'निवडणे' या अर्थाने 'सावडणे' शब्द वापरला आहे. 'समावर्त' या संस्कृत शब्दापासून 'सावडणे' शब्द सिद्ध झाला आहे.

११८. फुटवा - पाण्याची सोय असलेल्या शेतामध्ये काही शेतकरी ज्वारी, बाजरी, मका यांचे पहिले पीक काढून घेतल्यानंतर त्याची जमिनीपासून सुमारे तीन-चार इंच अंतरावर कापणी करतात. या कापलेल्या सडांतून म्हणजे ताटांतून जी नवी पालवी फुटते, जे नवे कोंब येतात, त्याला ग्रामीण बोलीत 'फुटवा' असे म्हणतात. हे फुटवे एकेका ताटाला तीन-चार येतात आणि त्यांची चांगली निगराणी केली तर पहिल्या पिकांपेक्षाही अधिक उत्पन्न शेतकऱ्याला मिळते. विशेषत: बाजरीच्या फुटव्यापासून अधिक उत्पन्न मिळते. यालाच 'पाळजी' असा दुसरा शब्द आहे. काही शेतकरी या फुटव्याचे पीक न घेता, हे कमरेइतके उंच झाल्यावर वैरण म्हणून जनावरांना खाऊ घालतात.

'फुट-फुटणे' याला 'वा' प्रत्यय लागून हा शब्द निर्माण झाला असावा. जोगवा, गारवा, गोडवा यांसारख्या शब्दांत हा 'वा' प्रत्यय लागलेला आपण पाहतोच. अशा कापणीनंतर त्याला आलेल्या नवीन कोंभाला मात्र 'खोडवा' असे संबोधिले जाते.

११९. समदा - ग्रामीण बोलीतील जवळजवळ लोप पावलेले जे काही शब्द आहेत; त्यापैकी 'समदा' हा एक शब्द म्हणावा लागेल. खेड्यापाड्यांत जी काही म्हातारी माणसे आज आढळतात, आणि ज्यांचा प्रमाणभाषा आणि नव्या जीवनाशी फारसा संबंध आलेला नाही, त्यांच्या मुखी हा शब्द आढळतो. 'समदा' याचा खेडूत मंडळी जो वापर करतात तो 'सर्व, सगळेजण' आणि 'पूर्णत:' या अर्थाने. 'समदी माणसं गावाला गेली.' 'मला समदं उत्पन्न पाहिजे.' 'समदा घोटाळा करून टाकलाय.' अशा वाक्यांतून वरील अर्थ ही मंडळी प्रकट करीत असतात. प्रमाणभाषेतील 'सबंध' या शब्दापासून हा 'समदा' तयार झाला असावा. किंवा संस्कृत भाषेतील 'समस्त' शब्दापासून हा ग्रामीण बोलीतील शब्द निर्माण झाला असावा. पण 'समस्त' शब्दात नसलेली अर्थच्छटा या 'समदा' शब्दात आहे. का 'दा' हा प्रत्यय लागला असावा ?

१२०. तोठरा / तोटरा - 'तोटरा' हा शब्द थोड्याफार प्रमाणात आजही ग्रामीण भागात वापरतात. जेव्हा एखादा रुक्ष, कोरडा पदार्थ आपण खाऊ लागतो,

तेव्हा तो मुखात अर्धवट ओला होतो नि अन्ननलिकेतून खाली जाताना कष्ट होतात. तो घास जाता जात नाही. तो मध्येच अडकल्यासारखा वाटतो. या स्थितीला 'तोटरा बसणे' असे म्हणतात. मुखात न भावणारा मोठा घास घाईघाईने घेतल्यावर तो घशात अडकला की 'तोटरा' बसतो. थोडक्यात ''घास गिळताना घशात होणारा प्रतिबंध'' म्हणजे तोटरा. अनेकदा घशाला कोरड पडून गिळण्यास त्रास झाला तर त्यालाही 'तोटरा बसणे' असे म्हणतात. 'तोटरा' या शब्दाला आणखी एक अर्थ आहे. जेव्हा ज्वारी, भात यांसारखी पिके काढणीस/कापणीस पात्र बनतात, तेव्हाही हा शब्द वापरला जातो. उदा. 'भात तोठऱ्यात आले' इ. हा मराठीतला ध्वनिशब्द आहे.

१२१. सणंग - ज्ञानेश्वरांच्या काळापासून समाजात रूढ आणि वापरात असलेला हा शब्द आता फारसा वापरात आढळत नाही. नागर आणि ग्रामीण मराठीत हा शब्द पूर्वी वापरला जात होता. 'सणंग' म्हणजे 'वस्त्र, कापड किंवा वस्त्राचा तागा.' या शब्दाचा थोडासा अर्थविस्तार होऊन 'उंची वस्त्र' असाही अर्थ त्याला प्राप्त झाला.

ग्रामीण बोलीमध्ये हा शब्द अधिकतम प्रमाणात 'लुगडे-नवे लुगडे-' याच अर्थाने वापरला जात होता. ज्ञानेश्वरांनी मात्र ''हे गीतारूपी सणंग मी विणले आहे'' असे म्हणताना 'उंची वस्त्र' याच अर्थाने हा शब्द वापरला आहे.

संस्कृतमधल्या 'शण' शब्दापासून प्राकृतात 'सणम्' हे रूप तयार झाले. देशी प्राकृतात 'छाणं' असे रूप आढळते. त्यापासून मराठीत 'सणंग' शब्द निर्माण झाला असावा. 'सण' म्हणजे 'ताग किंवा तागाचे धागे' असा याला अर्थ आहे. धाग्याचे रूप असलेले ते सणंग असा अर्थ त्यातून निष्पन्न होईल.

१२२. काटवट - पूर्वी खेड्यांमध्ये स्वैपाकघरात सर्रास दिसणारी ही वस्तू आता वापरातून गेल्यामुळे दिसेनाशी झाली आहे. पूर्वी खेड्यातील मंडळी मातीपासून तयार केलेली भांडी आणि लाकडापासून

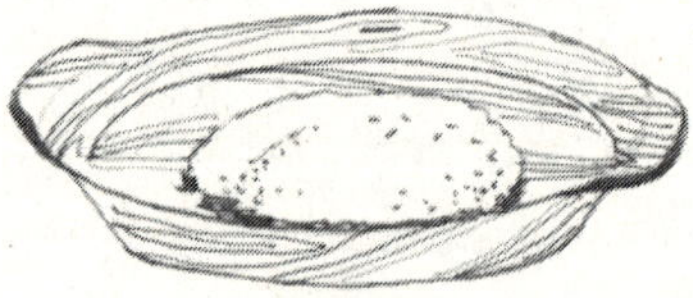

काटवट

तयार केलेल्या वस्तू सर्रास वापरीत. उदा. घागर, रांजण, वाडगा, परळ, मोगा ही भांडी किंवा पळी, डाव, पोळपाट, पाळणा, अडणी इ. वस्तू. यामध्येच 'काटवट' या वस्तूचा समावेश करावयास हवा. 'काटवट' म्हणजे 'लाकडाची परात किंवा थाळा' असा याचा अर्थ रूढ असला तरी तो तितकासा अचूक नाही. 'भाकरीचे पीठ मळण्यासाठी दोन्ही बाजूंना कान असलेली लाकडी परात म्हणजे काटवट.' खरे तर परातीला (आजच्या) वा थाळ्याला कान नसतात.

'काष्टवाटिका' या शब्दापासून हा शब्द

सिद्ध झाला असे एक मत आहे. तर 'काष्ट'ला 'वृत्' हा प्रत्यय लागून 'काटवट' शब्द तयार झाला असे दुसरे मत आहे. 'काटवट' या शब्दात 'काष्ट' हा शब्द आहे यात शंका नाही. पण या संस्कृत शब्दाला 'वट' हा तमीळ भाषेतील शब्द जोडला गेलेला आहे. तमीळ भाषेत 'वट्' म्हणजे गोल किंवा गोलाकार भांडे.काटवटीचा गोल आकार लक्षात घेता 'काष्ट' या शब्दाला तमीळ 'वट' शब्द लागून काटवट हा शब्द तयार झाला आहे, असे वाटते.

१२३. आगळ - खेड्यामध्ये पूर्वी श्रीमंत मंडळी, जमीनदार, वतनदार, प्रतिष्ठित, पाटील, कुलकर्णी यांसारखी तालेवार मंडळी मोठमोठ्या वाड्यांत राहात असत. वाडा बांधून राहणे, दोन-तीन चौक असलेला वाडा बांधणे मोठेपणाचे प्रतीक होते. या वाड्याचा दरवाजा-चौकट भरभक्कम अशी असायची. रात्रीच्या वेळी

आगळ

हा वाडा बंद करताना आतून कडी वगैरे घातली तरी दरवाजा बंद करण्या-साठी चौकटीच्या दोन्ही बाजूंना असलेल्या भोकांत आतून अडकविला जाणारा लाकडी दांडा म्हणजे 'आगळ' होय. याला 'अगळ' असेही संबोधिले जाते. 'आगळ'चा वापर केल्याने चोरांनी बाहेरून कडी-कोयंडा तोडला तरी दरवाजा उघडला जात नाही. हा दांडा दोन्ही बाजूंना बसविण्यासाठी एकीकडे गोलाकार कडे लावलेले असते. 'अर्गला' या संस्कृत शब्दापासून 'अग्गला' असे प्राकृत रूप तयार झाले व 'अग्गला' या रूपापासून 'आगळ' 'आगळा' हे मराठी रूप सिद्ध झाले.

'अहिराणी' बोलीत 'ळ' अक्षर नाही. नियंत्रण, बंधन या अर्थाने 'आगय' हा शब्द त्या बोलीत रूढ आहे. महानुभवांच्या गोविंदप्रभू चरित्रातही 'आगळ' हा शब्द आलेला आहे.

१२४. पोटुशी - ग्रामीण बोलीतील काही शब्द अतिशय अर्थपूर्ण असे असतात. त्याला जो पर्यायी नागर शब्द असतो, त्यापेक्षाही हा शब्द नेमका नि समूळ अर्थ प्रकट करतो. 'पोटुशी' हा शब्द या प्रकारचा आहे. 'पोटुशी' याचा अर्थ आहे 'गर्भवती स्त्री'. 'पोट' शब्दापासून हा तयार झाला हे उघडच आहे. म्हणजे पोटात गर्भ धारण करणारी ती पोटुशी. कानडी आणि तमीळ भाषेत 'पोट्ट, पोट्टु, पोट्टे' असे शब्द रूढ आहेत. या शब्दांचा अर्थ 'पोट' असा आहे, तसाच 'गर्भ' हाही अर्थ आहे. मुळात गर्भारपणात पोट

मोठे होत असते; हेच त्याचे लक्षण आहे. म्हणून 'पोटुशी' हा मराठी शब्द तमीळ भाषेतून आलेला असावा. किंवा द्राविडीयन भाषांतून आला असावा.

'उपरि तिष्ठति' या संस्कृत शब्दापासून 'उपट्ट' शब्द तयार झाला आणि 'उपट्ट' शब्दापासून 'पोट' हा शब्द मराठीत आला अशी एक व्युत्पत्ती दिली जाते. पण तिला फारसा आधार मिळत नाही. ती समाधानकारक वाटत नाही. प्रत्येक शब्द संस्कृतपासून जन्माला आला असावा, असे आपण गृहीत धरणे योग्य नव्हे. 'पोटकरीण' या शब्दाचा अर्थ मात्र ''व्यभिचाराने गरोदर झालेली स्त्री'' असा अर्थ मराठीत रूढ आहे.

१२५. चाळशी/सी - जुन्या पिढीतील स्त्री-पुरुषांच्या मुखामध्ये रूढ असलेला हा शब्द आता-आतासा मंदपणे लोप पावत चालला आहे. 'चाळशी/सी' या शब्दाला आज प्रचलित व मान्य असलेला शब्द आहे चष्मा हा. वयाला चाळीस वर्षे पूर्ण झाल्यावर दृष्टीला अधूपणा येतो. त्यासाठी वापरावयाचे उपनेत्र हा रूढ असलेला सांकेतिक अर्थ झाला. मात्र या शब्दाचा हा काही अचूक, निर्दोष अर्थ नव्हे. कानडीमध्ये 'चाळीसु' असा एक शब्द आहे. त्याचा अर्थ 'अधू दृष्टी असलेला' असा आहे. त्याचा चाळीस वर्षे वयाशी काही संबंध नाही. या कानडी शब्दापासून मराठीत 'चाळशी/सी' हा शब्द प्रचलित झाला आहे. काही अभ्यासक 'चत्वारिंशत्' या संस्कृत शब्दापासून अपभ्रंश भाषेत 'चालीसम्' हे रूप निर्माण झाले; आणि त्यापासून मराठीत 'चाळिशी/सी' शब्द रूढ झाला असे गृहीत धरतात. पण या व्युत्पत्तीपेक्षा कानडी शब्दापासून हा शब्द मराठीत आला असे मानणेच योग्य ठरेल.

१२६. चवणा - अतिशय अर्थपूर्ण असलेला, अर्थाच्या नानाविध छटा व्यक्त करणारा ग्रामीण बोलीत सर्रास वापरला जाणारा हा शब्द आहे. या शब्दाला संदर्भानुसार चार-पाच अर्थ लाभलेले आहेत. 'चवणा' म्हणजे 'आवड, गोडी, चटक' असा एक अर्थ या शब्दाला आहे. याउलट 'व्यसन, वाईट सवय, चाळा' असाही अर्थ याला आहे. 'नखरा' या अर्थाने 'चवणा' शब्द अनेकदा वापरला जातो. मिजास करणे, नखरा करणे, हट्ट धरणे या अर्थाने तो वापरला जातो. चवदार, खमंग पदार्थ असाही एक अर्थ या शब्दाला आहे. नखरेल खाणे; चवदार, खमंग खाणे याच अर्थाने तो अधिक प्रमाणात वापरला जातो. तरीही साऱ्या अर्थच्छटा त्यातून अभि-व्यक्त होतात यात शंका नाही.

'चवणा' हा देशी शब्द असावा. संस्कृत, प्राकृतात याची पाळेमुळे नसावीत. 'चव' या शब्दाचा या 'चवणा' शब्दाशी काही संबंध असेल काय ?

१२७. वटकन - ग्रामसंस्कृतीच्या व्यवहारातला हा खास शब्द : पातळ रस्सा असलेले कोरड्यास किंवा दूध-

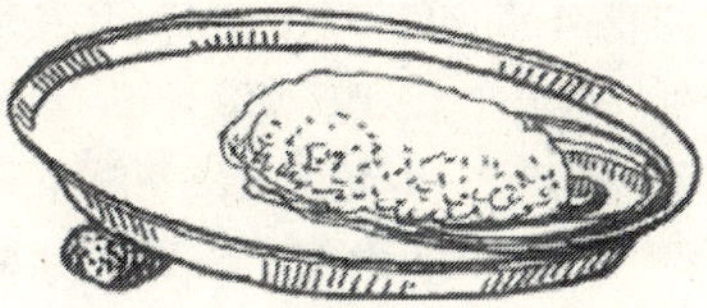

वटकन

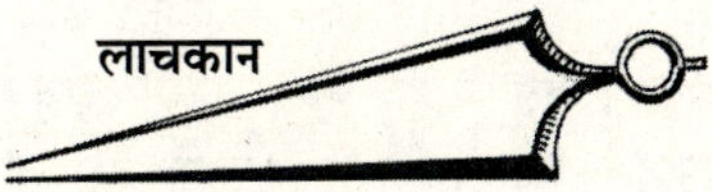

लाचकान

ताक यात भाकरी कालवून खाल्ली की झाले खेडुतांचे भोजन. खेड्यातील मंडळी गोल, पसरट अशा पितळीत हे जिन्नस घेऊन खातात. अशा या गोल, पसरट पितळीत म्हणजे ताटात घेतलेला द्रवपदार्थ सगळ्या ताटात पसरू नये म्हणून जेवताना त्या ताटाला पुढच्या बाजूला दगड किंवा लाकडाचा छोटासा तुकडा लावतात. म्हणजे ताटाला टेकू लावतात. या टेकूलाच 'टेकला' किंवा 'वटकन' असे म्हणतात. काही प्रदेशात यालाच 'सोबणी' असेही म्हणतात. अनेक जण एका बाजूला थोडासा उतार असलेली पाचर यासाठी तयार करून घेतात. यामुळे ताटातला पदार्थ एका ठिकाणी येतोच; पण त्याबरोबरच ताट हालत नाही; ते मागे-पुढे होत नाही.

'वटकन' या बोली शब्दाला दाब, दडपण, ताठरता असाही अर्थ व्यवहारात प्राप्त झालेला आढळतो.

घराचे दार किंवा गाडीचे चाक मागे-पुढे जाऊ नये, म्हणून जी वस्तू लावली जाते त्याला 'अटकण' किंवा 'वडगन' असा शब्द आहे.

१२८. लाचकान - कृषीसंस्कृतीमध्ये शेतात राबणाऱ्या माणसाला पदोपदी उपयोगी पडणारी एक वस्तू म्हणजे 'लाचकान'. लाचकान म्हणजे पुढच्या बाजूला निमुळती टोके असलेला दोन इंची लांबीचा चिमटा. दिवसा-रात्री काट्याकुपाट्यांतून जाताना, कामे करताना शेतकऱ्यांच्या पायात काटा घुसतो. पार खोलवर जातो. हा खोलवर गेलेला काटा या चिमट्याने म्हणजे लाचकानाने पकडून उपसून काढता येतो. म्हणून याची पुढची टोके काटा पकडायला उपयोगी पडतील अशी असतात. खेड्यातील बहुतांश मंडळी हे 'लाचकान' नेहमी आपल्या जवळ बाळगतात. हे आकाराने छोटे असते. ते पातळ पत्र्यापासून वा लोखंडापासून बनवलेले असते. याची टोके जणू सुईच्या अग्रासारखी असतात. याच्या मागील बाजुला कमरेला बांधण्यासाठी भोक-कडे असते.

प्राण्यांच्या कानासारखा याचा आकार असल्याने याला 'लाचकान' म्हणत असतील का ? किंवा तो लवचिक असल्याने त्याला 'लाचकान' म्हणत असतील का ? हा तसा खास देशी व लोकजीवनातील शब्द आहे.

१२९. नहाण / न्हाण - पन्नास-साठ वर्षांपूर्वी नागर आणि ग्रामीण समाजात रूढ असलेला हा शब्द आज जवळ जवळ स्मृतिशेष झालेला आहे. 'नहाण'

याचा ग्रांथिक अर्थ 'स्नान, आंघोळ' असा असला तरी किंवा 'तेल, उटणे लावून स्नान करणे' हा अर्थ असला तरी तो अपुरा आहे. त्याचा समाजात रूढ असलेला अर्थ आहे 'कन्या ऋतुमती होणे; मुलगी वयात येणे'. या न्हाणाचा स्नानाशी संबंध असला तरी 'स्नान' हे या शब्दाचे मूळ नाही. म्हणून अनेकांना 'स्नान' या संस्कृत शब्दापासून नहाण/न्हाण शब्द सिद्ध झाला असे वाटते, ते चूक आहे. दक्षिणेतील संस्कृतेतर भाषांमध्ये विशेषत: कानडीमध्ये 'नाण्' आणि 'नाणम्' असे दोन शब्द आहेत. त्यांचा अर्थ 'संकोच, लज्जा, मुग्धावस्था' असा आढळतो. जनन इंद्रियाची लाज वाटणे, म्हणून न्हाण येणे. या वेळी कन्या मुग्धावस्थेत प्रवेश करते. म्हणून 'नाण्' किंवा 'नाणम्' शब्दापासून 'न्हाण' शब्द निर्माण झाला असे मानणे उचित ठरेल. तसेच 'नने' या कानडी शब्दाचा अर्थ 'ओले होणे' हा आहे. लक्षणेने याचा अर्थ ऋतुप्राप्ती होणे असा होतो. तेव्हा या 'नने' शब्दाचा देखील विचार व्हायला हवा. पूर्वी या ऋतुप्राप्ती प्रसंगाचा एक विधी केला जायचा.

१३०. गचका - बोली भाषेत रूढ असलेल्या या शब्दाला अनेक अर्थ प्राप्त झालेले आढळतात. 'गचका' म्हणजे 'हिसका बसण्याची जागा' झटका, धक्का, खड्डा, खळगा असा या शब्दाला अर्थ आहेच. पण संदर्भानुसार व्यवहारात सापळा, तोटा, नुकसान, आवाज न होणाऱ्या पदार्थावर मारलेला ठोसा, मरण या अर्थानेही तो वापरला जातो. उदा. 'तो कालच गचकला' यात 'मरण पावणे' हा अर्थ अभिप्रेत आहे. तर ''गाडी सावकाश न्या. रस्त्यात गचका आहे- गचका बसेल'' या वाक्यात हिसका वा खळगा या अर्थाने तो वापरला गेला. पण प्रामुख्याने हिसका बसणे, आचका बसणे, झटका बसणे याच अर्थाने तो वापरला जातो.

काही अभ्यासकांना हा शब्द संस्कृतमधील 'गधक'पासून निर्माण झाला असे वाटते. पण ते स्वीकार्य वाटत नाही. 'गळा' या अर्थाचा 'गचा' हा देशी शब्द आहे. त्यापासून हा शब्द तयार झाला असावा किंवा द्राविडीयन भाषांपैकी एखाद्या भाषेतून हा शब्द मराठीत आला असावा. खेड्यामध्ये 'गचुरी' हा शब्द 'गळा' अथवा 'मानगूट' या अर्थाने सर्रास वापरला जात होता.

१३१. दगडी - 'दगडी' म्हणजे 'दगडापासून तयार झालेले भांडे.' उदा. खलबत्ता, वरवंटा-पाटा, जनावरांना पाणी ठेवण्यासाठी तयार केलेली डोणी. या शब्दाचा कालांतराने अर्थसंकोच झाला. गेल्या शतकापासून त्या शब्दाचा वापर ''आमटी वगैरेला फोडणी देण्यासाठी वापरला जाणारा छोटासा दगड'' या अर्थाने होऊ लागला. निखारा चांगला तापल्यावर हा दगड त्यात टाकतात. तो भरपूर गरम झाल्यावर त्यावर लसूण वगैरे टाकून या दगडाची आमटीला फोडणी

दिली जाते. आपल्या नेहमीच्या दिल्या जाणाऱ्या फोडणीपेक्षा या फोडणीमुळे आमटीला अधिक चांगली चव येते, अशी लोकमानसाची धारणा आढळते. ही फोडणी देताना शेजारी बसलेल्या माणसाला एक नाजुकसा चिमटा काढला जातो. त्यामुळे फोडणी चांगली बसते अशी एक श्रद्धा.

'दक्कड' या कानडी शब्दापासून 'दगड' शब्द तयार झाला. त्यानंतर त्याला 'ई' प्रत्यय लागला. या कानडी दक्कडचा अर्थही मजबूत, भक्कम असाच आहे. 'दृषद्' या वैदिक संस्कृतपासून 'दगड' शब्द निर्माण झाला; पण हे मत तितकेसे बरोबर वाटत नाही.

काही प्रदेशांत 'डोके, कपाळ' यावर झालेल्या गाठीला म्हणजे अवाळूलाही 'दगडी' असे म्हणतात.

१३२. नेताळा - 'नेताळा' म्हणजे एवढ्या तेवढ्या कारणाने नकार देणारा, आपली नापसंती दाखविणारा. एखादी गोष्ट करावयास सांगितली असेल तर ती मनातून तर करायची नसते; पण सरळपणे तसा नकार न देता एखादे क्षुद्र, न पटणारे कारण देऊन ती गोष्ट टाळणे याला 'नेताळा' असे म्हणतात.

या शब्दाला आणखी एक थोडासा वेगळा अर्थ प्राप्त झालेला आहे. तो म्हणजे निमित्ताला टेकलेला, क्षुल्लक कारण सांगून रडणारा लहान पोर. कोणत्या तरी कारणाने आधीच रडायला आलेले पोर जेव्हा एखादा धक्का लागला, एखादा शब्द झोंबला असे निमित्त करून रडू लागते. तेव्हा अशा रडणाऱ्या मुलास नेताळा किंवा निमताळा असे संबोधिले जाते.

हा ग्रामीण बोलीतील शब्द 'निमित्त' या शब्दापासून निर्माण झालेला असावा. शेवटचा 'ळा' प्रत्यय लागून हा शब्द तयार झाला असावा.

१३३. खवर - ग्रामीण बोलीतील मासेमारी करणाऱ्या कोळी किंवा भोई लोकांच्या वापरात असलेला हा शब्द आहे. त्यामुळे गावकऱ्यांच्याही वापरात असणारा हा शब्द. नदी, ओढे या ठिकाणी मासेमारी चालते तेथे व त्या परिसरात रूढ असणारा हा शब्द आहे.

पावसाळा संपून गेल्यावर नंतरच्या दोन-एक महिन्यांत नदी-ओढ्यांना गुडघ्या-घोट्याला लागणारे पाणी छोट्या छोट्या दोन-तीन प्रवाहांद्वारे झुळझुळू वाहात असते. संपूर्ण पाण्याचा एकच प्रवाह क्वचितच वाहतो. अशा या छोट्या प्रवाहांना खडकाच्या, कपारीच्या वा मोठाल्या दगडांच्या आधारे एकत्र आणले जाते आणि अरुंद झालेल्या या प्रवाहाच्या तोंडावर भोई मंडळी मध्यम आकाराचे जाळे बांधतात. अतिशय वेगाने वाहणाऱ्या पाण्यामुळे या जाळ्यात टोकाला जाऊन अडकलेले मासे प्रवाहाच्या उलट्या दिशेने येऊ शकत नाहीत. पाण्याच्या आवेगी धारेबरोबर दहा-पंधरा फूट लांबीचे जाळे बांधण्याच्या या क्रियेला खेड्यातील माणसे 'खवर' असे म्हणतात. तेव्हा 'खवर'

म्हणजे ''वेगाने वाहणाऱ्या पाण्यात जाळे सोडून केलेली मासेमारी'' होय.

हा पूर्णत: देशी शब्द असावा असे वाटते.

१३४. घुळी - घुळी म्हणजे एखाद्या शेतकऱ्याने नवसापोटी देवाला सोडलेला म्हणजे अर्पण केलेला बैल. यालाच सांड किंवा पोळ असेही म्हणतात. देवाला सोडलेला हा बैल नेहमी मोकळा फिरत असतो. शिवाय तो देवाचा म्हणून त्याला कोणत्याही कामाला जुंपत नाहीत. या घुळीने एखाद्याच्या पिकात घुसून खाल्ले तर धनधान्याची अधिक बरकत होते अशी एक श्रद्धा पूर्वी खेड्यांतील लोकांमध्ये नांदत होती. तो अंगावर धावून आला तरी त्याला गावकरी मारहाण करीत नसत. कारण त्याला झोडपले तर देवाला मारल्याारखे होईल. त्यातून काहीतरी अरिष्ट उद्‌भवेल अशी लोक-मानसाची श्रद्धा होती.

हा घुळी दिवसभर खाणे व भटकणे एवढेच काम करीत असल्याने लक्षणेने धष्टपुष्ट, परंतु काम न करणाऱ्या, दिवसभर गावभर भटकणाऱ्या माणसाला 'घुळी' असे म्हणत. अर्थात ते निंदाव्यंजक स्वरूपात म्हटले जात असे.

'गौगली' या संस्कृत शब्दापासून 'घुळी' शब्द निर्माण झाला असे काही अभ्यासकांना वाटत असले तरी वस्तुस्थिती मात्र भिन्न आहे. कानडीतल्या 'गूळी' या शब्दापासून मराठीत 'घुळी' शब्द आला आहे. काटेकोरपणे पाहिले असता देवाला सोडलेला घुळी वेगळा आणि 'वळू' वेगळा. वळू देवाला अर्पण केलेला नसतो.

१३५. घुगरी-घुगऱ्या - पूर्वी बाळाचे नाव ठेवण्याच्या विधीवेळी किंवा त्याची 'सटी' करताना घुगऱ्या वाटल्या जात. सटी देवीला घुगऱ्यांचा नैवेद्य दावून आप्तेष्टांना त्या प्रसाद म्हणून वाटल्या जात. या घुगऱ्या म्हणजे 'न भरडता सालीसकट शिजवलेले धान्य'. ज्वारी, बाजरी, हरभरा, हुरडा, वाटाणा यांच्या-मध्ये शेंगदाणे घालून ते शिजवले जातात आणि त्याला लसणीची फोडणी देऊन या प्रसंगी 'घुगऱ्या' म्हणून वाटल्या जातात. ''मोड आलेले द्विदल धान्य'' असा याचा कोशगत अर्थ असला तरी तो बरोबर नाही. घुगऱ्यांना मोड आलेले नसतात. धान्याची मळणी केल्यावर पाटील, देशमुख, कुलकर्णी वा सावकार यांना शेतकरी जे धान्य नजर करतो, त्यालाही घुगऱ्या असे म्हणत. पण व्यवहारात आधी दिलेला अर्थ स्वीकारूनच या शब्दाचा अधिक वापर केला जात असे. लीलाचरित्र (उत्तरार्ध) मध्ये या घुगऱ्यांचा खाद्यपदार्थ म्हणून उल्लेख आढळतो.

हा शब्द देशी असावा असे वाटते.

१३६. चिरम्या - बोलीमध्ये जवळ जवळ लोप पावलेला हा शब्द आहे. क्वचित प्रसंगी हा शब्द वापरला गेला तर तो विकृतार्थानेच वापरला जातो.

'चिरम्या' याचा मूळ अर्थ आहे सुरकुत्या. संस्कृतमध्ये 'चिर' या शब्दाचा 'वस्त्र' असा अर्थ आहे. त्यापासून 'चिरम्या'

शब्द तयार झाला असावा. वस्त्राप्रमाणे ज्याच्या चेहऱ्यावर सुरकुत्या पडल्या आहेत, ज्याचा चेहरा चुरगळलेला आहे असा, हा भावार्थ स्पष्ट होण्यासाठी 'चिरम्या' शब्द तयार झाला असावा. 'चिर' या शब्दाचा दुसरा एक अर्थ 'रेघ' असा आहे. त्यापासूनही 'रेघारेघा' या अर्थाने चिरम्या शब्द तयार झालेला असावा. आणखी एक शक्यता अशी की, दक्षिणी भाषेत 'चिल्लु' म्हणजे छोटा तुकडा असा एक शब्द आहे. त्यापासून 'चिरम्या' शब्द मराठीत आला असेल का ?

ज्या वस्त्रावर 'चेहऱ्यावर रेघारेघा जाणवतात; म्हणजे सुरकत्या पडलेल्या असतात त्याला चिरम्या वस्त्र' असे म्हटले जाते.

१३७. धसकट - अनेक अर्थच्छटा असलेला हा शब्द ग्रामजीवनात प्रामुख्याने एक-दोन अर्थांनीच वापरतात. ग्रामजीवनात अजूनही तो थोडाफार रूढ आहे. 'धसकट' हा शब्द 'धस' या प्राकृत शब्दापासून तयार झालेला आहे. 'धस' म्हणजे 'टोक, खुंटी, पुढे आलेला अणकुचीदार पदार्थ.' पण खेड्यामध्ये 'धसकट' हा शब्द ज्वारीचे जमिनीच्यावर उरलेले ताट, खुंट, कुसळ याच अर्थाने वापरला जातो. जमिनीपासून वरती चार-सहा इंच उंचीचा ज्वारीच्या ताटाचा जो वाळलेला भाग असतो त्यालाच धसकट असे म्हणतात. ज्याच्यामध्ये वस्त्र अडकून ते फाटेल एवढ्या उंचीचा हा भाग असतो. काही भागात कुसळ या अर्थानेही तो वापरला जातो.

प्राकृतातील हा एक ध्वनिशब्द आहे व तेथून तो मराठीत अवतरला आहे. 'दासविश्रामधाम'मध्ये "उंचच्या उंच उभ्या असलेल्या धसकटाला फांद्या-पाने नसल्याने त्यापासून सावलीची अपेक्षा करता येत नाही" असे म्हटले आहे.

आजकाल खेड्यात 'धसकट' या शब्दाला थोडासा शिवीसारखा अर्थ प्राप्त झाला आहे. क्षुद्र वस्तू, क्षुद्र गोष्ट, निरुपयोगी, किंमत नसलेली बाब या अर्थानेच तो वापरला जातो आहे.

१३८. निबर-निबार - ग्रामीण बोलीचा अवघा ढंग सामावलेला असा हा शब्द आहे. खेड्यात अजूनही प्रौढ आणि वृद्ध मंडळी या शब्दाचा वापर करतात. या शब्दाला असलेली बोलीतल्या अर्थाची छटा अशी विलक्षण आहे की, प्रमाण-भाषेतील कोणताही पर्यायी शब्द वापरला तरी ती अर्थच्छटा प्रकट होत नाही. 'निबर-निबार' याचा प्रमाणभाषेतील अर्थ आहे, 'जून, राठ, मजबूत, ताठ, कठीण, घट्ट' असा. काही ठिकाणी 'टणक' या अर्थानेही हा शब्द वापरला जातो. या अर्थाच्या छटा यात असल्या तरी त्यातून व्यक्त होणारा अर्थ बाकी उरतोच. उदा. "लई निबार बोलायचं काम न्हायी." या वाक्यातील निबार शब्दाचा अर्थ बोलणाऱ्याच्या मनात वेगळाच असतो. किंवा "त्याच्या त्या घामानं चिंब झालेल्या व कष्टामुळे निबार

झालेल्या फासळ्या'' या वाक्यातील निबार शब्द याला असलेला अर्थ वर दिलेला शब्दांपेक्षाही वेगळा वाटतो. वृद्ध, म्हातारा किंवा वृद्धकळा प्राप्त झालेला असाही अर्थ याला आहे. पिकाचा पक्व झालेला दाणा यालाही 'निबार' असेच म्हणतात. संस्कृतमधील 'निर्भर'पासून 'निब्भर' शब्द आला नि त्यापासून 'निबर' हा मराठीत अवतरला असे सांगितले जाते. पण हा शब्द खास देशी वाटतो. निर्भरपासून सिद्ध झालेला वाटत नाही. 'निबर' असा शब्द सोळाव्या अध्यायात ज्ञानेश्वरांनी वापरला आहे. संत एकनाथांनी 'रुक्मिणी स्वयंवर' काव्यातही हा शब्द वापरला आहे.

१३९. गचुरी - 'गचा' या द्राविडीयन म्हणजे दक्षिणेतील भाषेमधून आपल्या मराठीत आलेला हा शब्द. 'गळा' या अर्थाने तो दक्षिणी भाषेत वापरला जातो. त्यापासून प्रमाण मराठी 'गचांडी' शब्द निर्माण झाला. त्यापासून ग्रामीण बोलीत 'गचुरी' हा शब्द तयार झाला. खेड्यामध्ये या दोन्ही शब्दांच्या अर्थांत मात्र फरक मानला जातो. देशी प्राकृत भाषेत 'गचा' याचा अर्थ गळाच आहे. शिवाय 'गच्च' म्हणजे घट्ट पकडणे, घट्ट बांधणे हा अर्थ आहेच. तेव्हा 'गचुरी' म्हणजे 'जोरात म्हणजे ताकद लावून घट्ट पकडलेला गळा किंवा घट्ट पकडलेली मान.' पूर्वीच्या काळी 'मुठीने मारलेला ठोसा' या अर्थाने 'गचोरा' असा एक शब्द रूढ होता. पण 'गचुरी' हा शब्द ग्रामीण माणूस ठोसा, गुद्दा, धक्का या अर्थाने वापरत नाही. एखादी व्यक्ती ऐकत नसेल, विवक्षित ठिकाणी जात नसेल तर त्याचे मानगूट गच्च आवळून त्याला दूर सारणे म्हणजे 'गचुरी' धरून दूर सारणे किंवा विवक्षित स्थळी घेऊन जाणे' होय.

फारशीतही 'ठासून भरलेला' या अर्थाने 'गच' शब्द आहे. त्यापासून हा शब्द आला असावा. संस्कृतच्या 'गधक'पासून 'गचुरी' शब्द निर्माण झालेला नाही, हे मात्र नक्की.

ज्ञानेश्वरांनी सहाव्या अध्यायात 'तो गची धरूनि माघारा । आत घाली' असा उल्लेख केलेला आहे. त्यांनीही 'मानगूट' याच अर्थाने तो वापरला आहे.

१४०. गुंडगुळा - ग्रामीण माणसाच्या मुखात असणारा हा खास बोली शब्द आहे. खेड्यामध्ये हा शब्द अजूनही थोडाफार वापरात आहे. 'गुंडगुळा' या शब्दाचा ग्रामीण माणसाला अभिप्रेत असणारा अर्थ 'गोल आकार असलेला दगड किंवा एखादा पदार्थ' असा आहे. कानडी भाषेत 'गुंड' याचा 'वाटोळी वस्तू' असा अर्थ आहे. उदा. झाडावरची फळे काढायला तो गुंडगुळा दगड घेत असतो किंवा ''शंकराच्या पिंडीसाठी गुंडगुळा दगड चांगला असतो.'' वाटोळे भांडे किंवा हंडा असाही अर्थ या शब्दाला आहे. त्यापासूनच 'गुंडगुळा' शब्द मराठीत आलेला आहे. गुंड या शब्दाचा अर्थही 'गडगडत जाणारी गोल वस्तू' असा आहे. तोच अर्थ स्वीकारून पण शब्दात

बदल करून हा शब्द मराठीत आलेला आहे.

दिनकर रामदासीबुवा यांच्या 'स्वानुभव दिनकर' या ग्रंथात 'गुंडा' हा शब्द 'गोलाकार' या अर्थाने आलेला आहे.

१४१. हुबलाक - ग्रामीण माणसाच्या मुखामध्ये अजूनही आढळणारा हा एक वैशिष्ट्यपूर्ण असा शब्द आहे. तरुण पिढीला फारसा परिचित नसलेला.

'हुबलाक' याचा 'अडाणी' असा शब्द आहे. 'रानवट आणि वेडपट' असाही अर्थ याला लाभलेला आहे. पण प्रामुख्याने 'विचार न करता मनाला येईल तसे वागणारा' या अर्थाने तो ग्रामीण परिसरात अधिक वापरला जातो. उदा. त्या हुबलाक पोरांच्या नादी तू लागू नको.

कानडीमध्ये 'हुंब' असा शब्द आहे. या शब्दापासून 'हुंबलाक', 'हुबलाक' असे मराठीतील बोली रूप तयार झाले असावे. कानडीतील 'हुंब'या शब्दाचा अर्थही अडाणी, वेडपट असाच आहे.

समर्थ रामदासांनी 'हुंबा' या शब्दाचा वापर दासबोधाच्या एका दशकात केलेला आहे. माणदेशात 'अडाणी' या अर्थासाठी 'हुमणदांडगा' असा शब्दप्रयोग केला जातो.

१४२. परळ - एके काळी ग्रामीण भागात शेतकरी, शेतमजूर आणि हातावर पोट असलेल्या प्रत्येक माणसाकडे जेवण्या-साठी या वस्तूचा वापर केला जात असे. पूर्वी मातीपासून तयार केलेल्या भांड्यांचा वापर खेड्यामध्ये अधिक प्रमाणात

परळ

व्हायचा. हा वापर थांबला, तशी वापरात असलेली भांडी आणि इतर वस्तूही लोप पावल्या. वस्तू लोप पावल्याबरोबर त्याचा शब्दही लोप पावला. 'परळ' म्हणजे 'मातीपासून तयार केलेले भांडे' असा या शब्दाचा कोशात अर्थ असला तरी तो तितकासा बरोबर नाही. ''मातीचे उथळ पात्र, परात किंवा मातीची थाळी'' याला 'परळ' असे संबोधिले जात होते. अगदी काटेकोर बोलायचे झाले तर 'मातीची छोटीशी पसरट झाकणी म्हणजे परळ.' आपले दोन्ही तळहात एकमेकां-जवळ जोडले असताना जो आकार जाणवतो; त्या आकाराच्या किंवा थोड्याशा मोठ्या आकाराच्या पसरट झाकणाला 'परळ' असे संबोधिले जाते. खेड्यांतील गरीब माणसे, शेतकरी यामध्येच जेवतात. भाकरी भाजण्यासाठीही याचा क्वचित प्रसंगी वापर व्हायचा. या झाकणीला बारीक नक्षी असलेला काठही असायचा.

प्राकृतातल्या 'परिअल' या शब्दापासून 'परळ' शब्द निर्माण झाला आहे. याचा 'पक्वान्न, मांडा' असाही एक अर्थ रूढ होता.

१४३. बिळूक - ग्रामीण भाषेत अजूनही थोडाफार वापरला जाणारा हा शब्द आहे.

'बिळूक' या शब्दाचा अर्थ आहे 'भोक' असा. तर काही ठिकाणी ''उंदीर, घुशी राहण्याचे एक ठिकाण'' असाही अर्थ दिलेला आहे. यालाच प्रमाण मराठीत आणि थोड्याफार प्रमाणात ग्रामीण भागातही 'बीळ' असा दुसरा शब्द रूढ आहे.

संस्कृतमधील 'भिद्' शब्दापासून प्राकृतात 'बिल' शब्द निर्माण झाला. आणि त्यापासून 'बीळ' 'बिळूक' शब्द मराठीत आला अशी एक व्युत्पत्ती सांगितली जाते. तर दुसरी एक व्युत्पत्ती अशी सांगितली जाते की, तमीळ 'विळू' किंवा 'बिळकू' या शब्दापासून 'बीळ' शब्द तयार झाला. आणि या 'बीळ' शब्दा-पासून ग्रामीण बोलीत 'बिळूक' असा शब्द वापरात आला.

यामध्ये दुसरी व्युत्पत्तीच अधिक निर्दोष व योग्य वाटते आहे. या 'बिळूक' शब्दापासून 'बेडूक' या अर्थाचा 'बेळकुंडी' शब्द निर्माण झाला असेल असे वाटते. कारण बेडूक अनेकदा पाण्याबाहेर आल्यावर खबदाडीत, बिळात लपून बसत असतो.

१४४. बिंदगा / बिंदगी -

दक्षिणेकडच्या कानडी, तमीळ आणि तेलगू या द्राविडीयन भाषांमधून मराठीत फार प्राचीन काळापासून अनेक शब्द समाविष्ट झालेले आहेत. पदार्थ, वस्तू, दागिने, विधी इ. बरोबर हे शब्द आपोआपच येऊन समाविष्ट होत असतात. कानडीमधील 'बिंदगी' किंवा 'बिंदिगे' या शब्दाबाबत असेच म्हणावे लागेल.

बिंदगा / बिंदगी

कानडीतला हा शब्द मराठीत 'बिंदगी' या रूपाने अजूनही मराठीत वापरला जातो. 'बिंदगी' म्हणजे 'पाणी भरण्याची लहान घागर' किंवा कळशी. ''मातीचे लहान भांडे'' असा याचा कोशगत अर्थ असला तरी तो ''पाण्यासाठी वापरली जाणारी कळशी'' याच अर्थाने व्यवहारात वापरला जातो. त्यातही खेड्यातला माणूस याचा वापर करताना बारीकसा भेद करतो. ती मातीची असेल तर त्याला तो 'बिंदगी' म्हणतो आणि धातूची असेल तर तो 'कळशी' असे संबोधितो.

याला 'बिंदगा' किंवा 'बिंदला' असाही प्रतीशब्द आहे.

१४५. कळवा / कळावा -

ज्यांच्याकडे घोडा, गाढव, एखादी शेळी यांसारखी जनावरे असतात, त्यांना हा शब्द चांगला परिचित असतो. आजही प्राणीजगताशी निगडित असलेल्या कुटुंबामध्ये हा शब्द वापरला जातो. 'कळावा किंवा कळवा' याचा कोशगत अर्थ ''जनावराच्या पायांना बांधावयाची

कळवा / कळावा

दोरी'' असा दिलेला आहे. पण त्यात अचूकता कमी दिसते. जनावराच्या पुढच्या व त्याच बाजूस असलेल्या मागच्या पायास दीड-दोन फुटांचा चांगला दोर बांधतात. या पायांना बांधलेल्या दोराच्या तुकड्यास 'कळावा अथवा कळवा' असे म्हणतात. मोकळे सोडलेले जनावर चरत चरत फार दूरवर जाऊ नये यासाठी ते बांधतात. एखादे जनावर चरावयास सोडल्यावर सारखे दूर दूर जाते, पिकात घुसते, गुरे राखणाऱ्याला वैताग देते, अशा वेळी त्याच्या पायांना 'कळावा' घालतात.

संस्कृतमधील 'कलाप' शब्दापासून प्राकृतात 'कळाव' शब्द निर्माण झाला आणि त्यापासून मराठीत 'कळाव' जन्मला अशी व्युत्पत्ती काही अभ्यासक देतात; पण ती चुकीची वाटते. याउलट 'अडकावणे, खोडा घालणे' या अर्थाचा 'कळिवु' असा एक शब्द कानडीत आहे. त्यापासूनच 'कळावा-कळवा' शब्द मराठीत आलेला आहे. संत तुकारामाने या शब्दाचा वापर एका अभंगात केलेला आहे.

१४६. येडताक - ग्रामीण भागात वापरला जाणारा हा निंदाव्यंजक शब्द अजूनही थोड्याफार प्रमाणात टिकून आहे. या शब्दाला मुळात असलेला अर्थ आज आढळत नाही. मुळामध्ये 'येडताक' म्हणजे 'घोटाळा, अडचण किंवा विसंवाद निर्माण होणे'. पण हा मूळचा शब्दार्थ बाजूला पडला आणि तो ''वेडपट, बावळट, अडाणी'' या अर्थाने वापरला जाऊ लागला. ''बापूच्या त्या येडताक पोराच्या नादी लागण्यात अर्थ नाही'' असे एखादे वाक्य खेड्यातला माणूस उच्चारतो. त्या वेळी 'घोटाळा किंवा विसंवाद' हा अर्थ त्याला अभिप्रेत नसतो.

कानडीमध्ये 'यडकु' असा एक शब्द आहे. त्याचा अर्थ आहे. ''प्रश्न निर्माण करणारा.'' दुसरा एक शब्द कानडीतच आहे. तो म्हणजे 'आडुताकु'. त्याचा अर्थ आहे 'आडवे येणे' हा. तिसरा एक शब्द आहे 'एडताकु' असा. त्याचा अर्थ हेलपाटे घालणे असा आहे. यातल्या पहिल्या किंवा दुसऱ्या शब्दापासून मराठीतला हा 'येडताक' शब्द अर्थ-विस्तार होऊन आलेला असावा. काळाच्या ओघात शब्दाचा अर्थविस्तार होतो. अर्थसंकोचही होतो. इथे तो अर्थविस्तार झालेला आहे.

१४७. ढाळ - एखाद्या शब्दाला इतकी अर्थवत्ता अन् अर्थबाहुल्य असते की, तो भिन्न भिन्न अर्थांनी वापरून देखील त्याची अभिव्यक्तीची शक्ती कमी होत नाही. 'ढाळ' हा शब्द असाच आहे. याला खूप

अर्थांनी वापरले जाते. १. उतार देणे यासाठी 'ढाळ' वापरला जातो. २. पातळ जुलाब, रेच यासाठी हा शब्द वापरला जातो. ३. असे जुलाब होण्यासाठी दिलेल्या औषधाला ढाळ असे म्हणतात. ४. मोत्याचे तेज आणि उष्णतेच्या झळा यालाही हाच शब्द वापरला जातो. ५. चवरी ढाळणे असाही शब्द प्रयोग आपण करीत असतो. ६. ज्ञानेश्वरांनी 'स्नान' या अर्थाने तसेच 'पूट देणे' या अर्थानेही आपल्या ग्रंथात या शब्दाचा वापर केलेला आहे. ७. पद्धत, प्रकार, डौल या अर्थानेही हा शब्द जुन्या साहित्यात वापरला आहे. तर 'ढाळ देणे' म्हणजे नोकराला बडतर्फ करणे, किंवा टाळाटाळ करणे असाही अर्थ आढळतो. आजही ग्रामीण साहित्यात हा शब्द येतो.

संस्कृत 'ध्वळ्'पासून प्राकृतात 'ढालय' व 'डल्ल' अशी त्याची रूपे होतात. आणि त्यापासून मराठीत 'ढाळ' शब्द निर्माण झालेला दिसतो.

१४८. चंद्रकळा - सर्वसाधारणपणे 'चंद्राची कळा' या अर्थाने हा शब्द वापरला जात असला तरी प्रामुख्याने स्त्रियांच्या एका विशिष्ट वस्त्राला (साडीला) 'चंद्रकळा' असे म्हटले जाते. स्त्रियांच्या संदर्भात आपल्या समाजाने चंद्राचा केलेला वापर लक्षात घेण्यासारखा आहे. तिच्या रूपवर्णनावेळी चंद्रमुखी, चंद्रवदना, चंद्रकांता अशी विशेषणे आपण वापरलेली पाहतोच. पण स्त्रियांच्या गळ्यातील सोन्याच्या एका अलंकाराला 'चंद्रहार' असे म्हणतो. चंद्रकोरीच्या आकाराच्या एका शिरो-भूषणालाही 'चंद्रकोर' असे नाव आहे. आणि 'चंद्रकळा' हे वस्त्र म्हणजे एक विशिष्ट प्रकारचे रंगीत लुगडे होय. म्हणजे आजची आपली साडी : या वस्त्रासाठी तांबडा, काळा आणि हिरवा रंग परस्परांना पूरक ठरेल म्हणजे सौंदर्यवर्धक होईल असा वापरलेला असतो. या साडीची एक किनार हिरवी असते तर दुसरी तांबड्या-गुलाबा-रंगाची असते. मधेही आकर्षक रंगकाम असते. शिवाय पदर आणि नक्षीकाम अतिशय सुंदर असते. ती विशेष प्रसंगीच (पैठणीप्रमाणे) वापरली जाते. खानदानी, श्रीमंत व कलावंत स्त्रियांचे हे विशेष आवडीचे वस्त्र आहे. एका शाहिराने एका लावणीत या शब्दाचा वापर केलेला आहे. ''थाट करूनि नार नेसली भारी चंद्रकळा'' अशी ती ओळ आहे.

संस्कृतपासून मराठीत आलेला हा शब्द आहे, हे उघडच जाणवते.

१४९. बुळा - एके काळी ग्रामीण आणि नागर समाजामध्ये रूढ असलेला हा शब्द आता-आतासा खेड्यामध्ये थोडाफार शिल्लक राहिलेला आहे.

'बुळा' या शब्दाचा अर्थ आहे 'षंढ', 'नपुंसक'. काही वेळा 'नामर्द' या अर्थानेही तो वापरला जातो. निंदाव्यंजक शिवीचे स्वरूप या शब्दाच्या अर्थाला प्राप्त झालेले आढळते.

संस्कृतातल्या 'प्लुष' या शब्दापासून हा शब्द तयार झाला असे काही अभ्यासकांचे

मत असले तरी ते योग्य वाटत नाही. त्यापेक्षा तेलगुमध्ये 'बुल्ल' असा एक शब्द आहे. त्याचा अर्थ 'पुरुषाचे जननेंद्रिय' असा आहे. या शब्दापासून 'बुळा' शब्द तयार झाला असावा. कारण या दोन्ही शब्दांच्या अर्थामध्ये परस्पर साम्य जाणवते.

'सैल, ढिला, निष्काळजी' या अर्थानेही हा शब्द वापरात होता.

आजकाल हा शब्द शिवीसारखा वापरला जातो.

१५०. बाजले - खेडेगावामध्ये झोपण्या-बसण्यापासून तो सांडगे-पापड वाळत घालण्यापर्यंत ज्या एका साधनाची पदोपदी मदत घेतली जाते; ते साधन म्हणजे 'बाजले' होय. यालाच 'बाज' असेही म्हणतात. 'बाजले' याचा अर्थ आहे 'खाटले, खाट, लहान पलंग'' किंवा आजच्या भाषेतील ''कॉट.'' पण पलंग वेगळा असतो. आजची आपली सर्वांना ज्ञात असलेली 'कॉट' वेगळी असते आणि बाज किंवा बाजले हे वेगळे असते. बाजल्यास असणारे पाय लाकडी नि साधे असतात. पलंग आणि कॉटचे तसे नसतात. बाजले हे काथ्याच्या दोरीने अथवा वाखाच्या पिळदार दोरीने नाजूक नक्षीकामासह विणलेले असते. या दोऱ्या एक आड एक अशा ओवून बाजले तयार केले जाते. पलंगाला दणकट फळ्या असतात. कॉट म्हटल्याबरोबर लोखंडाचा वापर केलेली वस्तू आपल्या नजरेसमोर येते. बाजल्याला मात्र प्राधान्याने दोरी वापरतात. एकापेक्षा अधिक माणसे त्याच्यावर बसल्यावर कालांतराने या बाजल्याच्या मध्यभागी खोलगट भाग तयार होतो.

संस्कृतमधील 'वह्' यापासून हा शब्द निर्माण झाला असे मानले जाते. पण त्यापेक्षाही हा देशी शब्द असावा असे वाटते.

१५१. करवली - विवाहाच्या वेळी लग्नमंडपात नवऱ्या मुलाच्या-मुलीच्या मागे 'करा' किंवा 'कऱ्हा' घेतलेली एक मुलगी उभी असते. ती वधूवराची बहीण असते. बहीण नसेल तर ती जवळच्या नात्यातील असते. या 'करा' घेणाऱ्या मुलीला 'करवली' असे म्हणतात. जिच्या हातात 'करा' असतो, ती 'करवली.' मुलगा असेल तर 'करवला.'

आता 'करा' किंवा 'कऱ्हा' म्हणजे तरी काय ? लग्नात पाणी भरलेल्या तांब्यात आंब्याच्या डहाळ्या व पाने टाकून त्यावर शेंडी वर केलेला नारळ ठेवतात. या भांड्याला 'कऱ्हा' म्हणजे 'मंगल कलश' असे म्हणतात. या भांड्याला ओलसर कुंकू आणि हळद यांची बोटे लावलेली असतात. आणि ही करवली साडी परिधान करून उभी असेल तर या मंगल कलशावर आपल्या साडीचा पदर धरत असते. या कलशावर असलेल्या प्रत्येक वस्तूला धार्मिक दृष्ट्या 'खोल' अर्थ असतो. त्या अर्थाची प्रतीके म्हणून या वस्तू ठेवलेल्या असतात. काही भागात मडके धरलेले असते तर काही प्रदेशात 'करा' म्हणून

पूजेची टोपली घेतली जाते.

'करक' या संस्कृत शब्दापासून 'करअ' असा प्राकृत शब्द तयार झाला व 'करअ' शब्दापासून 'करा' शब्द मराठीत आला. त्यापासून 'करवली' शब्द तयार झाला. कदाचित दक्षिणेतील एखाद्या भाषेमधूनही 'करा' शब्द मराठीत आला असावा.

१५२. कणींग / कणंग - पूर्वी खेड्यांमध्ये धान्य आणि इतर शेतमाल साठवून ठेवण्यासाठी जमिनीत तयार केलेल्या पेवाप्रमाणेच कणींगीचा वापर सर्रास केला जायचा. 'कणींग' म्हणजे ''धान्य साठविण्यासाठी बांबूचा तयार केलेला मोठा पेटारा'' असा अर्थ दिलेला असला तरी त्यात थोडीशी भर घालायला हवी. हा पेटारा नसतो. जमिनीवर ठेवलेले गोलाकार स्वरूपाचे आणि आपल्या उंचीइतके असलेले आणि आतून बाहेरून शेणाने सारवलेले एक साधन म्हणजे 'कणींग' होय. ही कणींग प्रामुख्याने येलतार नावाच्या वेलीच्या कोवळ्या फोकापासून विणून तयार केलेली असते. काही भागांत मात्र बांबूचा वापर करतात. बांबूच्या तट्ट्याला बाहेरून कळक बांधून कणींग तयार केली जाते.

यालाच पालटे, कोथळा असेही म्हणतात. मात्र 'लहान खोली' आणि 'पेव' असा जो या शब्दाचा अर्थ दिलेला आहे तो बरोबर नाही.

कानडीमध्ये 'कण' म्हणजे बांबूची पट्टी. या 'कण'पासून 'कणजी' शब्द तयार झाला आणि या 'कणजी'च्या अक्षरांची अदलाबदल होऊन 'कणींग/कणगी' हे रूप सिद्ध झाले.

समर्थ रामदासांनी आणि श्रीधरस्वामींनी या 'कणींग' शब्दाचा वापर आपल्या काव्यात केलेला आहे.

१५३. कडदोरा - गेल्या शतकात हिंदुधर्मातील प्रत्येक पुरुषाला (त्यात लहान मुलेही आलीच) एक गोष्ट करावी लागायची. ती म्हणजे आपल्या कमरेला चांदीचा, रेशमाचा, किंवा साधा दोरा बांधावा लागे. अनेकदा काळ्या रंगाचा रेशमी गोफ कमरेभोवती बांधला जात असे. या कमरेभोवती बांधलेल्या दोऱ्यालाच ग्रामीणांच्या भाषेत 'कडदोरा' असे म्हणतात. कडदोऱ्याप्रमाणेच याला 'कटदोरा, करगोटा, करदोडा' असेही संबोधिले जात असे. काही श्रीमंत मुले कडदोरा म्हणून चांदीची बारीक साखळी कमरेला बांधत.

हा 'कडदोरा' धार्मिक आणि सांस्कृतिक अर्थ प्रकट करणारे प्रतीक म्हणून वापरात होता. ती एक केवळ शोभेची वस्तू नव्हती. या शब्दासाठी तीन व्युत्पत्ती सांगितल्या जातात. 'कटि' या संस्कृत शब्दाला 'दोरा' हा प्राकृत देशी शब्द लागून 'कटिदोरा' शब्द तयार झाला व त्याचा पुढे 'कडदोरा' बनला. हा दोरा कमरेवरच बांधला जात असल्याने ही व्युत्पत्ती ठीक वाटते. दुसरी व्युत्पत्ती अशी की, संस्कृतातील 'कटिग'पासून 'कडदोरा' शब्द निर्माण झाला. आणि तिसरी व्युत्पत्ती अशी की, 'कटिसूत्र' शब्दापासून हा शब्द निर्माण

झाला.
संतश्रेष्ठ तुकोबांनी या शब्दाचा वापर केला आहे. "पायी घागरिया सरी । कडदोरा वाकी ।।" असा उल्लेख एका अभंगात केला आहे.

१५४. टापर / टापरी - ग्रामीण भागात ऊन, वारा यांपासून संरक्षण होण्यासाठी, रानावनात काम करताना डोक्यात धूळ जाऊ नये म्हणून अथवा एखादे जडशीळ ओझे माथ्यावर ठेवून नेण्यापूर्वी धोतर, किंवा मोठ्या आकाराचे फडके कान आणि डोके झाकण्यासाठी वापरत. म्हणजे बांधत असत. या डोक्यास बांधावयाच्या फडक्याला ग्रामीण भाषेत 'टापर' किंवा 'टापरी' असे म्हणतात. काही प्रदेशांत काही मंडळी रुमाल किंवा पागोटे यांवरून हनुवटी आणि कान झाकणारे वस्त्र बांधतात. यालाही टापर किंवा टापरी असे म्हणतात.
ही टापरी फारशी चापून-चोपून बांधलेली नसते. या बांधण्यात फेट्यासारखी सौंदर्य आणिक कलात्मकता फारशी नसते. डोके आणि चेहरा यांचे संरक्षण व्हावे या भावनेनेच टापरीचे वस्त्र गुंडाळलेले असते. यालाच 'टापसी' 'टोपसी' असाही प्रतिशब्द वापरला जातो. 'टोप' या मराठी शब्दास 'स' प्रत्यय लागून अर्वाचीन मराठीतील 'टापर' हा शब्द निर्माण झाला असावा, असे एक मत आहे.

१५५. वावडी - शहर आणि ग्रामीण भागात पूर्वी आकाशात पतंग उडविण्याचा

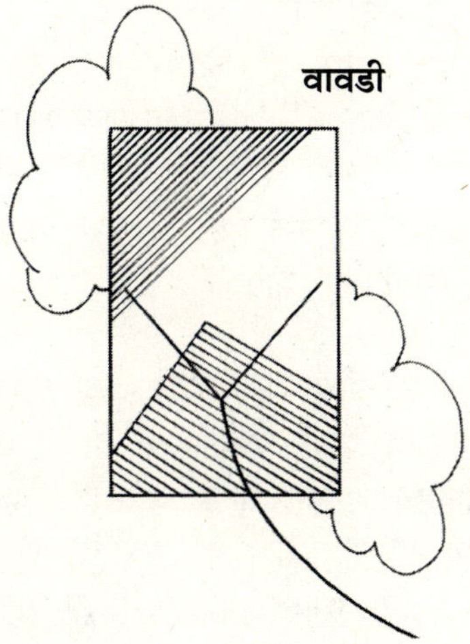

वावडी

खेळ खेळला जात असे. आजकाल हा खेळ थोडासा कमी प्रमाणात दिसतो. या पतंगाच्या खेळाबरोबरच 'वावडी' नावाचे कागदापासून बनविलेले खेळणे आकाशात सोडले जात असे. पण 'पतंग' आणि 'वावडी' यांत बराच भेद आहे. वावडी आकाराने खूप मोठी असते. तिच्यासाठी वापरलेला कागद जाड, मोठा असा असते. पतंगाचे विविध आकार असतात. वावडीचा आकार हा साधारणत: समभूज चौकोनी, आयताकृती असा असतो. पतंगाला बारीक दोरा वापरला जातो. वावडीला सुतळीएवढा किंवा जरासा लहान जाडी असलेला दोरा म्हणजे 'मांज्या' वापरला जातो. थोडक्यात, ग्रंथामध्ये 'वावडी' म्हणजे 'पतंग' अर्थ दिलेला असला तरी तो पुरेसा नाही.
धान्य उफणण्यासाठी केलेली तीन पायांची उंच घडवंची यालाही ग्रामीण भागात 'वावडी' असे म्हणतात.
'वाव' म्हणजे वारा. 'वायू' शब्दापासून

'वाव' शब्द उत्पन्न झाला. त्याला 'डी' प्रत्यय लागून हा शब्द निर्माण झाला. किंवा 'वातवर्ती' या संस्कृत शब्दापासून 'वारवट्टी' शब्द आणि या 'वारवट्टी'पासून 'वावडी' हा निर्माण झाला, असेही एक मत सांगितले जाते.

१५६. गैबान्या / गैदी - या दोन्ही शब्दांचा जन्म फारशीतला आहे. या दोन्हींचा अर्थही तसा एकच आहे. 'गैदी' अथवा 'गैबान्या' या शब्दांचा अर्थ 'आळशी, नेभळा, गबाळा, ढिला किंवा अजागळ' असा आहे. मात्र 'गैब' शब्दाचा अर्थ 'नष्ट, बेपत्ता झालेला' असा आहे. व्यवहारात मात्र यापेक्षा वेगळ्या अर्थाने हा शब्द वापरला जातो. त्यातही 'गैदी' शब्दात असलेली सूक्ष्म अशी अर्थच्छटा 'गैबान्या' शब्दात नाही. 'गैबान्या' ही शिवी म्हणून खेड्यात वापरली जाते. पण 'गैदी' शब्द असा वापरला जात नाही. ''थोडासा वैताग देणारा माणूस'' असाही सूक्ष्मार्थ 'गैबान्या' शब्दाला आहे. फारशीतल्या 'गइब' अथवा 'घइब' या शब्दापासून 'गैब' तयार झाला. त्यापासून 'गैबान्या' आणि 'गैदी' हे शब्द मराठीत आले.

१५७. मुऱ्हाळी / मुराळी - पूर्वी लहानपणी मुला-मुलींची लग्ने होत. त्या वेळी नवरी मुलीस माहेरी वा सासरी आणण्या-नेण्यासाठी जवळचा आप्त-स्वकीय पाठवला जात असे. अशा या व्यक्तीला 'मुराळी/मुऱ्हाळी' असे संबोधिले जायचे. काही ठिकाणी नवऱ्या मुलीच्या भावास 'मुराळी' असे संबोधिले जात असे. खरे तर मुऱ्हाळी याचा मूळ अर्थ 'माघारी' असा आहे. पण व्यवहारात मात्र या अर्थाचा विस्तार झाला. त्याला विशिष्टार्थ प्राप्त झाला. आणि ''नवरीच्या सासरी अगर माहेरी नेण्यासाठी आलेला इसम'' हा अर्थ व्यवहारात रूढ झाला. 'मुराळी' म्हणजे 'निरोप्या' हा काही ठिकाणी दिलेला अर्थ ग्रामीण भागात स्वीकारला गेलेला नाही.

संस्कृतातील 'मूळहारी' या शब्दापासून 'मुळारी' शब्द तयार झाला आणि त्याचा वर्णव्यत्यय झाल्याने म्हणजे वर्णांची अदलाबदल झाल्याने त्याचा 'मुराळी' किंवा 'मुऱ्हाळी' असा शब्द मराठीत अवतरला. या शब्दाचा 'मूळ' नक्षत्राशी संबंध असेल का ? शिवाय हा शब्द संस्कृत भाषेतून आलेला असण्यापेक्षाही दक्षिणी भाषेतील शब्दापासून सिद्ध झालेला असावा असे वाटते.

१५८. बोचा - समाजामध्ये थोडासा अशिष्ट समजला जाणारा हा शब्द कदाचित त्यामुळेच लोप पावला असावा. व्यवहारामध्ये आपल्या देहाशी निगडित असलेले काही शब्द केवळ अशिष्ट असे मानल्याने, चारचौघांत उच्चारणे असंस्कृतपणाचे समजल्याने नष्ट झाले आहेत. 'बोचा' हा असाच एक शब्द आहे. याचा अर्थ तसा 'खालचा, तळाचा भाग' असा असला तरी देहाच्या संदर्भात त्याच्या अर्थात बदल झाला. आणि तो

'ढुंगण, गुदद्वार, अपानद्वार' या अर्थानेच वापरण्यात आला. अर्थातच शिव्या देताना आपण सर्रास अवयवांचा वापर करीत असतो. त्यानुसार 'बोचा' या शब्दाचाही व्यवहारात शिवीसारखा वापर होत असतो. खेड्यामध्ये अजूनही याच स्वरूपात म्हणजे शिवीच्या स्वरूपात याचा तुरळक वापर होताना आढळतो.

संस्कृतातील 'बुध्न' या शब्दापासून हा शब्द निर्माण झाला असे मानलेले आहे. पण त्यापेक्षाही तो देशी शब्द वाटतो आहे.

१५९. चांदकी - ग्रामीण बोलीत भाकरीसाठी जे अनेक पर्यायी शब्द आढळतात, त्यांतला 'चांदकी' किंवा 'चांदकुली' हा एक शब्द होय. 'चांदकी' म्हणजे ''लहान भाकरी, वाटोळी भाकरी''. चंद्राचा आकार जसा आपणाला जाणवतो, तेवढ्या आकाराची भाकरी, म्हणजे तवा भरून केलेली भाकरी नव्हे. साधारणत: आपल्या तळहाताच्या आकाराएवढ्या केलेल्या भाकरीला 'चांदकी' असे म्हणतात. 'वाटोळा दागिना' असाही अर्थ या शब्दाला दिलेला आढळतो.

संस्कृतमधल्या 'चंद्र'पासून 'चांद' शब्द तयार झाला व त्याला 'की' हा स्त्रीलिंगी निदर्शक प्रत्यय लागला. बोलकी, हलकी, मारकी, रडकी यांसारख्या शब्दांत हा 'की' प्रत्यय लागलेला आपण पाहतोच. त्यापासून 'चांदकी' शब्द सिद्ध झाला मारवाडी समाजात जसे गव्हाचे फुलके करतात तेवढ्या आकाराची ही चांदकी असते.

आजकाल हा शब्द ग्रामीण भागातही वापरलेला फारसा आढळत नाही.

१६०. पाचुंदा - कृषीजीवनाशी निगडित असलेला हा शब्द आहे. आजकाल पैशाची पिके (मनी क्रॉप) निर्माण करण्याकडे कल असल्याने या शब्दाचा वापरही कमी कमी होत चालला आहे. 'पाचुंदा' म्हणजे ''पाच पेंढ्यांचा ढीग अथवा समुदाय.'' जोंधळा, मका, बाजरी इ. ची काढणी करताना पाच पेंढ्यांचा एकेक ढीग घातला जायचा. कडबा विकत घेता-देता पाच पेंढ्यांचे एक माप धरून व्यवहार व्हायचा. जनावरांना वैरण घालताना 'पाचुंदा' शब्द वापरून वैरणीचा हिशेब मांडला जायचा. म्हणून वैरणीच्या वा पेंढ्या बांधून तयार केल्या जाणाऱ्या पिकांच्या मोजमापासाठी 'पाचुंदा' हा शब्द वापरला जातो.

'पंच' या संस्कृत शब्दापासून 'पाच' हा शब्द मराठीत आला हे आपण जाणतोच. या 'पाच' शब्दापासून 'पाचुंदा' शब्द निर्माण झालेला आहे.

१६१. सेस - 'सेस' हा पूर्वी धार्मिक विधी आणि सण-सोहळ्यामध्ये वापरला जाणारा शब्द आता खेड्यापाड्यांमध्येही वापरला जात नाही. कारण कालमाना-प्रमाणे या विधी आणि सण-सोहळ्याचे स्वरूपच खूप बदलून गेलेले आहे. विवाहाच्या प्रसंगी हा शब्द थोडाफार ऐकायला येतो. या प्रसंगी 'सेस' हा शब्द 'मळवट' या अर्थी वापरला जातो. मंगल प्रसंगी ओले केलेले कुंकू कपाळावर

आडव्या स्वरूपात लावण्याच्या प्रकाराला 'सेस' असे म्हणतात. 'सेस भरणे' म्हणजे मळवट भरणे, म्हणजे कपाळावर ओल्या कुंकवाचा छोटासा पट्टा ओढणे होय. यावरच चार अक्षतांचे दाणे लावतात. मात्र 'सेस' याचा मूळ अर्थ वेगळा आहे. चंदनाचा लेप करून त्याचा कपाळावर आडव्या रेषा ओढण्याच्या कृतीस 'सेस' म्हणतात. या रेषाही आडव्या असल्या पाहिजेत. त्या उभ्या ओढल्या तर 'सेस' होत नाही. त्यास गंध म्हटले जाते. विवाह प्रसंगी असा सेस भरण्याचा प्रघात आजही दिसतो.

'शीर्ष' या संस्कृत शब्दापासून 'सिस्स' हा प्राकृत शब्द तयार झाला. आणि त्यापासून मराठीत 'सेस' शब्द अवतरला. महानुभाव कवी नरेंद्राने या शब्दाचा आपल्या रुक्मिणीस्वयंवर काव्यात वापर केलेला आहे.

१६२. बरकत - 'बरकत' हा शब्द पूर्वी अनेक अर्थांनी सर्रास वापरला जायचा. ग्रामीण बोलीप्रमाणेच हा शब्द जुन्या गद्य लेखनातही रूढ होता. आपल्याकडील बखर वाङ्मयात तर याचा वापर खूपदा झालेला आहे. 'बरकत' या शब्दाला अनेक अर्थच्छटा असल्याने तो 'लाभ, यश, भरभराट, समृद्धी' या अर्थाने वापरला जात असतानाच 'कृपा, पूर्ती, प्राप्ती किंवा कल्पनेपेक्षाही अधिक नफा' या अर्थानेही समाजात वापरला जात होता. मात्र अधिक प्रमाणात 'भरभराट, समृद्धी, लाभ' या अर्थाने वापरला जाई. उदा. ''आपल्या आशीर्वादामुळे माझ्या धंद्याला बरकत आली.''

काही भाषा अभ्यासकांच्या मते 'भृ' या संस्कृत रूपापासून 'भर' हा मराठी शब्द निर्माण झाला आणि त्यापासून 'बरकत' शब्द बनला; मात्र ही व्युत्पत्ती तितकीशी उचित व तर्कसंगत वाटत नाही. अरबी-मध्ये हा शब्द आहे. अगदी 'बरकत' असाच आहे आणि त्याचा अर्थही वेगळा नाही. मराठीत मोगल काळात अनेक फारशी-अरबी शब्द मराठीत आलेले आहेत. 'बरकत' हा शब्दही अरबीमधून आला हेच ग्राह्य मानले पाहिजे.

१६३. दळगा - ग्रामीण बोलीमध्ये हा शब्द निंदार्थी वापरला जातो. किंबहुना थोडाफार शिवीसारखा या शब्दाचा वापर केला जातो. अर्थात आजकाल हा वापरही खूप कमी झाला आहे. खेड्यामध्ये 'दळगा' हा शब्द 'निष्क्रिय, कमनशिबी, अपयशी माणूस' या अर्थाने वापरला जातो. यालाच पर्यायी म्हणून 'दळदा' असाही शब्द वापरला जातो. मात्र या शब्दाला किंचितसा भिन्न अर्थ आहे. 'रड्या, षंढ, कर्तृत्वहीन' असा याला अर्थ प्राप्त झाला आहे. थोड्याफार फरकाने दोन्ही शब्द समानच आहेत.

मुळात या शब्दाचा अर्थ 'हलकी-सलकी कामे करणारा', 'बायकांनी करावयाची कामे करणारा' असा आहे. याचाच थोडाफार अर्थसंकोच झाला आणि हा शब्द वरील अर्थाने रूढ झाला. ''ह्या दळग्याला काम सांगू नका. त्याला ते

जमायचं नाही'' या वाक्यात याच अर्थाची प्रचीती येते.
'दळगा' हा पूर्णतः देशी शब्द असावा असे वाटते.

१६४. दुरडी - ग्रामीण जनजीवनात पूर्वी नानाविध कामांसाठी उपयोगी पडणारी ही वस्तू. 'दुरडी' म्हणजे दुहेरी वीण

दुरडी

असलेली व बांबूपासून तयार केलेली टोपली. ही गोलाकार व उभट असते. मध्यम आकाराची नि काठाला जाड असते. ही दुरडी ग्रामजीवनात अनेक कामांसाठी वापरली जाते. लग्नविधीमध्ये नानाविध वस्तू ठेवण्यासाठी, रुखवताचे पदार्थ ठेवण्यासाठी; तांदूळ धुण्यासाठी, सासरी जाणाऱ्या मुलीबरोबर शिदोरी देण्यासाठी इ. अनेक कामांसाठी या दुरडीचा वापर केला जातो. दांडा बसवलेल्या फुले ठेवावयाच्या परडीलाही दुरडी असे म्हणतात. या दुरडीलाच कोकणात 'शिबुटले' असे म्हणतात. सातारा-सांगली भागात 'शिबड' असे म्हणतात. बांबूच्या कामट्यांपासून तयार केलेल्या मात्र उथळ असलेल्या टोपलीस 'शिपतर' असे संबोधितात. हे 'शिपतर' गुऱ्हाळात रस गाळण्यासाठी प्रामुख्याने वापरले जाते.
'दुरडी' हा शब्द कानडीतून मराठीत आला असावा असे काही अभ्यासकांना वाटते.

१६५. रगड / रग्गड - अरबी भाषेतून आलेला हा शब्द आजही ग्रामीण भागात बऱ्याच प्रमाणात वापरला जातो. ग्रांथिक भाषेत मात्र तो तुलनेने फारसा वापरला जात नाही. 'रगड' किंवा 'रग्गड' याचा वापरात असलेला अर्थ आहे, 'भरपूर, पुष्कळ, विपुल, मुबलक' असा. आजकाल 'रेलचेल' या अर्थानेही त्याचा वापर केला जातो.
मूळ अरबी भाषेत 'रघद्' असा शब्द आहे. त्याचा अर्थही त्या भाषेत 'विपुलता' असाच आहे. या 'रघद्' शब्दापासून मराठीत 'रगड' किंवा 'रग्गड' शब्द सिद्ध झाला. यालाच पर्यायी शब्द म्हणून ग्रामीण माणूस 'बक्कळ' 'मायंदळ' असे शब्द वापरतो. आजही अशिक्षित खेडुताच्या मुखात 'रगड'प्रमाणेच 'बक्कळ' शब्द आढळतो.

१६६. अंगी / आंगी - एके काळी लोकजीवनात पदोपदी वापरला जाणारा हा शब्द आजकाल थोडासुद्धा कानावर येत नाही. म्हणजे जवळ जवळ तो लोप पावला आहे. अंगी किंवा आंगी म्हणजे 'कुडते, सदरा, अंगरखा यांसारखे वस्त्र.' अर्थात हे रोजच्या वापरातले असते. कामधंद्यावेळी घालावयाचे असे हे वस्त्र असते. काही मंडळी लहान मुलाच्या वस्त्रालाही अंगडे असे न म्हणता 'अंगी'

असेच संबोधतात.

काही अभ्यासकांच्या मते 'अंगीया' म्हणजे 'चोळी'. यावरून 'आंगी' शब्द आला असावा. पण या व्युत्पत्तीपेक्षाही संस्कृत 'अंग' या शब्दाला 'ई' हा प्रत्यय लागून हे रूप तयार झालेले असावे असे वाटते. मराठीत 'ई' प्रत्यय लागून तयार झालेले अनेक शब्द आहेत. निळाई, दूधी, नामी इ.

१६७. गुमान - शिवकालीन गद्य लेखनात आणि गेल्या पन्नास-साठ वर्षांपूर्वी ग्रामीण परिसरात हा शब्द सर्रास वापरला जात होता. 'गुमान' या शब्दाला तसे बरेच अर्थ आहेत. 'संशय, मत, खात्री, पर्वा, गर्व, ताठा, स्पष्ट न करणे, दखल' अशा अर्थांनी तो पूर्वी वापरला जात होता. पण यापेक्षाही 'मुकाट्याने, बिनतक्रार, शांतपणे' या अर्थाने हा शब्द अधिक प्रमाणात वापरला जात होता. उदा. 'तू गुमान निघून जा.' ''मोगलांचे सैन्य गुमानपणे नदी पार करून गेले.'' ''पोलीस येताच ते गपगुमान निघून गेले.'' इ.

'गुमान' असा फारशीत एक शब्द आहे. पण त्यापासून मराठीत हा शब्द आला असे मानण्यापेक्षा 'शांत, गप्प' या अर्थाच्या 'गुप' या फारशी शब्दापासून मराठीत गुमान शब्द प्रचलित झाला असावा. काही अभ्यासकांच्या मते मूळ 'गुमान' या फारशी शब्दाच्या पूर्वी 'बे' प्रत्यय असावा; तो गळून पडला असावा. आणि 'गुमान' हा शब्द मराठीत रूढ झाला असावा. सभासदाच्या बखरीत 'निमूटपणे' या अर्थाने हा शब्द आला आहे. तर चिटणीसाच्या बखरीत 'पर्वा' या अर्थाने तो वापरला आहे. समर्थांनी 'गर्व, ताठा' या अर्थाने तो दासबोधात वापरला आहे.

१६८. गुदस्त/स्ता - मुसलमानी राजवटीमुळे येथल्या मध्ययुगीन व नंतरच्या मराठीत जे अरबी-फारशी शब्द प्रवीष्ट झाले, रुळले आणि मराठीमध्ये एकरूप झाले; त्यांपैकी 'गुदस्त/गुदस्ता' हा एक शब्द आहे. पत्रव्यवहारात आणि राज्यकारभारातील भाषेमध्ये या शब्दाचा अधिक प्रमाणात वापर होत होता. आजकाल हा शब्द फारसा वापरला जात नाही. शासकीय कार्यालयातील काही पत्रांमध्ये हा शब्द थोडाफार तग धरून आहे मात्र. 'गुदस्त' किंवा 'गुदस्ता' म्हणजे ''गत, मागचे, किंवा होऊन गेलेले (वर्ष, साल). उदा. ''साल गुदस्ता पर्जन्यमान खूप कमी झाले.'' ''साल गुदस्त त्याने घेतलेली रक्कम परत केलेली नाही.'' इत्यादी.

'गुझस्ता' या फारशी शब्दापासून हा शब्द मराठीत थोडासा बदल होऊन आला आहे. याचा फारशीतला अर्थही 'गत'-गेलेले असाच आहे.

१६९. डंगर - खास ग्रामीण माणसाच्या मुखातला हा शब्द पूर्वी बऱ्यापैकी रूढ होता. हा शब्द खेड्यातील माणूस विशेष करून पाळीव प्राण्याच्या संदर्भात वापरत असे. 'डंगर' म्हणजे 'वृद्ध' किंवा 'म्हातारा'. उदा. ''हा बैल डंगर आहे.'' ''त्याची डंगार म्हस मला फुकट दिली तरी नको.''

पण व्यवहारात या शब्दाला 'वृद्ध' एवढाच अर्थ नव्हता. 'अशक्त झालेला; मरायला टेकलेला' अथवा ''ज्या प्राण्याच्या हाडांचा अगदी सापळा झालेला आहे असा प्राणी म्हणजे डंगर''. अर्थात म्हातारपणामुळे अशक्तता ही येत असतेच. थोडक्यात, ज्याला चार पावले चालणेही शक्य नाही असा म्हातारा प्राणी. थोडासा निंदार्थी म्हणून म्हाताऱ्या व्यक्तीलाही हा शब्द वापरला जाई. ''आमचं डंगर धरणीला नुसतं पडून हाय. काय करावं ?''
हा खास देशी शब्द असावा असे वाटते.

१७०. वाटकूळ - ग्रामीण जन-सामान्यांमध्ये हरघडी वापरला जाणारा हा शब्द आहे. आज देखील वयोवृद्ध ग्रामीण माणसे या शब्दाचा थोडाफार वापर करतात. नव्या पिढीला मात्र हा शब्द अपरिचित झाला आहे. 'वाटकूळ' किंवा 'वाटकोळ' याचा अर्थ आहे, 'पुष्कळ वेळ. उशीर होईतो, दीर्घ-कालपर्यंत असा.' काही वेळा 'प्रतीक्षा करणे, खूप वेळ वाट पाहणे' किंवा 'थांबणे' या अर्थानेही हा शब्द वापरला जातो. उदा. ''मी त्याची वाटकूळ वाट पाहतोय.'' ''वाटकूळ झाला पण तो आलाच नाही.'' अशा वाक्यांत हा शब्द वापरला जातो.
संस्कृतमधील 'वटर्मन' शब्दापासून प्राकृतातील 'वटुमा' शब्द तयार झाला आणि या 'वटुमा'पासून वाट, वाटकूळ शब्द मराठीत आला. 'वाटणे' आणि 'वेळ' या दोन शब्दांपासून 'वाटकूळ' शब्द तयार झालेला असावा; असेही एक मत आहे. 'वाटेवर डोळे लावून नजर अगदी कोळ होईपर्यंत म्हणजे शिणेपर्यंत प्रतीक्षा करणे' म्हणजे वाटकूळ शब्द. 'वाटकोळ' असाही या शब्दाचा उच्चार केला जातो.

१७१. वागर / वागूर - ग्रांथिक भाषेत 'वागर' आणि 'वागरू' याचा एकच अर्थ असला तरी खेड्यातील शेतकरी विशेषत: मेंढपाळ याचा किंचितसा वेगळा अर्थ घेतात व हा शब्द वापरतात. 'वागर किंवा वागरू' याचा 'पक्ष्यास पकडावयाचे जाळे, बंधन' असा अर्थ आहे. पण धनगर मंडळी आपली मेंढरे रात्री उघड्या रानात बसवल्यावर त्यांच्या संरक्षणासाठी मोठी वीण असलेले व साधारणत: कमरेपर्यंत उंच असलेले जाळे उभारतात. या जाळ्याला ते 'वागर' असे म्हणतात. हे जाळे मध्यभागी मेंढरे बसवून त्यांच्याभोवती गोलाकार वा चौकोनी पद्धतीने उभे करतात. पक्षी पकडावयाच्या जाळ्याची वीण तुलनेने बारीक असते. म्हणून 'जाळे' या अर्थानेच हा शब्द वापरला जातो, असे म्हणता येईल.
'वाक' शब्दाला 'दोर' शब्द जोडल्याने

वागर / वागूर

हा शब्द तयार झाला असे एक मत सांगितले जाते. पण त्याऐवजी 'वाखा-पासून तयार केलेला दोर' या अर्थाचा गुजराथीमध्ये 'वागदोर' असा शब्द आहे. या 'वागदोर' पासून मराठीत 'वागर' अथवा 'वागूर', हा शब्द आला असावा. ज्ञानेश्वरांनी सोळाव्या अध्यायात 'बंधन' या अर्थाने हा शब्द वापरला आहे. संत एकनाथांनीही याच अर्थाने भागवत ग्रंथात हा शब्द वापरला आहे.

१७२. तिरीमिरी - 'तिरीमिरीला येणे' 'तिरीमिरीला आला.' ''एवढा तिरीमिरीला का येतूस बाबा ?'' अशा वाक्प्रयोगातून हा शब्द ग्रामीण बोलीत आजही थोडाफार वापरला जातो. पण तो मूळ अर्थाने मात्र वापरला जात नाही. 'तिरीमिरी' याचा मूळ कोशगत अर्थ आहे 'घेरी, चक्कर, मूर्च्छा येणे असा.' उष्णतेमुळे आलेली भोवळ असाही एक अर्थ या शब्दाला आहे. पण मूळ अर्थ बदलला आणि 'टोकाला जाणे, वैतागून जाणे, रागाने बेफाम होणे, थोडेसे आक्रमक होऊन बोलणे' या अर्थाने हा शब्द आजकाल वापरला जातो. तोही अल्प प्रमाणातच.
'तिरमी' किंवा 'तिरी' या कानडी शब्दा-पासून हा 'तिरीमिरी' शब्द तयार झाला. या कानडी शब्दाचा अर्थ 'चक्कर, भोवळ किंवा वाटोळे (गोलाकार)' असा आहे. पण हा अर्थ बाजूला सारून वेगळ्या अर्थाने तो वापरला गेला आहे.
'तिरिड्डी' म्हणजे उष्णवात. या शब्दा-पासूनही 'तिरीमिरी' शब्द निर्माण झाला असावा.

१७३. रुका / तिरुका - आजच्या भाषिक व्यवहारातून जवळजवळ बहिष्कृत झालेला असा हा शब्द आहे. शिवकालीन समाजव्यवहारात तो सर्रास वापरला जात होता. या शब्दाला एकापेक्षा अधिक अर्थ असले तरी 'रुका' म्हणजे पै, 'एक आण्याचा पाव हिस्सा' 'एक क्षुद्र नाणे' या अर्थानेच तो वापरला जात होता. अर्थविस्ताराने 'सोने-नाणे, संपत्ती, पैसा-अडका' या अर्थाने तो नंतर वापरात आला.
'रुकआ' या अरबी शब्दापासून हा शब्द मराठीत आला असावा. संस्कृतमध्ये 'रुक्मन्' असा एक शब्द असून त्याचाही अर्थ 'सोने' असा आहे. त्यापासून हा शब्द आलेला असावा असे काहींना वाटते. रुका, टका, तिरुका ही नाण्यांची नावे होती. 'तिरुका' म्हणजे तीन रुका. म्हणजे आजच्या चवली, पावली, अधेलीसारखी ही नाण्यांची नावे आहेत.
स्मृतिस्थळ, महिपतीच्या भक्तविजय ग्रंथात या शब्दाचा वापर करण्यात आलेला आहे.

१७४. मोरणी - स्त्रियांनी घालावयाचे पूर्वी जे अलंकार रूढ होते; त्यातील हा एक प्रचलित असलेला अलंकार होता. 'मोरणी' हा स्त्रियांचा नाकात घालावयाचा, सोन्याच्या तारेचा केलेला एक दागिना आहे. 'आहे' म्हणण्यापेक्षा 'होता' म्हटले पाहिजे. यामध्ये सुवर्णतारेत एखादा

मोरणी

छोटासा मोती गुंफलेला असायचा. हा दागिना आता पूर्णत: लोप पावल्यासारखा झाला आहे. एका भजनामध्ये ''सोहं मोरणी । मोरणी ग साजणी । गुरुने दिली होती गाठणी'' असा या शब्दाचा उल्लेख आढळतो.

या शब्दाचा आणखी एक अर्थ रूढ आहे. मोराच्या मादीचा आपण 'मोरणी' असाच उल्लेख करतो.

संस्कृतमधील 'मयूर' या शब्दापासून हा शब्द सिद्ध झाला आहे असे एक मत आहे. कानडीमध्येही 'मोर' असा शब्द आहे. संस्कृतमधून तो कानडीत गेला की मूळ कानडी शब्द संस्कृतात घुसला हे सांगता येत नाही. डॉ. कृ. पां. कुलकर्णी यांच्या मते हा शब्द मुळातला ऑस्टिक आहे.

१७५. अमा / आमा - सत्तर-ऐंशी वर्षांपूर्वी किरकिरणारे लहान मूल ''आय, मला आमा दी की'' असे रडक्या आवाजात आईजवळ हट्ट करीत असे. त्या माऊलीच्या जवळ बसलेली एखादी म्हातारी सहजपणे म्हणायची, ''आग, आमा पाज की त्येला. भुक्याजलं आसंल !'' अशा वाक्यातून आलेल्या 'अमा/आमा' या शब्दाचा अर्थ मुलाच्या मुखात स्तन देणे, स्तनपान करणे होय. म्हणजे 'आमा' याचा अर्थ स्तन असा झाला. त्याचेच ग्रामीण रूप म्हणजे 'थान' होय.

हा शब्द तमीळ भाषेतून मराठीत आला आहे. तमीळमध्ये 'अम्मा' याचा अर्थ 'आई' असाही आहे; आणि 'स्तन' असाही आहे. तमीळमध्ये जोडध्वनी आला आहे. या जोडध्वनीच्या आधीचा ऱ्हस्व स्वर दीर्घ होतो. या नियमाने 'आमा' शब्द तयार झाला. कानडीमध्येही 'अम्मु' म्हणजे प्रेम करणे किंवा आलिंगन देणे असा शब्द आहे. याचाही या ठिकाणी विचार करायला हवा. अरबी-मध्येही 'आई' या अर्थाने 'उम्म' शब्द आढळतो. पण ग्रामीण बोलीत एके काळी रूढ असलेला हा शब्द 'आई व स्तन' या अर्थाचा 'अम्मा' या तमीळ शब्दापासून आलेला आहे यात शंका नाही.

१७६. गुळवणी - खेड्यामध्ये प्रत्येक सणाला केला जाणारा गोड पदार्थ म्हणजे पुरणपोळी आणि गुळवणी. ज्यांच्या घरात दूधदुभते नाही; ज्यांची दूध विकत घेण्याची ऐपत नसते; अशी गरीब स्थितीतील कुटुंबे या पुरणपोळीबरोबर कोमट केलेल्या पाण्यात गूळ घालून त्याचा दुधासारखा वापर करायची. म्हणजे या गुळवणीत पोळी भिजवून-कालवून खायची. म्हणून गुळवणी म्हणजे 'गूळ मिश्रित पाणी किंवा गुळाच्या पाण्याचा पातळ द्रवपदार्थ.'

यामध्ये कधी कधी थोडेसे गव्हाचे वा डाळीचे पीठही घालतात.

'गुड' या संस्कृत शब्दापासून पाली आणि प्राकृतमध्ये 'गुलो, गढल' असे रूप तयार झाले आणि त्यापासून मराठीत 'गूळ' शब्द सिद्ध झाला. पण या व्युत्पत्तीपेक्षाही हा पूर्वी रूढ असलेल्या एतद्देशीय भाषेतील शब्द असावा असे वाटते. मल्याळम्‌मध्ये 'गूळ' असाच एक शब्द आढळतो. तोसुद्धा मराठीत आला असावा. खेड्यामध्ये सणासुदीला जेव्हा पुरणपोळीचा बेत असेल, तेव्हा हा पदार्थ आणि हा शब्द वापरला जातो.

१७७. दाताळे - शेती करण्याची पद्धत आणि तंत्र बदलले आणि त्याबरोबरच शेतीशी निगडित असलेली अवजारे, वस्तू लोप पावल्या. दाताळे हे शेतीशी निगडित असलेले अवजार आज बदललेल्या स्थितीत आढळते. त्यालाही दाताळे म्हणतात खरे; पण पूर्वी फणीसारखे दात असलेले (सहा ते आठ दात) व चार-पाच फुटी दांडा असलेले लाकडी अवजार वापरले जायचे. त्याला दाताळे असे म्हणत. वाफे तयार करण्यासाठी, सऱ्या तयार करण्यासाठी, जमीन सारखी करण्यासाठी अथवा गवत गोळा

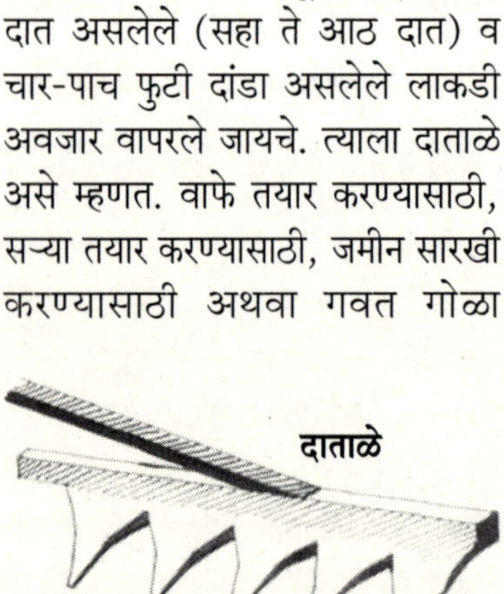

करण्यासाठी या दाताळ्याचा शेतकरी वापर करीत. असे हे शेतीला उपयोगी पडणारे लाकडी दात असलेले अवजार होते. आता त्याची जागा लोखंडी दाताळ्याने घेतलेली आहे.

संस्कृतातील 'दंत' आणि 'आलय' या दोन शब्दांचा संधी होऊन 'दंतालय' अन् त्यातून 'दाताळे' असे रूप सिद्ध झालेले असावे असे एक मत आहे.

काही अभ्यासकांनी 'दात असलेला कुळव' असा याचा अर्थ दिलेला आहे. पण तो तितकासा उचित वाटत नाही. कारण कुळव हा आकाराने तसा बराच मोठा असतो.

१७८. भुंडा - या शब्दाला प्रसंग आणि संदर्भानुसार अनेक अर्थ असले तरी ग्रामीण भागात हा शब्द मुख्यत: एक-दोन अर्थांनीच सर्रास वापरला जात होता. या शब्दाला तसे 'नागडा, बुच्चा, शिंग अथवा शेंडा नसलेला, नेहमीचे भूषण नसलेला' असे बरेच अर्थ असले तरी 'माथ्यावर कसलेही आवरण नसलेला' किंवा 'शेंडा नसलेला' याच अर्थाने तो वापरला जात असे. 'चोरांनी कणसं नेऊन सारं रान भुंडं करून टाकलं.' अथवा 'चांगल्या कामाला चाललास, भुंडा कशापायी जातुस ?' असा एखादा म्हातारा जेव्हा म्हणतो; तेव्हा वरती दिलेल्या दोन अर्थांनीच तो या शब्दाचा वापर करताना दिसतो. 'आखूड असलेला' किंवा 'आधिक्य नसलेला' या अर्थाने तो वापरत नाही.

कानडीत 'बोडु' असा एक शब्द आहे.

त्याचा अर्थ 'बोडका', 'शेंडा नसलेला' असाच आहे. या 'बोडु' शब्दापासून मराठीत 'भुंडा' शब्द आलेला असावा. 'वण्ड' या संस्कृत शब्दापासून तो मराठीत आला असावा, हे मत तितकेसे योग्य वाटत नाही.

१७९. कवळा - एखाद्या शब्दाला त्या त्या प्रदेशात भिन्न भिन्न अर्थ प्राप्त झालेला असतो. किंवा भिन्न भिन्न अर्थाने तो वापरला जातो. 'कवळा' शब्द असाच म्हणावा लागेल. कोकणामध्ये 'कवळा' हा शब्द झाडपाला, राब, नारळाचा शेंडा या अर्थाने वापरला जातो. तर व्यवहारात 'मूठभर जिन्नस, टाचेखालचा भाग' या अर्थाने तो वापरला जातो. शेतकरी जीवनात मात्र दोन्ही हातांच्या विळख्यात मावेल इतकी वैरण, गवत, सरपण, कडबा या अर्थाने तो वापरला जातो. मात्र ''दोन्ही हातांच्या मिठीत मावणारा लाकूडफाटा इ. पदार्थ'' हाच अर्थ अधिक प्रमाणात रूढ आहे. ''कवळाभर वैरण दावणीत टाक'', ''म्हशीला कवळाभर बाटूक घाला'' असा वाक्प्रयोग खेड्यातील मंडळी करीत असतात. मात्र 'मूठभर जिन्नस' हा अर्थ अचूक वाटत नाही.

संस्कृतातील 'कवल' शब्दापासून मराठीत 'कवळा' शब्द निर्माण झाला असे एक मत आहे. तर कानडीमध्ये असलेल्या 'कवल' शब्दापासून हा शब्द मराठीत अवतीर्ण झाला असे एक मत आहे.

नागाव येथे सापडलेल्या शिलालेखात 'कवळिया' असा शब्द आलेला आहे.

१८०. भगदाड - खेड्यामध्ये शेती, जमीन यांच्याशी संबंधित हा शब्द वापरला जातो. तसा हा शब्द 'भग'पासून तयार झालेला. 'भग'याचा अर्थ 'वैभव, सुख आणि भोक' असा आहे. यातील तिसऱ्या अर्थाचा आधार घेऊन 'भगदाड' शब्द वापरला जातो. 'भगदाड' म्हणजे 'मोठे भोक, खिंड, जमिनीला पडलेला खड्डा' किंवा 'जमिनीला पडलेली घळ.' 'घळ' म्हणजे रुंदीला मोठी असलेली फट. पावसाळ्यामध्ये मऊ रानामध्ये पावसाचे बरेचसे पाणी गोळा होऊन एका ठिकाणावरून वाहून जाताना मऊ असलेल्या जमिनीला या पाण्यामुळे मोठी फट पडते. तिथली माती वाहून गेल्यामुळे खळगा तयार होतो. यालाच ग्रामीण माणूस 'भगदाड' असे म्हणतो.

'भग' या संस्कृत शब्दाला मराठीचा 'दाड' शब्द लागून हा 'भगदाड' शब्द तयार झालेला दिसतो.

१८१. बक्कळ - अजूनही ग्रामीण भागात बऱ्यापैकी वापरला जाणारा हा शब्द आहे. थोडीफार शिक्षण घेतलेली मंडळीदेखील या शब्दाचा वापर करतात. या शब्दाचा वापर करताना 'खूप, भरपूर, अमर्याद, जादा' या अर्थाने त्याचा वापर होतो. ''मला बक्कळ जमीन आहे.'' ''त्याने बक्कळ पैसा मिळविला आहे.'' ''त्याला बक्कळ नातेवाईक आहेत.'' अशा वाक्यांतून या शब्दाच्या भिन्न भिन्न

अर्थच्छटा व्यक्त होतात.

पण 'बक्कळ' या शब्दाचा मुळात असलेला अर्थ वेगळाच आहे. 'बक्कळ' म्हणजे 'मूठ भरून'. या शब्दाचा अर्थविस्तार झाला आणि मूळच्या अर्थाला वर दिलेला अर्थ लाभला. हा शब्द कानडीतून मराठीत आलेला आहे. कानडीमध्ये या अर्थाचा 'कबळ' शब्द आहे. त्याचा वर्णविपर्यय होऊन 'बकळ' आणि त्यानंतर 'बक्कळ' असा शब्द मराठीमध्ये रूढ झाला.

१८२. बारव - पूर्वी ज्या गावाला नदी अथवा वाहता ओढा नसे; त्या गावाला पिण्याच्या पाण्यासाठी विहीर आणि बारवेचा सर्रास वापर केला जात असे. पिण्यासाठी नव्हे तर सर्वच कामांसाठी वापर केला जाई. तेव्हा 'बारव' म्हणजे 'व्यवहारात नेहमी वापरली जाणारी, आकाराने मोठी असलेली आणि जिला पायऱ्या आहेत अशी विहीर.' अनेकदा बारव चौकोनी आकाराची देखील असते. तिच्या पायऱ्याही रुंदीला अधिक व लांब असतात. विहीर त्या मानाने आकाराने लहान असते. ती गोल आकाराची असते. आणि बहुतांश विहिरींना पायऱ्या नसतात. कालांतराने सोयीचा विचार होऊन विहिरीला सर्रास पायऱ्या तयार केल्या जाऊ लागल्या; पण त्या छोट्या असायच्या. विहिरीपेक्षाही छोटा आकार असलेला आणि पायऱ्या नसलेल्या साधनाला 'आड' असे म्हणतात. पूर्वी प्रत्येक वाड्याच्या मागच्या भागात असे 'आड' असायचे. तो त्या वाड्याच्या मालकीचा असायचा. बारव मात्र सार्वजनिक स्वरूपाची मानलेली असते. थोडक्यात 'बारव' म्हणजे लांबी, रुंदीला मोठी असलेली, चौकोनी आकारात असलेली, दगडी बांधकामाने पायऱ्या बनविलेली सार्वजनिक विहीर.

बारव

१८३. निलके - भाषा व्यवहारामधून जवळजवळ लोप पावलेला असा हा शब्द आहे. खेड्यापाड्यांतल्या अगदी वयोवृद्ध माणसाखेरीज त्याचा अर्थदेखील इतरांना ठाऊक नाही. 'निलके' किंवा बोलीमधले रूप 'निलकं' म्हणजे 'वेगळे, स्वतंत्र स्वरूपातील.' "मला त्याच्या ताटात जेवायला नको. मला निलकं जेवायला द्या." "खळ्यातली माझ्या धान्याची रास मिसळू नका. ती निलकी ठेवा." अशा वाक्यांतून या शब्दाचा अर्थ अधिक स्पष्ट होईल असे वाटते.

याचा कोशगत अर्थ मात्र वेगळा आहे. 'निलके' म्हणजे 'पूर्णपणे' वा 'निःशेष' असा अर्थ आहे. व्यवहारात तो अर्थ बाजूला पडला.

'निरुत' किंवा 'निऋत' या संस्कृत शब्दापासून हा शब्द मराठीत आला

असावा असे काही अभ्यासकांना वाटते. पण तो तितकासा उचित वाटत नाही. हा देशी शब्द असावा. मूळ भाषेतील असावा असे वाटते. एकनाथी भागवतात हा शब्द आलेला आहे.

१८४. जित्राब / जितराब - कृषी जीवनाशी संबंधित असलेला हा शब्द आहे. आजही हा शब्द खेड्यांतील शेतकरी वापरतात. 'जित्राब' किंवा 'जितराब' याचा मूळ अर्थ आहे "बागायती शेतीला उपयोगी पडणारी जनावरे" हा. म्हणजे गाय, बैल, म्हैस, घोडा, रेडा, गाढव इ. प्राणी. मांजर, कुत्रा, शेळी, बोकड यांना या अर्थाने जित्राब म्हटले जाणार नाही. पण या अर्थातील 'बागायती शेतीला उपयोगी पडणारा' हा विशेष गळून पडला व त्यांनी म्हणजे शेतकऱ्यांनी 'पाळलेली जनावरे' हा अर्थ व्यवहारात रूढ झाला. मग त्यात सर्व पाळीव प्राणी आले. आणखी एका ठिकाणी 'श्रम करणारा प्राणी' असा अर्थ दिलेला आहे. पण आजकाल श्रम न करणाऱ्या प्राण्यांनाही म्हणजे म्हैस, वासरे, शेळ्या-मेंढ्या यांनाही जित्राब म्हटले जाते.

हा शब्द 'जित्रप' या संस्कृत शब्दापासून आला असे मानले जाते. पण ही व्युत्पत्ती तितकीशी बरोबर वाटत नाही. हा देशी शब्द असावा असे वाटते.

१८५. शिंदळ - समाजजीवनात काही शब्दांना मुळात वाईट अर्थ नसतो. पण दीर्घकालीन वापरामुळे आणि बोलणाऱ्या माणसाच्या हेतूमध्ये थोडाफार फरक होताच त्या शब्दाला विकृतार्थ प्राप्त होतो. तो शिवीसारखा वापरला जातो. 'शिंदळ' हा शब्द असाच आहे. या शब्दाला "बदफैली, व्यभिचार, दुराचरण, बाहेरख्याली" असे अर्थ आहेत. पण हा अर्थ निंदार्थी बनला आणि तो शिवी म्हणून वापरात आला. पूर्वी हा शब्द दुराचरणी असलेल्या स्त्री आणि पुरुष अशा दोन्हीसाठी वापरला जात होता. पण आजकाल तो प्रामुख्याने स्त्रीला उद्देशून वापरला जातो.

'छिन्नो' या देशी प्राकृतापासून हा शब्द मराठीत आलेला आहे. या प्राकृताचे मूळ 'छिद्'मध्ये असावे असे काहींना वाटते. इतिहासाचार्य राजवाडे यांना हा शब्द 'शिस्नदेवनी' यापासून तयार झाला असे वाटते. त्यांनी सांगितलेली ही व्युत्पत्ती चिंत्य वाटते.

१८६. शिशी - पूर्वी खेड्यामध्ये तेलासाठी मध्यम आकाराच्या काचेच्या बाटल्या वापरत. साधारणपणे सध्याच्या बिसलेरी बाटल्यांच्या आकाराच्या. या बाटलीच्या गळ्याजवळ असलेल्या खाचेमध्ये सुतळीची दोरी अडकावून ती खिळ्याला टांगलेली असायची. अशा या काचेच्या बाटलीला सत्तर-ऐंशी वर्षांपूर्वी 'शिशी' असे म्हणत. आता हा शब्द पार लोप पावला. तेलासाठी आता बरण्या आणि प्लॅस्टिकचे डबे आले. गोरगरीबाकडे बाटली असली तरी तिला आता 'शिशी' असे संबोधिले जात नाही. पूर्वी खेड्यातल्या कुटुंबामध्ये काचेच्या दोनच वस्तू

असायच्या. तेलासाठी असलेली ही बाटली आणि कुंकू लावताना उपयोगी पडणारा काचेचा भिंतीत बसवलेला छोटासा आरसा.
हा शब्द फारशीतून मराठीत आला. फारशीमध्ये 'शीश' म्हणजे 'काच किंवा काचेची बाटली' असा शब्द आहे. या 'शीश'चेच मराठी रूप 'शिशी'मध्ये झालेले आहे. आता बाटलीला उद्देशून 'शिशी' म्हटले तर कुणालाही त्याचा अर्थबोध होणार नाही.

१८७. बटई - शेती कसण्यासाठी ज्यांच्याकडे मनुष्यबळ आणि बैल बारदाना नसतो अशी मंडळी आपली शेती कसण्यासाठी दुसऱ्या शेतकऱ्याला देतात. त्या वेळी 'शेतीचा खर्च आणि उत्पन्न यांचा समसमान वाटा घेण्याचा झालेला करार म्हणजे बटईचा व्यवहार.' किंवा एकाचे भांडवल आणि दुसऱ्याचे श्रम याप्रमाणे मिळून केलेली शेतीची पद्धत यालाही बटईची शेती असे म्हणतात. तेव्हा शेतीचे येणारे उत्पन्न समान वाटून घेतले जाते. अनेकदा शेताचा मालक दुसऱ्याला शेती करण्यासाठी देतो. कसणाऱ्या शेतकऱ्याने बी, बियाणे, पेरणी, कापणी इ. चा सारा खर्च करावयाचा आणि आलेल्या उत्पन्नातून शेतीच्या मालकाला त्यातील अर्धा हिस्सा द्यायचा. यालाही बटईचा व्यवहार म्हणतात. थोडक्यात 'मालक आणि कुळ यांच्यातील जमिनीतील उत्पन्नाच्या वाटणीचा अर्धा भाग घेण्याचा झालेला व्यवहार म्हणजे बटई.' समसमान वाटणी झाली तरच 'बटई' असे म्हणतात. अन्यथा नाही.
वृत् - 'वर्तय' या संस्कृत शब्दापासून 'वट्ट' शब्द निर्माण झाला आणि त्यापासून 'बटई' हा शब्द ग्रामीण बोलीत अवतरला आहे.

१८८. बटवा - शे-पाऊणशे वर्षांपूर्वी 'बटवा' नामक वस्तूला रोजच्या जीवनात खूप मोठे स्थान होते. ती एक नित्य वापरातील बाब होती. आता मात्र ती वस्तू लोप पावली. अन् म्हणूनच तो शब्दही लोप पावला. उरला फक्त

'आजीबाईचा बटवा' या स्वरूपात. तेव्हा बटवा म्हणजे 'चार-पाच कप्पे असलेली पिशवी; किंवा अनेक पदर असलेला झोळणा.' हा 'बटवा' पुरुष जेव्हा वापरतात तेव्हा तो पान खाण्याचे जिन्नस ठेवण्यासाठी आणि स्त्रिया जेव्हा वापरतात तेव्हा आजाऱ्याच्या औषधांचा संग्रह-साठा करण्यासाठी वापरतात. पदोपदी आजारी पडणाऱ्या लहान लेकरांसाठी देशी

औषधांचा साठा या 'बटव्यात' ठेवला जाई. थोडक्यात, 'पान खाण्याची व औषधाची सरकदोरा असलेली अनेक पदरी छोटी पिशवी म्हणजे बटवा.'

कानडी भाषेत 'बटवे' किंवा 'बटवै' असा एक शब्द आहे. त्याचा अर्थ 'मसाल्याचे पदार्थ ठेवावयाची मोठी पिशवी' असा आहे. या 'बटवे'पासूनच मराठीमध्ये 'बटवा' आला. फरक इतकाच की, मसाल्याच्या पदार्थाबरोबर त्यात इतर पदार्थही ठेवले जाऊ लागले.

१८९. तालेवार - एके काळी नावाप्रमाणेच भाषाव्यवहारात वावरणारा हा शब्द होता. खेडुत मंडळीत क्वचित प्रसंगी याचा अजूनही वापर होतो. 'तालेवार' याचा आपण 'श्रीमंत अथवा ऐश्वर्य-संपन्न असलेला प्रतिष्ठित माणूस' असा अर्थ घेतो; पण त्याबरोबर या शब्दाला "आढ्यता असलेला, नशिबाची साथ असलेला, अनुकूल प्रारब्धयोग असलेला" असाही अर्थ प्राप्त झालेला आहे. व्यवहारात मात्र पहिल्या अर्थाने तो अधिक वापरला जातो.

या शब्दाच्या व्युत्पत्तीबाबत तीन मते आहेत. काही अभ्यासकांना 'तलैवण' या तमीळ शब्दापासून हा शब्द सिद्ध झाला आहे असे वाटते. काहींना वाटते, 'भाग्य' या अर्थाचा अरबीमध्ये 'तालिअ' शब्द आहे. त्याला 'वान' हा फारशी प्रत्यय लागू 'तालेवार' वा 'तालीवार' शब्द तयार झाला आहे. तर तिसऱ्या मता-आधारे देशी प्राकृतातील 'तलवर' या शब्दापासून 'तालेवार' शब्द जन्मला असावा. ताळे म्हणजे 'भाग्य. दैव.' या शब्दाला 'वान' प्रत्यय लागून हा शब्द मराठीत रूढ झाला असावा हेच खरे !

१९०. आगाप - कृषीजीवनाशी संबंधित असणारा हा शब्द आहे. शेतकऱ्याच्या दृष्टीने प्रत्येक पिकाच्या लागणीची अथवा पेरणीची एक विशिष्ट वेळ असते. त्या वेळेच्या आधी ज्या पिकाची लावणी वा पेरणी केलेली असते; अशा पिकाला 'आगाप पीक' असे म्हणतात. उदा. गहू पेरताना तो दिवाळी सणानंतर पेरला जातो. फार तर दिवाळसणात पेरला जातो. पण हाच गहू जर दसरा सणाच्या सुमारास पेरला, तर त्या गव्हाला 'आगाप' असे म्हणतात. त्याच प्रकारे ज्वारी वा इतर पिकांच्या बाबतीत म्हणता येईल. आजकाल कृषीक्षेत्रात झालेल्या क्रांतीमुळे अन् केव्हाही येणाऱ्या संकरित वाणामुळे कोणतेही पीक केव्हाही घेता येऊ लागले आहे.

कोशवाङ्मयात या शब्दाचा जो अर्थ दिलेला आहे, तो थोडासा भिन्न वाटतो. 'आगाप' याचा अर्थ 'लवकर येणारे पीक' किंवा 'लवकर येणारी ज्वारी' असा दिलेला आहे. म्हणजे आजच्या भाषेत 'हळवे पीक.' पण रब्बीचा हंगाम घेणाऱ्या भूप्रदेशात आधी दिलेल्या अर्थाप्रमाणेच 'आगाप / आगप' या शब्दाचा वापर होतो.

संस्कृतमधील 'अग्र' या शब्दाला 'पद' शब्द लागून त्यापासून मराठीत हा शब्द

सिद्ध झाला. 'अग्र' शब्दाचा अर्थ 'पुढे, आधीचा, प्रारंभीचा' असा आहेच.

१९१. बयाना/णा - एके काळी आर्थिक व्यवहार करतेवेळी वापरला जाणारा हा शब्द. शिवकाल आणि पेशवाईकाळात याचा खूप वापर होत होता. आजकाल रोजच्या व्यवहारातून तो लोप पावला असला तरी शासकीय टेंडर्सच्या नोटीसा वा तत्सम कामाच्या जाहिराती यांमध्ये तो अजूनही टिकून आहे.

या शब्दाला तसे खूप अर्थ आहेत. अन् एके काळी या अर्थांनी त्याचा वापरही होत होता. 'बयाणा' शब्दाला 'निवेदन, हकीगत, सबब, उखाणा, सत्य-वस्तुकथन' इ. अर्थ असले तरी तो विशेष करून 'विसार' किंवा 'आगाऊ भरलेली रक्कम' याच अर्थाने जादा वापरला जात होता. आजच्या भाषेत बोलायचे झाले तर 'डिपॉझिट' या अर्थाने तो वापरला जात होता. रूढ होता. उदा. 'या पुलाच्या बांधकामापोटी एवढी रक्कम बयाणा म्हणून भरावी लागेल.'

या शब्दाला असलेला आणखी एक अर्थ सांगितला पाहिजे. पूर्वी राजेरजवाडे थाटामाटाने चालले असताना त्यांचे चोपदार व इतर नोकर राजांच्या स्तुतीपर कवनांचे गायन करीत असत. या गायनालाही 'बयाणा/ना' म्हणत.

अरबी 'बैआना' आणि फारशी 'बयान' यांपासून मराठीत हा शब्द आला.

१९२. दशमी - गेल्या शंभर वर्षांपूर्वी नागर आणि ग्रामीण (विशेषत: नागर) समाजात चांगलाच प्रचलित असलेला हा शब्द होता. याची कारणे दोन : त्या काळी सोवळे-ओवळे पाळण्याचे प्रस्थ बरेच होते. आणि आजच्यासारखी प्रवासाची साधनेही नव्हती. घोडा, बैलगाडी या साधनांनी प्रवास करावा लागत असल्याने साठ-पासष्ट मैलांवरील गावाला जायला चांगले तीन दिवस प्रवासात जायचे. या प्रवासात जेवणासाठी टिकणारे पदार्थ बरोबर घ्यावे लागत. अशा टिकणाऱ्या पदार्थांमध्ये 'दशमी' हा पदार्थ हमखास घेतला जायचा. तेव्हा 'दशमी' म्हणजे 'दूध घालून केलेली थोडीशी जाडसर भाकरी.' ती चांगली भाजून घेतलेली असे. त्यामुळेच ही दशमी खराब होत नसे. तिला बुरशी येत नसे. अनेकदा फळांच्या रसामध्ये पीठ भिजवून ही दशमी बनवली जायची. तिच्यात पाण्याचा अंश नसल्याने आणि ती चांगली भाजून घेतल्यामुळे तीन-चार दिवस तरी टिकून राहात असे. जोंधळा, गहू किंवा बाजरी यांचे पीठ यासाठी वापरले जायचे. ही दशमी ओवळ्याने खाण्यास चालत असे. 'दहन' म्हणजे भाजणे. त्यापासून 'दशमी' शब्द सिद्ध झाला आहे.

१९३. वोवसा / ओवसा - 'ओवसणे' या क्रियापदापासून तयार झालेल्या या शब्दाला आपल्या धार्मिक आचरणात पूर्वी खूप महत्त्वाचे स्थान होते. व्यवहारात तो पूर्वी चांगलाच प्रचलित

होता. आजही ग्रामीण आणि नागर समाजजीवनात विशेषत: स्त्रियांच्या मुखात हा शब्द टिकून आहे.

'वोवसा/ओवसा' या शब्दाला पूर्वी असलेला अर्थ वेगळा होता. 'वसा, व्रत, नेम' किंवा 'व्रत करणे' असा याला अर्थ होता. ज्ञानेश्वरी, दासबोध या ग्रंथांत तो तसा वापरलेलाही आढळतो. पण खेड्यांमध्ये 'वोवसा/ओवसा' याला वेगळा अर्थ प्राप्त झाला आहे. 'एका स्त्रीने दुसऱ्या विवाहित स्त्रीचे अभीष्टचिंतन करणे, सौभाग्यालंकार म्हणून तिला हळद, कुंकू, अक्षता वाहणे, प्रसंगी तिची ओटी भरणे' असा याला अर्थ प्राप्त झाला आहे. हे 'वोवसणे' विवाहित स्त्रीपुरतेच असते.

'उप+आस' या संस्कृत शब्दापासून 'उवास' हा प्राकृत शब्द बनला. त्यापासून 'ओवसा', 'वोवसा' हे मराठी रूप सिद्ध झाले.

१९४. दस्तुर - फारशी भाषेतून आलेल्या या शब्दाला एके काळी अनेक अर्थ प्राप्त झालेले होते. म्हणजे अनेक अर्थांनी तो शब्द रूढ होता. 'दस्तुर' १. चाल, रीत, पद्धत असा एक अर्थ आहे. ''आमच्याकडे असा एक दस्तुर रूढ आहे.'' या वाक्यात तो अर्थ प्रकट झाला आहे. २. कर, जकात, रस्तापट्टी असा एक अर्थ पूर्वी रूढ होता. ३. जमीनदारास सरकारने दिलेली सूट या अर्थानेही तो पेशवाईत वापरला जात होता. ४. पण सर्वसामान्य लोकांमध्ये, ''हस्ताक्षर, स्वत:च्या हाताने लिहिलेला लेख'' या अर्थानेच तो अधिक रूढ होता. आजकाल शासकीय करारपत्रात 'दस्तुरखुद्द' असा शब्द नेहमी येतो. याचाही अर्थ ''स्वत:च्या हस्ताक्षरातील मजकूर'' किंवा 'सही' असा अर्थ रूढ आहे.

'दस्त' किंवा 'दस्तुरात्' या फारशी शब्दापासून मराठीमध्ये हा शब्द आलेला आहे.

१९५. ढेपण - शेती आणि पीक-पाण्याशी संबंधित असलेला हा शब्द आहे. ज्या भागात ज्वारी, बाजरी, मका यांसारखी पिके घेतली जातात, त्या भागात हा शब्द विशेष प्रचलित आहे. धान्याची रास घरात येऊन पडल्यावर जनावरांच्या चाऱ्यासाठी असलेला कडबा नीट रचून ठेवण्याच्या पद्धतीला हा शब्द वापरतात. 'मोकाट जनावरे, पाऊस, विस्तव, वादळ यांपासून संरक्षण व्हावे म्हणून माथ्यावर मातीची ढेकळे ठेवून लिंपून घेतलेली कडब्याची गंज म्हणजे ढेपण.' ही ढेपण रचताना तळाला आकाराने लांब-रुंद असलेल्या पेंढ्या घालतात. अन् मग थोडा थोडा कमी लांबीचा कडबा रचून शेवटी माथ्यावर अगदीच लहान पेंढ्या ठेवून तिला निमुळता आकार दिला जातो. 'ढासणे, गठ्ठा करणे, कायम करणे'' या अर्थानेही हा शब्द वापरला जातो. आणि तो तसा अन्वर्थक वाटतो. लहान गंज असेल तर तिला 'बडमी' असे म्हणतात. 'अधि+डिप्' या संस्कृत शब्दापासून प्राकृतात 'ढेप्प' शब्द तयार झाला आणि त्यापासून मराठीत 'ढेपण' शब्द अवतरला. असे वाटते की, हा शब्द मुळात देशी

शब्द असावा. एतद्देशीयांच्या मूळ भाषेतील अवशिष्ट शब्द असावा.

१९६. ढेलज - खेडेगावामध्ये पूर्वी श्रीमंती, प्रतिष्ठा आणि नेतृत्व यांची काही लक्षणे होती. मानदंड होते. ज्यांच्या दावणीला तरावट असे आठ-दहा बैल आहेत, ज्यांच्याकडे प्रत्येकी दोन-तीन मोटांच्या विहिरी आहेत आणि ज्यांच्याकडे दोन किंवा तीन चौक असलेला वाडा आहे, अशा माणसाला सर्वार्थाने मोठा नि मान्यवर मानले जायचे. या वाड्याच्या रुंद आणि घनगंभीर दरवाजाच्या बाजूला असलेल्या भागाला 'ढेलज' असे म्हणतात. तेथे गावाचा कारभार करणारा पाटील, देशमुख, देसाई, देशपांडे यांची बैठक असे. तेव्हा ढेलज म्हणजे "दरवाजाला लागून असलेली पडवी किंवा देवडी." "थोरले पाटील ढेलजेत बसले होते. त्यामुळे बाया माणसांना वाड्यात जाता येईना." अशी वाक्ये ग्रामीण साहित्यात येतात. या ढेलजेवरच गावचा न्यायनिवाडा होतो. गाव कारभारची खलबते होतात. 'ढेलज' या शब्दाला 'मोठा कमानदार दरवाजा' असाही एक अर्थ आहे.

'देहली' या संस्कृत शब्दापासून हा शब्द निर्माण झाला असे मानण्याऐवजी 'देहलीझ्' या अरबी भाषेतून तो मराठीत प्रवीष्ट झाला असे मानणे योग्य होईल.

१९७. चिरगूट - ग्रामीण परिसरात एके काळी सर्रास वापरला जाणारा हा शब्द आहे. आज मात्र त्याचा वापर कमी झालेला आहे. 'चिरगूट' याचा अर्थ आहे 'वस्त्र, वस्त्राचा तुकडा, फडके किंवा चिंधी' असा. या अर्थातही बारीक फरक असा की, चिंधी आकाराने लहान अन् बहुतांश विरलेल्या कपड्याच्या तुकड्यास म्हणतात. त्या मानाने मोठे व वापरता येण्यासारख्या कापडास फडके म्हणतात. तर चिरगूट हे या दोन्हीपेक्षा भिन्न. धांदोट्या निघालेल्या, काठाने फाटलेल्या, सुरकत्या पडलेल्या कपड्यास चिरगूट संबोधतात. 'पांघरूण' या अर्थानेही या शब्दाचा काही भागात वापर केला जातो. 'चिरगूट-पांघरूण' असा सामासिक शब्द वापरला तर त्याला 'कपडेलत्ते', 'अंथरा-पांघरावयाचे कपडे' किंवा 'वस्त्रप्रावरणे' असा अर्थ प्राप्त झालेला असतो.

संस्कृतातल्या 'चिर' शब्दाला कानडीतला 'गुट्ट' हा शब्द लागून 'चिरगूट' शब्द निर्माण झालेला आहे. इथे आर्यद्रवीड शब्दांचा संकर झालेला आहे. ज्ञानेश्वरीच्या अठराव्या अध्यायात 'चिंधी' असा शब्द आला आहे. लीलाचरित्रामध्ये या शब्दाचा वापर आढळतो.

१९८. चिलीम - एके काळी ग्रामीण माणसाच्या दैनंदिन जीवनाचा 'चिलीम' हा अविभाज्य घटक होता. शिळोप्याच्या गप्पा मारताना, शेतीकामाच्या वेळी विसावा घेताना, जेवण झाल्यावर सवय म्हणून नि धूम्रपानाचा आनंद घेण्यासाठी ही चिलीम वापरली जात होती. तोंडाला रुंद आणि

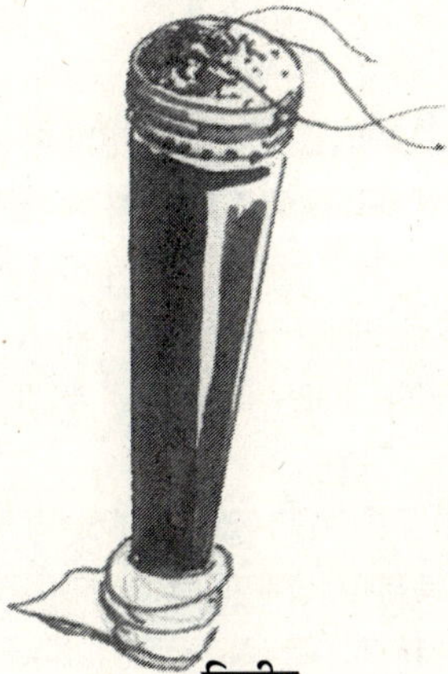

चिलीम

खाली निमुळती होत गेलेले आणि आत तंबाखू घालून नंतर वरती निखारा ठेवून नि पातळ कपडा टोकाला गुंडाळून, तंबाखूचा धूर ओढण्याचे गोलाकार आणि हाताच्या मधल्या बोटाएवढे लांब असलेले साधन म्हणजे चिलीम होय. ही मातीपासून तयार केलेली असते. थोडक्यात सांगायचे तर 'तंबाखू ओढण्याची मातीची पोकळ नळी म्हणजे चिलीम' होय. हिच्या टोकाला गुंडाळलेल्या कपड्याला 'छापी' असे म्हणतात आणि आतला तंबाखू खाली गळून पडू नये म्हणून प्रारंभी एक उभट आकाराचा खडा या चिलमीत ठेवतात. खेड्यामध्ये विडीऐवजी ही चिलीम ओढण्याची रीत होती. ही चिलीम ओढताना कुणी गावकरी आला तर त्याचे स्वागत आणि आदर करण्यापोटी त्याला ती ओढावयास दिली जाते.

कानडीमध्ये 'चिलिमे' असा शब्द आहे. हिंदीमध्येही 'चिलीम' शब्द रूढ आहे. यांपैकी कोणत्यातरी एका भाषेतून हा शब्द मराठीत आला असावा.

१९९. झोंबी - 'झोंबी' या फारशी शब्दाला बरेच अर्थ असले तरी हा शब्द खेड्यांमध्ये प्रामुख्याने 'कुस्ती' आणि 'लढाई, झुंज' याच अर्थाने वापरला जात होता. या शब्दापुढे जसे क्रियापद लागते, तसा याचा अर्थ बदलतो. उदा. 'झोंबी घेणे' म्हणजे भांडणतंटा करणे, 'झोंबी खेळणे' म्हणजे 'कुस्ती खेळणे', 'झोंबाझोंबी करणे' म्हणजे, 'हिसका-हिसकी करणे' आणि 'झोंबणे' म्हणजे आलिंगन देणे. दोन मल्लांची कुस्ती याला 'झोंबी' संबोधणे हे कालपरवापर्यंत प्रचलित होते. हा शब्द अगदी महानुभावांच्या साहित्यापासून तो निळोबारायांच्या अभंगापर्यंत प्रचलित होता. भास्करभट्ट बोरीकरांनी आपल्या 'शिशुपाळवध' काव्यात; कवी श्रीधराने हरिविजय काव्यामध्ये, समर्थ रामदासांनी दास-विश्रामधामात आणि संत निळोबांनी आपल्या अभंगात वेगवेगळ्या अर्थांनी याचा वापर केलेला आहे.

'हालचाल' या अर्थाचा 'झुंबिश' असा फारशीमध्ये शब्द आहे. त्याचे मराठी रूप म्हणजे 'झोंबी' होय.

२००. झुंझुरके - मागच्या पिढीतला प्रत्येक खेडुतगडी या शब्दाचा हरघडी वापर करीत असे. आता खेड्यातील नवी पिढी या शब्दाला पार विसरून गेली. त्यामुळे हा शब्दही आता लोप पावत चालला. 'झुंझुरके' म्हणजे 'मंद

प्रकाश असलेली पहाटेची वेळ' किंवा 'पहाटेचा संधिप्रकाश असणारी वेळ.' ''तो झुंझुरकाच गाडी घेऊन तालुक्याला गेला.'' ''झुंझुरका उठूया, आन् लागूया नांगरणीला'' अशांसारख्या वाक्यांतून या शब्दाचा अर्थ अधिक स्पष्ट होईल.

काही अभ्यासकांच्या मते 'ज्योत' या अर्थाचा संस्कृतमध्ये 'झला' शब्द आहे, त्यापासून हा शब्द मराठीत आला असावा. पण हे मत चुकीचे वाटते. त्याऐवजी कानडीमध्ये 'अंधुक प्रकाश' या अर्थाचा 'झुंझु' किंवा 'जुंजु' असा एक शब्द आहे. त्यापासून मराठीत हा शब्द सिद्ध झाला असावा. 'झुंझुमुंजू' या शब्दातील 'मुंजू' हा शब्ददेखील कानडीतून आलेला आहे. त्याचा कानडीतला अर्थ आहे 'धुके' असा.

२०१. चिपटे - जुन्या काळी धान्य मोजण्याची मापे पूर्णतः वेगळी होती. खंडी, मण, पायली, शेर इ. शेरभर धान्य म्हणजे आजचे आपले किलो, सव्वा किलो धान्य. पूर्वी चौसष्ट शेरांचा

चिपटे

मण असायचा. आता शंभर किलो वजनाचा मण होतो किंवा मानतो. याच जुन्या मापकामधील मापटे, चिपटे, कोळवे, निळवे अशी छोटी मापे म्हणजे शेराच्या आतील मापे रूढ होती. त्यातील चिपटे म्हणजे पावशेराचे माप. दुधा-सारख्या द्रवपदार्थाचे माप घालतानाही याचा वापर केला जायचा.

याचे बूड आणि तोंडाकडील बाजू रुंद असावयाची. आणि मधला भाग बारीक असावयाचा. माकडवाल्याच्या हातातल्या वाद्याप्रमाणे किंवा पूर्वी पुस्तकात वाळूचे घड्याळ दाखविताना जसे चित्र असावयाचे; तसा या चिपट्याचा-मापट्याचा आकार असे. ते पातळ लोखंडी पत्र्यापासून तयार केलेले असे.

कानडीमध्ये 'चिट्टे' असा एक शब्द आहे. त्यापासून मराठीमध्ये 'चिपटे' हा शब्द आलेला दिसतो.

२०२. दुंडा - स्वातंत्र्यपूर्व काळामध्ये समाजजीवनात जी नाणी प्रचलित होती. त्यातील एका नाण्याला असलेले हे नाव आहे. पूर्वी पैसा, दुंडा पैसा, चवली, पावली, अधेली अशी नाणी प्रचलित होती. पावली आणि अधेली ही आजही रूढ आहेत. प्रचलित आहेत. पण इतर नाहीत. यातील दुंडा (पैसा) म्हणजे ''मोठा वाटोळा पैसा'' किंवा ''दोन पैशाचे तांब्याचे थोडेसे जाड असलेले एक नाणे म्हणजे दुंडा.''

या शब्दाला व्यवहारात इतरही अर्थ प्राप्त झालेले आहेत. दुंडा म्हणजे 'न कापता

संलग्न ठेवलेली पाने किंवा पत्रे', दुंडा म्हणजे 'दोन बंद असलेला', किंवा 'दुहेरी केलेला (सुईचा दोरा वगैरे)'. खरे तर याचा मूळ अर्थ आहे 'दुप्पट किंवा दुहेरी' असा. त्यावरूनच बाकीचे अर्थ सिद्ध झालेले आहेत. ''सध्या माझ्याजवळ दातावर मारायला दुंडा पैसा सुदिक न्हायी.' अशी भाषा पूर्वी खेड्यात ऐकायला मिळायची.

कानडीमध्ये 'दुडु' आणि 'दुंडु' असे दोन शब्द आढळतात. या कानडी शब्दाचा अर्थही 'तांब्याचे वाटोळे नाणे' असाच आहे. हाच कानडी 'दुंडु' मराठीत 'दुंडा' बनून अवतरला आहे.

२०३. दिवळी - पूर्वीच्या काळात रात्रीच्या समयी घरातल्या उजेडासाठी

दिवळी

पणती, दिवा, कंदील तसेच खेड्यातल्या भाषेत चिमणी नावाचे पत्र्याचे साधन वापरले जाई. या वस्तू घरामध्ये सगळीकडे उजेड पडेल अशा ठिकाणी ठेवल्या जात. ज्या ठिकाणी दिवा ठेवला जायचा; त्या जागेला या दिव्यावरून 'दिवळी' असे म्हणण्याचा प्रघात पडला. नंतर नंतर त्याचा अर्थविस्तार झाला. सुमारे शंभर वर्षांपूर्वी/वर्षांपासून या दिवळीलाच 'कोनाडा' असा अर्थ प्राप्त झाला. तेव्हा 'दिवळ' किंवा 'दिवळी' म्हणजे 'दिवा ठेवावयाचा कोनाडा.' कालांतराने त्या जागी दिवा ठेवला नाही, तरीही त्यास दिवळी असे संबोधिले जाऊ लागले. शिवाय या शब्दाला 'लहान दिवा, तेल-तूप काढण्याचे दांडीचे भांडे' किंवा 'लांब दांड्याची लोखंडी पणती' इतके अर्थही आहेत. ते भिन्न भिन्न प्रदेशांत वापरले जातात.

'देहली' या संस्कृत शब्दापासून 'दिअली' हा प्राकृत शब्द तयार झाला व नंतर त्यापासून 'दिवळी' सिद्ध झाला. यापेक्षाही 'दिवार्-ल्' या फारशी शब्दापासून दिवळ किंवा दिवळी शब्द सिद्ध झाला असे मानणेच योग्य होईल.

२०४. कलागत - वस्तू निदर्शक शब्द ती वस्तू व्यवहारात लोप पावली की, लोप पावतो. परंतु अनेकदा असे घडते की, एखाद्या वस्तूला अथवा प्रसंगाला एकापेक्षा अधिक शब्द असतात. अन् त्यामुळे तो प्रसंग मरण पावला नाही तरी त्याचा एखादा शब्द राहतो, आणि बाकीचे शब्द मरण पावतात. म्हणजे व्यवहारातून नष्ट होतात. 'कलागत' या शब्दाचे असेच आहे. या शब्दाला असलेला 'भांडण' हा शब्द व्यवहारात राहिला, अन् 'कलागत', 'तंत्र' यांसारखे शब्द नष्ट झाले. खेड्यामध्ये म्हातारी माणसे अजूनही हा शब्द थोडाफार वापरतात. 'आरं कलागत कशापायी करता ? जरा समजुतीनं घ्या की !' असे एखादा म्हातारा

अजूनही बोलतो.

या शब्दाला 'सपाट्याचे भांडण, वैर, लावालावी (करणे)' असेही अर्थ आहेत. संतश्रेष्ठ तुकारामांनी याचा आपल्या अभंगात वापर केला आहे. आगरकरांनीही हा शब्द वापरला आहे.

संस्कृतमधील 'कलह' या शब्दाशी गती या शब्दाचा संधी झाला. त्यापासून हा शब्द मराठीत 'कलागत' बनून अवतरला असे मानले जाते.

२०५. औंदा / आऊंदा - खास ग्रामीण मातीचा स्पर्श आणि वास असलेले जे काही मोजके शब्द आज हयात आहेत; त्यामध्ये 'औंदा' या शब्दाचा अग्रक्रमाने समावेश केला पाहिजे. 'औंदा' म्हणजे "या वर्षी, यंदा, या साली". शिवाय 'औंदा' म्हणजे 'येणारे-भावी' असाही त्याला अर्थ आहे. "औंदा लगीन करायचं, माजं औंदा लगीन करायचं." हे चित्रपटगीत एके काळी या शब्दामुळे खूप प्रसिद्ध झाले होते. "औंदा पिकपाण्याची समाधानी हाय" अशी वाक्ये ऐकल्यानंतर या शब्दाची अस्सल ग्रामीणता लक्षात येते.

औंदा, आउंदा, आइंदा, आयंदा हे सर्व ग्रामीण उच्चारांतील फरक आहेत. ते भिन्न शब्द नव्हेत. फारशीमध्ये 'आयंदा' असा शब्द आहे. त्याचा अर्थही 'येणारा काल' असाच आहे. फारशीतील हा शब्द ग्रामीण बोलीत आलेला आहे.

२०६. करट - 'करट' हा शब्दही अधिक प्रमाणात ग्रामीण भागातच वापरला जातो. या शब्दाला तसे तीन-चार अर्थ असले तरी 'करट' हा शब्द 'फोड', 'उठाणू' या अर्थाने वापरला जातो. मात्र नखामुळे झालेली जखम, निखाऱ्याच्या चटक्याने आलेला फोड अथवा एखादा कीटक त्वचेवर रगडला गेल्याने येणारा फोड म्हणजे करट नव्हे. काही शरीर दोषामुळे अतिशय ठणका मारणारे गळू म्हणजे ग्रामीण भाषेतील करट होय. हे गळू आधी ठणकते, लालसर होते. नंतर ते पिकल्यावर त्यातून दूषित रक्त-पू निघतो. मोरोपंतांनी "स्तनपान काय पावे जरीही, उरी वृद्धी पावले करट." असे म्हटलेले आहे. 'करट' याला 'दुमान' असा आणखी एक शब्द आहे.

कानडीमध्ये 'केरंटु' शब्द आहे. तमीळमध्येही 'करटु' असा शब्द आहे. मात्र मराठी शब्द तमीळ भाषेतूनच आलेला असावा. संस्कृतमधून तो आला असावा यासाठी सांगितलेली व्युत्पत्ती तितकीशी निर्दोष वाटत नाही.

२०७. उतरंड - खेड्यातील सर्वसामान्य माणसाच्या घराचे वर्णन करताना 'उतरंड' या शब्दाचा वापर केल्याशिवाय ते पुरे होणारे नाही. खेड्यातील स्त्री किडुक-मिडुक यांपासून तो धान्य, दाळी, काही टिकणारे खाद्यपदार्थ येथपर्यंत या उतरंडीत ठेवत असते. अशी ही उतरंड असते प्रामुख्याने मातीच्या भांड्यांची. म्हणजे मडकी-गाडगी यांची. 'खाली मोठे मडके ठेवून त्यावरती आकाराने लहान होत जाणारी मडकी

ठेवून जी मांडणी केली जाते, तिला उतरंड' असे म्हणतात. शेवटच्या गाडग्यावर मातीचीच झाकणी ठेवलेली असते. ही उतरंड घराच्या भिंतीला लागून उभी करतात. आणि प्रत्येक ओळीतील मडक्यांची संख्या सातपासून नऊपर्यंत असते. अशी उतरंड भांड्याचीही रचली जाते. ज्ञानेश्वरीच्या तेराव्या अध्यायात ''मनोरथाच्या उतरंडी'' असा संदर्भ आलेला आहे. ''उतरंडीला नाही दाणा, पण दादला असावा पाटील राणा'' अशासारख्या म्हणी ग्रामीण भागात रूढ होत्या. आता मातीच्या भांड्यांचा-मडक्यांचा वापरच नसल्याने हा शब्दही हळूहळू लोप पावत चालला आहे. संस्कृतचे साधित रूप 'उत्तरिविड' यापासून मराठीत 'उतरंड' आला असावा, असे एक मत आहे.

२०८. डोणी - महाराष्ट्राच्या इतर भागात रूढ नसला तरी कोकणामध्ये हा शब्द बऱ्यापैकी वापरला जातो. 'डोणी' हा शब्द ''कपडे धुण्यासाठी तयार केलेले दगडी अथवा लाकडी भांडे'' या अर्थाने अधिक प्रमाणात वापरला जात असला तरी 'मोठी कुंडी', 'लहान हौद', 'पाण्याची टाकी' या अर्थानेही तो वापरला जातो. पूर्वी भारतीय लोकांच्या कोणत्याही नावेला 'डोणी' असे म्हणत, आणि युरोपियनांच्या नावेला 'जहाज' म्हणत. ज्ञानेश्वरांनी पंधराव्या अध्यायात या शब्दाचा वापर केला आहे. म्हणजे हा शब्द त्यांच्याही आधीपासून भाषेत रूढ असावा.

डोणी

संस्कृतातील 'द्रोणम् आणि द्रोणी' यापासून डोणी शब्द निघाला असे एक मत आहे. ही डोणी तशी थोडीफार द्रोणाच्या आकाराची असली तरी कानडीत 'ढोणे' व तमीळमध्ये 'तोणी आणि ढोणी' असे शब्द आढळतात. या तिन्ही शब्दांचा अर्थ 'डोंगरातील टाके' आणि 'मोठे पसरट भांडे' असा आहे. या कानडी अथवा तमीळ शब्दावरून 'डोणी' हा शब्द मराठीत आला असावा असे वाटते. कानडीमध्ये 'डुनु' असाही एक शब्द आहे. त्यापासूनही 'डोणी' शब्द जन्मला असावा.

२०९. मंदील - ''जरीचा काठ असलेले किंवा काठाऐवजी जरीची काडी असलेले पागोटे किंवा फेटा'' म्हणजे मंदील. हा 'मंदील' शब्द शिवकालापासून पाहावयास मिळतो. वाचावयास मिळतो. ऐतिहासिक गद्य लेखनात एखाद्याचा सन्मान करताना मंदील दिल्याचा उल्लेख आढळतो. एखाद्याला पराक्रमाबद्दल पारितोषिक द्यावयाचे असो, पदवी बहाल करावयाची असो, इतर बाबींबरोबर हा मंदील त्या व्यक्तीला बहाल केला जाई. त्या काळी 'मंदील' हे प्रतिष्ठेचे लक्षण

मानले जात असे.

अरबी भाषेत 'मिन्दिल्' असा एक शब्द आहे. त्याचा अर्थ ''कमरेला अथवा डोक्याला बांधावयाचा विशिष्ट प्रकारचा रुमाल'' असाच आहे. या अरबी शब्दाचे मराठी रूप म्हणजे 'मंदील' होय.

सन्मान करण्याची, पदवी वा पारितोषिक देण्याची आजची प्रथाच पार बदलून गेल्याने हा शब्दही व्यवहारातून बाजूला फेकला गेला.

२१०. माडगं - लोकसंस्कृतीचा हा एके काळी खास असलेला पदार्थ होता. जनसामान्यांस व गरीब कुटुंबांना आधार देणारा, सवंग, सोपा, पौष्टिक आणि तितकाच चवदार असलेला हा पदार्थ आहे. किंबहुना एके काळी रूढ होता. माणदेशामध्ये ''हुलग्याच्या म्हणजे कुळीथाच्या पिठाचे पातळसर केलेले पिठले किंवा कढण'' याला माडगे म्हणतात.. निजामी प्रदेशात मात्र ''डाळ आणि तांदूळ एकत्र शिजवून केलेल्या खिचडीस माडगं'' असे म्हणतात.

हुलग्याच्या भरड पीठाला लसणाची फोडणी देऊन हे माडगं तयार केले जाते. हे कढण ताप आलेल्या माणसाला देतात. त्याचा ताप निघून जातो. अंगाला घाम येतो आणि या माडग्यानं तापात आलेला अशक्तपणा ही भरून निघतो. हुलगा हे कमी पावसावर आणि हलक्या जमिनीत येणारे पीक असल्याने गोरगरीब कुटुंबे या स्वस्त असलेल्या माडग्यावर गुजराण करून जगतात.

'माडगं' हा देशी शब्द असावा असे वाटते.

२११. परणा - आजही ग्रामीण भागात लग्नसमारंभावेळी या शब्दाचा वापर केला जातो. प्रत्यक्ष विवाहविधी सुरू होण्यापूर्वी म्हणजे मंगलाष्टके सुरू होण्यापूर्वी नवरा मुलगा परण्याला जाण्याचा प्रघात आहे. या निमित्ताने तो मारुतीच्या दर्शनास जातो. त्याच्या आगे-मागे मोठ्या आकाराच्या नव्या वस्त्राची चार टोके माथ्यावर धरून चालणारी माणसे असतात. त्याखाली तबकात पूजेचे साहित्य घेतलेल्या एक-दोन स्त्रिया असतात. त्यांच्या कपाळी मळवट भरलेला असतो. एका माणसाच्या हातात कुऱ्हाड आणि त्या घराण्याचे देवक असते. तांब्याच्या मुखावर नारळ, पाने, फुले असतात व नवऱ्या मुलासह देशदर्शनास जाणे नि परत मंडपात येणे या विधीला ''मुलगा परण्याला निघाला... परण्यावरून परत आला.'' असा खेड्यांत शब्दप्रयोग केला जातो. तेव्हा 'परणा' म्हणजे ''लग्नासाठी मांडवात येणे, किंवा लग्नास सिद्ध होणे.'' हा शब्द आणि हा विधी कमी-अधिक फरकाने सिंधी, गुजराथी, पंजाबी, हिंदी या भाषांमध्येही आढळतो. हिंदीमध्ये तर मराठीप्रमाणे 'परना' असाच शब्द आढळतो.

संस्कृतमधील 'परिणयति' या रूपापासून 'परणा' हा शब्द सिद्ध झालेला आहे.

२१२. चंबू - 'चंबू' या शब्दाचा

चंबू

काही ठिकाणी 'पाणी पिण्याचे भांडे' असा अर्थ दिलेला असला तरी तो पुरेसा नाही. वास्तविक पाहता 'चंबू' म्हणजे ''ज्याच्या तळाचा आकार मोठा आहे व गळा अरुंद असे छोटेसे उभट भांडे म्हणजे चंबू'' होय. हे पात्र विशेषत: लहान मुलांसाठी वापरले जाते. याचा आकार साधारणपणे पावशेर वा त्यापेक्षा कमीच द्रवपदार्थ मावेल एवढा असतो. यालाच गडवा, गडू, गिड्डी, तांबले अशी दुसरी नावे आहेत. यावरून तयार झालेल्या 'चंबुगबाळ' या शब्दाला मात्र 'सामान-सुमान' असा अर्थ प्राप्त झालेला आहे. 'चंबुगबाळ आटोपणे' म्हणजे निघून जाण्यासाठी (भांड्याकुंड्यासह) साऱ्या सामानांची आवराआवर आणि बांधाबांध करणे होय.

हा शब्द 'जंबुलक' या शब्दापासून तयार झाला आहे असे म्हणण्याऐवजी कानडी वा तमीळ भाषेतून तो आलेला असावा असे म्हणणे रास्त वाटते. कारण कानडीत 'चंबु' असा शब्द आहे व त्याचा अर्थ 'पिण्याचे वाटोळे भांडे' असाच आहे. तमीळमध्ये 'शोंबु, चोंबु' असा शब्द आढळतो. यांपैकी कोणत्यातरी भाषेतून मराठीतला 'चंबू' आला असावा. विशेषत: महाराष्ट्राला लगत असलेल्या कर्नाटकातून म्हणजे कानडीतून.

२१३. चंची - पान, तंबाखू आणि चिलीम हे ग्रामीण माणसाच्या जीवन-शैलीचे खास विशेष म्हणावे लागतील. त्यातही पान आणि तंबाखू खाणाऱ्या माणसांची संख्या खूपच. पान खाण्यासाठी सुपारी, कात, चुना, विड्याची पाने इ. सामान लागते. हे सामान ठेवण्यासाठी जी चार-पाच कप्पे असलेली छोटीशी

चंची

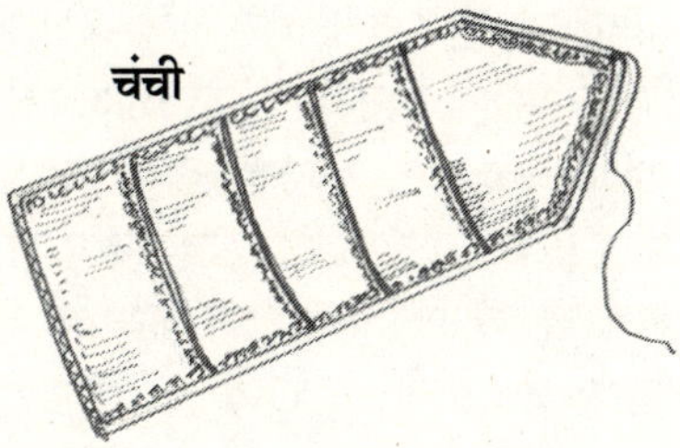

पिशवी असते. ती म्हणजे चंची होय. ही चंची साधारणपणे आयताकृती असते व या चंचीच्या वरच्या कप्प्याच्या त्रिकोणी टोकाला ती गुंडाळण्यासाठी नाडी असते. ही चंची गुंडाळून खिशात ठेवता येते. पानाचे साहित्य ठेवण्यासाठी बटवा नावाचे असेच एक साधन असते. पण त्याचा आकार उभट असतो. सरकदोरीने त्याचे तोंड बंद करता येते अन् तो कमरेला खोचता येतो. चंची कमरेला खोचता

येत नाही. चंचीवर विणकामही करण्यात येते.

संस्कृतमध्ये 'चंचा' असा एक शब्द आहे. त्या शब्दाला 'वेताची टोपली' असा एक अर्थ आहे नि 'विणलेली पिशवी' असा दुसरा एक अर्थ आहे. या 'चंचा'पासूनच मराठीत 'चंची' हा शब्द सिद्ध झाला आहे.

२१४. गरगटा - अर्थविस्तार होऊन अनेक संदर्भात वापरला जाणारा हा शब्द आहे. आजही ग्रामीण भागात या शब्दाचा वापर थोडाफार होत असतो. 'गरगटा' किंवा 'गरगट' म्हणजे भाजीपाला, डाळ, पीठ यांचे सरभरीत मिश्रण. पिठल्या-सारखी दाट आमटी आणि त्यात घातलेल्या दोन-तीन वस्तू यांचे केलेले मिश्रण म्हणजे गरगटा. ''आज आळवाचे गरगट केले होते.'' अशा वाक्यातून या शब्दाचा अर्थबोध होईल. खेड्यामध्ये या शब्दाचा अर्थविस्तार होऊन कोणत्याही पातळशा असलेल्या भाजीला 'गरगटा' म्हणण्याचा प्रघात आहे. याशिवाय ज्यामध्ये पाणी राहिल्याने पचपचीतपणा आलेला आहे; अशा भातालाही गरगटा भात असे म्हणतात. काही मंडळींना 'गरीग्रंथ' या शब्दापासून हा शब्द निर्माण झाला असे वाटते. तर काहींना हा ध्वनिशब्द असावा असे वाटते. तेलगू भाषेत 'गिरगिर' असा शब्द आहे. तमीळमध्ये 'किरूगिरू' असा शब्द आहे. या दोन्ही शब्दांपैकी एकापासून 'गरगटा' तयार झाला असावा. खूप थकणे, दमणे, भूस पडणे या अर्थाने पूर्वी ''माझ्या गांडीचा गरगटा झाला'' असा एक वाक्प्रचार रूढ होता.

२१५. भुती - 'भुती' या शब्दाचा कोशात अर्थ आहे ''परगावी जाताना बरोबर न्यावयाचे अन्नपदार्थ किंवा पाथेय.'' हा अर्थ बरोबर असला तरी या शब्दाचा अर्थविस्तार झाला. त्याला सांस्कृतिक व परंपरागत संदर्भ चिकटला. खेड्यामध्ये मागील सत्तर-ऐंशी वर्षांपूर्वी भुती म्हणजे ''सासरी जाणाऱ्या नवरी-सोबत दिल्या जाणाऱ्या तेलच्या, वा गोड पदार्थ''. तेलच्या म्हणजे वरून भरपूर तेल घातलेल्या दळदार पुरण-पोळ्या. हळद कुंकू, चोळीचे खण आणि ही भुती एका दुरडीत पाठवली जायची. सून सासरी आल्यावर आळीतल्या आणि आप्तातल्या दहा-वीस बायकांना बोलावून ही भुती सोडली जात असे. एकूण किती पुरणपोळ्या आहेत याचा अंदाज घेऊन त्यांचे तुकडे केले जात व हळद कुंकू लावल्यावर जमलेल्या बायकांना ही भुती वाटली जात असे. त्यातून मुलगी नांदायला सासरी आली हे साऱ्या गावाला कळायचे. मुलीकडच्या पाहुण्यांनी किती भुती दिली यावर तिच्या माहेराची प्रतिष्ठा ठरविली जात असे. सासरचे मोठेपण जोखले जात असे. मूळ उद्देश जरी प्रवासात खावयाचे अन्न बरोबर घेणे हा असला तरी नंतर त्याचे स्वरूप व उद्देश बदलून गेला. आता ही प्रथाही लोप पावत चालली आहे. काही घरात पुरणपोळ्यांऐवजी आता लाडूची दुरडी भुती म्हणून मुलीबरोबर

दिली जाते.

२१६. भिकबाळी - पुरुषांनी घालावयाचा हा दागिना एके काळी लोकप्रिय होता, अन् तितकाच प्रतिष्ठितही होता. 'भिकबाळी' म्हणजे 'पुरुषांच्या उजव्या कानात घालावयाचा मोत्याचा दागिना' पूर्वी ही भिकबाळी भिक्षा मागून मिळविलेल्या सोन्याची अथवा त्या पैशाचे सोने घेऊन त्याची तयार करीत. म्हणून

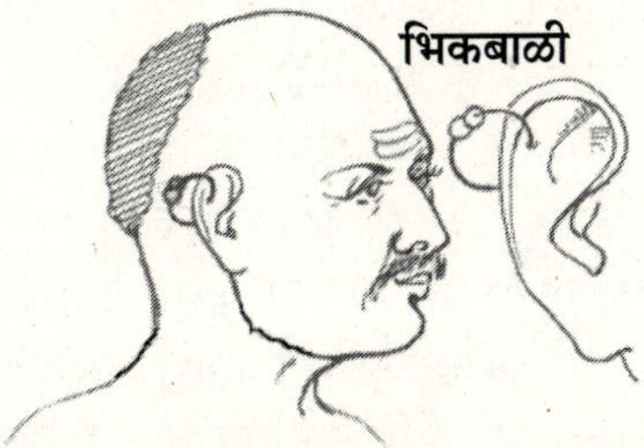

तिला 'भिकबाळी' म्हणावयाचे. हिचा आकार गोल असतो नि तिच्या वरच्या बाजूला सोन्याच्या तारेत मोती बसवलेला असतो.

पेशवाईच्या काळात युद्धात पराक्रम केल्यावर, एखाद्याचा सन्मान करताना अथवा विशिष्ट प्रसंगी भेट देताना भिकबाळी देण्याची प्रथा होती. भिकबाळी घालणे हे प्रतिष्ठेचे, वैभवाचे आणि सामाजिक श्रेष्ठतेचे द्योतक होते. ऐतिहासिक राजे-रजवाड्यांच्या चित्रांत तसेच अव्वल इंग्रजी अंमलातील थोर व्यक्तींच्या चित्रांत ही भिकबाळी दिसते. काहींनी एकाऐवजी दोन मोती असलेली भिकबाळी घातलेली आपणास दिसते. आता हा दागिना घालण्याची प्रथा लोप पावताच भिकबाळीही लोप पावली. पेशवे आणि रामशास्त्री प्रभुणे यांच्या संबंधातील कथेत या भिकबाळीचा उल्लेख आलेला आहे.

२१७. परुस / पुरुष - 'पुरुष' या शब्दाला ग्रांथिक अर्थ खूप आहेत. नागर समाजात हा शब्द 'नर, वयात आलेला माणूस, पिढी, पिढीतील एक व्यक्ती, पूर्वज' या अर्थाने वापरला जातो. ग्रामीण समाजात अन् विशेषत: कृषिप्रधान जीवनात 'पुरुष' शब्दाचा उच्चार 'परुस' असाच केला जातो. उच्चारसौकर्यापोटी हा बदल झाला असावा. पण या बदलाबरोबरच त्याचा एक वेगळाच अर्थ या ग्रामीण मंडळींनी स्वीकारलेला असतो. त्यांच्या दृष्टीने 'परुस' म्हणजे साडेतीन हात उंचीचे प्रमाण. म्हणजे अंदाजे साडेसहा ते सात फूट उंचीचे प्रमाण. "चार परुसावर हिरीला पाणी लागले." "घरासाठी चांगला परुसभर पाया घेतला." "देवळाचं शिखर चांगलं सहा परुस तरी उंच आसंल." अशी वाक्ये ही माणसे बोलतात, तेव्हा अंदाजे त्याच्या दुप्पट फुटांचा अंदाज आपण करावयाचा असतो. त्यांची उंची आणि खोलीची भाषा फुटाऐवजी हात आणि परुसावर बेतलेली असते.

खेड्यामध्ये गेल्या पिढीतील माणसे या 'परुस' शब्दाचा वापर करून आजही आपले मनोगत व्यक्त करीत असतात. नव्या पिढीला मात्र फूट व मीटरची भाषा येते.

२१८. कांडका - कांड किंवा 'कांडका' या शब्दाला अनेक अर्थ असले तरी लोकसंस्कृतीतील सामान्य माणूस 'कांडका' शब्दाचा अर्थ त्याच्या रूढार्था-पेक्षा थोडासा भिन्न घेतो. या शब्दाचा रूढार्थ आहे 'विभाग पाडणे, तुकडा करणे, खांडोळी करणे' हा. पण खेड्यातला माणूस या शब्दाचा थोडा वेगळा अर्थ घेतो. 'कायमचा प्रश्न सोडविणे, पूर्णपणे गुंता सोडविणे, बरेच दिवस रेंगाळलेल्या गोष्टीचा सोक्षमोक्ष लावणे, भांडणाला कारण होणाऱ्या एखाद्या गोष्टीचा कायमचा निकाल देणे' या अर्थाने तो 'कांडका' शब्द वापरतो. ''आमच्या या व्यवहाराचा एकदाचा कांडका पाडून टाका.'' असे जेव्हा म्हटले जाते, तेव्हा कायमचा निर्णय/निकाल देऊन टाका असेच बोलणाऱ्याला म्हणावयाचे असते.
'कांड' या संस्कृत शब्दापासून हा मराठीत आलेला शब्द आहे. फार तर 'का' हा प्रत्यय लागलेला असावा. वाळका, विटका, थोटका, लांबूळका, जळका या शब्दांना असा प्रत्यय लागलेला आपण पाहतोच.

२१९. बिंडा - शेतमळ्याशी संबंधित असा हा शब्द आहे. गवत, काटक्या, वैरण तसेच सरपण यांचा दोन्ही हातांच्या कवेत मावेल एवढा ऐवज घट्ट बांधला म्हणजे त्याला बिंडा असे संबोधण्यात येते. त्याला 'भारा' किंवा 'गठ्ठा' असेही म्हटले जाते. खरे तर 'भारा' हा आकाराने नि वजनाने मोठा असतो. बिंडा म्हणजे

बिंडा

कवळाभर ऐवज. याशिवाय 'बिंडा'ला आणखी अर्थ आहेत. सुताचे भेंडोळे आणि डोंगराचा सुळका यालाही 'बिंडा' असे म्हणतात. खेड्यामध्ये पोहायला शिकणाऱ्या मुलास पाण्यात ढकलण्यापूर्वी त्याच्या पाठीवर गव्हाच्या पोकळ काडांचा एक ढोलकीच्या आकाराचा गठ्ठा बांधतात. तो पोकळ असल्याने मुलास बुडू देत नाही. या काडांच्या गठ्ठ्यालाही 'बिंडा' असे म्हणतात. ऐतिहासिक कागदपत्रांत बिंडा म्हणजे 'बुरुज, किल्ला, आणि भुयारे बांधावयाचा माल' असे अर्थ दिलेले आहेत.
'पिंड' या संस्कृत शब्दापासून प्राकृतात 'बिट्ट' किंवा 'बिंड' शब्द तयार झाला. आणि त्याचे 'बिंडा' असे मराठी रूप तयार झाले.

२२०. लोटके - साठ-सत्तर वर्षांपूर्वी ग्रामीण भागात मातीच्या भांड्यांचा वापर अधिक प्रमाणात होत होता. धातूपासून तयार केलेली भांडी अगदी कमी असायची. या मातीच्या भांड्यांचा जसा आकार तशी

लोटके

त्याला लोकमानसाने नावे दिलेली असायची. उदा. डेरा, माठ, घागर, मोगा, डिचकी, गाडगे, लोटके, झाकणी, परळ इ. यांतील झाकणी आणि परळ ही पसरट आणि झाकण्यासाठी उपयोगी पडायची. यांपैकी 'लोटके' हे आकाराने सर्वात लहान भांडे, तेव्हा 'लोटके' म्हणजे 'मातीचे लहान मडके', किंवा 'मातीचा लहान लोटा.' रहाट-गाड्याच्या माळेस बांधावयाच्या मातीच्या भांड्यांनाही 'लोटके' असेच म्हणतात. 'शिशुपालवध' काव्यात भास्करभट्ट बोरीकरांनी 'कनकाचिये लोटी' असा उल्लेख केला आहे. धातूचे-सोन्याचे भांडे असा त्याला अर्थ अभिप्रेत असावा. आता मातीच्या भांड्यांचा वापर जवळ-जवळ लोप पावलेला असल्याने वर उल्लेख केलेली बरीच भांडी आणि त्यांचे शब्द लोप पावले आहेत. 'लोहघट' या संस्कृत शब्दापासून हा शब्द निर्माण झाला असे मानण्याऐवजी 'लोटो' या कानडी शब्दापासून मराठीत 'लोटके' आलेले असावे. कारण लोहघट म्हणजे लोहाचे म्हणजे लोखंडाचे भांडे असा अर्थ होतो.

२२१. म्होतूर / मोहतूर - लोक-जीवनातील परंपरा आणि रीतिरिवाज यांच्याशी संबंधित असा हा शब्द आहे. पूर्वी विधवा स्त्रीला पुनर्विवाह करण्यास रूढीची मान्यता नव्हती. परंतु खालच्या जातीतील विधवा स्त्री दुसरा विवाह करू शकत होती. अशा स्त्री किंवा पुरुषाचा दुसरा विवाह म्हणजे 'म्होतूर' होय. यालाच 'म्होतूर लावणे' असे म्हटले जाते. 'पाट लावणे' असा दुसरा शब्द-प्रयोगही चांगलाच रूढ होता. थोडक्यात, 'पुन्हा लग्न करण्याचा विधी म्हणजे म्होतूर' होय.

'म्होतूर' लावून घेणाऱ्या स्त्री-पुरुषाची परस्पर मान्यता असली तरी या विधीपूर्वी पाटील, कुलकर्णी, देशपांडे वगैरेंना कर म्हणून एक विशिष्ट रक्कम द्यावी लागे. ती रक्कम दिल्यानंतर आणि त्यांनी मान्यता दिल्यानंतर हा विधी होत असे. या अशा रकमेला 'पाटदाम' असे म्हणत. म्हणजे पाट लावण्यासाठी दिलेला दाम.

२२२. एक्का - अनेकदा एका वस्तूला अधिक नावे असतात. प्रारंभी ती सारीच नावे समाज व्यवहारात रूढ असतात. वापरली जातात. कालांतराने मात्र त्यातील त्या वस्तूचे एखादेच नाव शिल्लक राहते.

एक्का

बाकीची नावे क्षीण होतात. ती अगदी अल्प प्रमाणात वापरली जातात. अशा नावांमध्ये 'एक्का' या शब्दाचा समावेश केला पाहिजे. 'एक्का' म्हणजे "एका बैलाची गाडी किंवा वाहन." ही गाडी थोडीशी रुंदीला लहान असते. या गाडीलाच 'छकडा' असा प्रतिशब्द आहे. हाच शब्द अधिक वापरला गेल्याने 'एक्का' हा शब्द लोप पावला. या शब्दाला आणखी दोन अर्थ आहेत. 'मेणबत्तीचा स्टँड' आणि 'लाकडी मल्लखांब' यांनाही काही भागात 'एक्का' असेच म्हणतात. संस्कृतमधील 'शकट' या शब्दाचे 'छकड' असे प्राकृत रूप बनले आणि त्यापासून 'छकडा' हा मराठी शब्द अवतरला. ज्या वाहनाला एकच बैल वापरला जातो त्याला 'एक्का' म्हणण्याचा प्रघात पडला असावा.

२२३. भाला - 'भाला' या शब्दाचा आपणाला एकच अर्थ ठाऊक आहे. तो म्हणजे लांब काठीच्या टोकाला पोलादी पाते असलेले एक टोकदार शस्त्र किंवा लढाईत वापरले जाणारे एक हत्यार. पण जनव्यवहारात भाला या शब्दाला इतरही बरेच अर्थ आहेत. भाला म्हणजे 'जुलुम वा दरोडेखोरी.' भाला म्हणजे 'अंधाधुंदी कारभार.' भाला म्हणजे 'भाला फेकल्यावर तो जिथे पडेल तिथपर्यंतचे अंतर.' पण या साऱ्या अर्थां-पेक्षाही खेड्यातील मंडळी 'भाला' या शब्दाचा एका वेगळ्या अर्थाने वापर करतात. आणि शेतकरी समाजाला तोच अर्थ अधिक ज्ञात आहे. गाईची धार काढताना तिने लाथ मारू नये म्हणून तिच्या मागील पायांना कासरा किंवा जाडसर दोरी घट्ट बांधली जाते. याला शेतकरी 'भाला घालणे' असे म्हणतात. गायीचे मागचे दोन्ही पाय जवळ आणले जातात; आणि कासरा दुहेरी करून दोन्ही पायांना तिढा देऊन त्याची गाठ मारली जाते. इंग्रजी आठ आकडा जसा दिसतो, तसा हा भाला घातलेला असतो. साधारणतः पायांच्या मध्यभागी - फऱ्याजवळ हा भाला घातला जातो.

२२४. कोलदांडा - 'कोलदांडा' हा शब्द खूपच प्रसिद्ध होता. पूर्वी शाळेत शिक्षा म्हणून कोलदांडा देत. याचा मूळ अर्थ आहे 'नाठाळ जनावरांच्या गळ्यात अथवा पायांत अडकावयाचा लाकडी दांडका'. त्यातूनच त्याचा लक्षणार्थ झाला, 'संकट', आडकाठी किंवा प्रतिबंध. जनावरांच्या गळ्यात बांधलेल्या या दांडक्यामुळे त्याला धावता येत नसे. वेगाने जाता येत नसे. म्हणजे त्याच्या चालण्यामध्ये आडकाठी उत्पन्न व्हायची. खेड्यात याला 'लोढणा' असेही म्हणतात. पण दुसराही एक अर्थ याला आहे. शिक्षा करताना माणसाला उकिडवे बसवून आणि दोन्ही हातांत पाय घेऊन त्याचे हात बांधले जात. मग कोपरे आणि गुडघे यांच्यामधून एक मनगटाएवढा दांडा आडवा घालत. यालाच कोलदांडा घालणे असे म्हणतात. शाळेतील वात्रट मुलांना, भुरट्या चोऱ्या करणाऱ्या चोरांना अशी शिक्षा दिली जायची.

कानडी भाषेत 'काठी' या अर्थाचा 'कोळ' असा शब्द आहे. या शब्दाशी संस्कृतातील 'दंड' शब्दाचा समास झाला. म्हणजे कानडी संस्कृतचा इथे संकर झाला. दिनकर स्वामींनी आपल्या काव्यात हा शब्द वापरला आहे. 'हाडकुळा, काट-कुळा' यातला 'कुळा' शब्दही 'कोल' या शब्दापासूनच तयार झालेला आहे.

२२५. कोस - 'कोस' म्हणजे अंतर मोजण्याचे एक मापक. एक कोस म्हणजे दोन मैल. म्हणजे आजच्या भाषेतील सुमारे सव्वातीन किलोमीटर. 'कोश, आक्रोश' यांपासून हा शब्द सिद्ध झाला. म्हणजे हाक ऐकू जाण्याइतके अंतर. पण वास्तवात इतक्या दूरपर्यंत हाक जाणारच नाही. पण त्यावरूनच दोन मैल हा रूढार्थ मान्य झाला. त्यातही गंमत अशी की, निरनिराळ्या राज्यांत आणि निरनिराळ्या काळांत याचे प्रमाण बदलले आहे. अकबराच्या काळात कोस म्हणजे दोन मैल आणि चार फर्लांग, तर फाहेनच्या काळात दोन मैलांचा कोस रूढ होता. महाराष्ट्रात दोन मैलांचा कोस होतो, तर कर्नाटक - म्हैसूरकडे चार मैलांचा कोस होतो. बंगालकडे सव्वा मैलास कोस म्हणतात. मध्यप्रदेशात तीन मैलांच्या अंतरास कोस असे संबोधितात. स्थूलपणे असे म्हणता येईल की, चार हजार हात लांबीचा भूभाग किंवा चार हजार पाचशे साठ यार्ड लांबीचा भाग म्हणजे एक कोस. खरे तर इतक्या लांबपर्यंत कुणाचाच 'आक्रोश' जाणार नाही.

२२६. चकमक - 'चकमक' या शब्दाला तसे दोन-तीन अर्थ आहेत. आपल्या परिचयाचा अर्थ आहे 'काही काळ झडलेली लढाई'. किंवा 'चकमक.' म्हणजे भांडण. किंवा 'चकमक' म्हणजे 'शिव्यांसह कटू शब्दांनी केलेला कलह.' पण ग्रामीण भागात 'चकमक' या शब्दाला आणखी एक अर्थ आढळतो. पूर्वी आगपेटीच्या वापरापूर्वी अग्नी निर्माण करण्यासाठी ज्या साधनाचा वापर केला जायचा, त्याला/तिला 'चकमक' असे म्हटले जायचे. दुसऱ्या शब्दांत 'अग्नीची ठिणगी निर्माण करण्यासाठी वापरलेली गारगोटी आणि पोलादाची पट्टी' यास चकमक म्हटले जात होते. गारगोटीवर रुईचा कापूस ठेवून वरती पोलादाच्या पट्टीने जोरात आणि झटक्यात घर्षण केले की, ठिणगी पैदा व्हायची. अन् ती रुईवर पडून अग्नी निर्माण व्हायचा. थोडक्यात 'अग्नी पेटविण्याचे साधन म्हणजे चकमक.' पूर्वी खेड्यांत सर्रास चकमकीचा वापर केला जात होता.

टर्नर या अभ्यासकाच्या मते हा शब्द तुर्की भाषेतील असावा. अलीकडच्या काही अभ्यासकांना हा शब्द फारशी भाषेतून आलेला आहे, असे वाटते.

२२७. दिरंग - आजच्या आपल्या मराठी भाषेत चार भाषांतील शब्द अधिक प्रमाणात प्रवीष्ट झालेले आहेत. त्या भाषा म्हणजे कानडी, फारशी, संस्कृत आणि

इंग्रजी. या भाषांतील अनेक शब्द जसेच्या तसे मराठीने स्वीकारले आहेत. अशा शब्दांपैकी फारशीतून आलेला 'दिरंग' हा शब्द नमुना म्हणून सांगता येईल.

'दिरंग' म्हणजे 'विलंब, उशीर, लांबण किंवा रेंगाळणी.' एखादी गोष्ट मंद गतीने होत असेल तर तेव्हा 'दिरंग' झाला असे समजावयाचे. मराठ्यांच्या ऐतिहासिक कागदपत्रांत हा शब्द अनेकदा आलेला आहे. "उजूर व दिरंग केलिया मुलाहिजा होणार नाही." अशी ताकीद देणारे एक पत्र शिवछत्रपतींचे आढळते.

या 'दिरंग' शब्दापासूनच अर्वाचीन मराठीत 'दिरंगाई' शब्द आला आहे. फारशी भाषेत असलेल्या 'दिरंग' शब्दा-पासूनच तो मराठीत आला आहे. आजकाल 'दिरंगाई' हा शब्द वापरला जातो. पण 'दिरंग' शब्द मात्र व्यवहारातून बहिष्कृत झाला आहे.

२२८. बुरंगाट / बुरंगट - ग्रामीण माणसाच्या बोलीमध्ये अनेकदा असे काही शब्द असतात की, त्यांच्या उच्चारातून आपल्या नजरेसमोर साक्षात एक चित्र उभे राहते. शिवाय या शब्दांना ताजेपणा असतो. रसरशीतपणा असतो. नावीन्याचे तेजही असते. 'बुरंगाट किंवा बुरंगट' हा असाच एक शब्द आहे. पावसाळ्यात जेव्हा बारीक थेंबाच्या रूपाने पाऊस पडतो, म्हणजे अगदी बुरबुर सुरू असते; ज्या पावसाने पाठ भिजली तरी पोट भिजत नाही, अशा पावसाला 'बुरंगाट किंवा बुरंगट' असे म्हणतात. "या बुरंगटामुळं दिवसभरात तोंड बाहीर काढता आले नाही." असे वाक्य उच्चारल्यावर या पावसाची आपणाला स्वच्छ कल्पना येते. दुसऱ्या शब्दांत "ज्या पावसाने जमिनीवरून पाणी वाहात नाही, केवळ चिखल अधिक पातळ केला जातो, असा पाऊस म्हणजे बुरंगाट."

हा खरा देशी शब्द असावा असे वाटते. 'बूर किंवा बुरंट' हे त्याचे मूळ असावे.

२२९. शेलका - एके काळी व्यवहारात हरघडी वापरला जाणारा हा शब्द आज मात्र विस्मृतीमध्ये गेल्यासारखा झाला आहे. 'शेलका' हा शब्द "वेचक, निवडक, उत्तम, उत्कृष्ट, चांगल्या प्रतीचा आणि श्रेष्ठ" या अर्थाने वापरला जात होता. फळ, पदार्थ अथवा खाद्य वस्तूंचा ढीग असेल तर त्यातून वेचून, निवडून घेतलेल्या चांगल्या पदार्थांना 'शेलका' असे विशेषण लावले जायचे. त्यातूनच पुढे व्यापक अर्थाने "बरोबर, नेमका, अचूक" यासाठी 'शेलका' शब्द वापरला जाऊ लागला.

पंडित कवी मोरोपंत यांनी शांतिपर्वात 'सेलका' असा शब्द 'निवडक' या अर्थाने वापरला आहे.

संस्कृतातील 'शिल्' धातूपासून हा शब्द तयार झालेला असावा. या धातूचा अर्थही 'निवडणे, वेचणे" असाच आहे.

२३०. खडूळ - पावसाळ्यात जेव्हा नद्या, नाले वाहू लागतात, तेव्हा खेड्यांतील माणसे त्या तांबूस अन्

मातकट पाण्याला पाहून ''नदीला खडूळ पाणी हाय.'' ''खडूळ पाण्यानं कपडे निघत न्हायीत.'' अशी भाषा वापरतात. म्हणजे त्यांना 'चिखल, माती मिसळलेले पाणी'' असे म्हणावयाचे असते. मातीचे अतिशय बारीक कण मिसळल्यामुळे ज्या पाण्याचा रंग बदललेला असतो, त्या पाण्याला 'खडूळ' असे म्हणतात. वास्तविक पाहता ते 'गढूळ' असते. पण इथे वर्णव्यत्यास होऊन 'गढूळ'चे खडूळ झाले असावे. किंवा कानडी भाषेत 'कढूळ' असा शब्द आहे. त्या शब्दापासून मराठीत 'खडूळ' असा शब्द आला असावा. कारण कानडी 'कढूळ'चा अर्थ ''हलवून गढूळ करणे'' असाच आहे. या शब्दाला ''वाईट होणे, उदसणे'' असाही एक अर्थ आहे. हा शब्द आज जवळजवळ लोप पावलेला आहे.

२३१. बिछायत / बिछाईत - पाच-पन्नास वर्षांपूर्वी व्यवहारामध्ये आणि आजकाल ऐतिहासिक कादंबरीमध्ये वाचावयास मिळणारा हा शब्द आहे. या शब्दाला भिन्न भिन्न संदर्भांत चार-पाच अर्थ आहेत. 'बिछायत' शब्दाचा ''मालमत्ता, जाजम आणि बैठक'' या अर्थानेच व्यवहारात अधिक वापर होत होता. ऐतिहासिक कागदपत्रांत ''किल्ला फत्ते झाला. काही गल्ला व ऐवज बिछा-यती दहा-पंधरा लाखाचा सापडला.'' अशा स्वरूपाची वाक्ये खूप आढळतात. या अर्थाबरोबरच दुकान न मांडता आठवडे बाजारात; घराच्या पायरीवर किंवा रस्त्याच्या कडेला माल मांडून विकणाऱ्या व्यापाऱ्यालाही 'बिछायती' असे म्हणतात. तसेच माल खरेदीसाठी गावोगाव फिरणारा, खरेदीपोटी आगाऊ रक्कम देणारा यालाही काही भूप्रदेशांत 'बिछायती' असे म्हणतात. थोडक्यात, बिछायती म्हणजे 'जाजम, मालमत्ता आणि व्यापारी' होय. 'बिसात' या अरबी शब्दापासून एके काळी वापरात असलेला हा 'बिछायत/ती' शब्द सिद्ध झालेला आहे.

२३२. बुगडी - अमरसिंहाच्या मते कर्णभूषणाचे दोन प्रकार आहेत. ते म्हणजे कुंडल आणि कर्णिका. कर्णिका कानाच्या वरच्या भागी व कुंडल खालच्या भागात घालतात. कानाच्या वरच्या भागात घातल्या जाणाऱ्या अलंकारात 'बुगडी' हा प्रकार मोडतो. बुगडी म्हणजे विविध आकारांची कानात घालावयाची भूषणे होत. अर्थात् बाळी, झुमका, बेलभोकरे आणि सोन्या-मोत्यांच्या कुड्या म्हणजे बुगडी नव्हे.

'बुगडी' या शब्दाला आणखीही काही अर्थ आहेत. वस्त्राच्या काठावर फुलाफुलांची वीण घातलेली असेल तर

त्यास 'बुगडी' असे म्हणतात. तसेच काही भागांत तांदळाची एक जात पिकते. तिलाही 'बुगडी' तांदूळ असे म्हणतात. देवदास कवीच्या भामावर्णनात बुगडीचे वर्णन आहे. कालिदासाच्या मेघदूतातही कमलाप्रमाणे असलेल्या कर्णभूषणाचा उल्लेख आढळतो. कानडी, तेलगु आणि तमीळ या तिन्ही भाषांमध्ये 'कानातील दागिना' या अर्थाने 'बोगडी' व 'बुगडी' असे शब्द आढळतात. मराठीतला 'बुगडी' यापासून आलेला आहे.

२३३. हजामत - 'हजामत' या शब्दाचा आज वाच्यार्थाने फारसा वापर होत नसला तरी लक्षणार्थाने मात्र भरपूर वापर होतो आहे. 'हजामत' याचा वाच्यार्थ आहे 'डोके आणि चेहऱ्यावरचे केस काढणे, श्मश्रू करणे' हा. पण या वाच्यार्थापेक्षाही लक्षणेचा अर्थ घेऊन याचा वारंवार वापर होतो. ''कानउघडणी करणे, ताशेरे ओढणे, खरडपट्टी काढणे, खूप शिव्या देऊन ताकीद देणे, किंवा चूक दाखविणे'' असा याचा लक्षणार्थ आहे. ''मी वेळेवर पुस्तक दिले नाही म्हणून सरांनी माझी चांगलीच हजामत केली.'' अशी वाक्ये आपल्या कानांवर नेहमी येतात.

'हजामत' या शब्दाला यापेक्षाही आणखी काही अर्थ आहेत. एखाद्या व्यक्तीला लुटणे किंवा लुबाडणे यासाठीही हजामत शब्द वापरला जातो.

'हजाम्' या अरबी शब्दाचा मराठी अवतार झाला 'हजामत' असा.

चोळणा

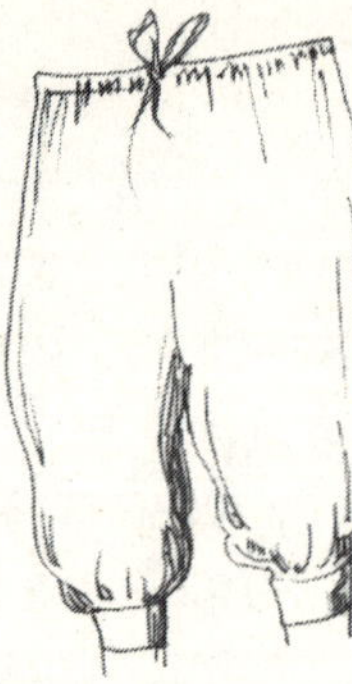

२३४. चोळणा - शंभर वर्षांपूर्वी ग्रामीण समाजात पैरण, छाटण, कोपरी, बाराबंदी, धोतर, चोळणा यांसारखी वस्त्रे पुरुषांमध्ये वापरली जात होती. सामाजिक प्रतिष्ठा, आर्थिक स्थिती आणि कामाचे स्वरूप यांवर या कपड्यांचा वापर अवलंबून होता. यांतील 'चोळणा' हे वस्त्र तर ग्रामीण माणसाबरोबरच सैन्यातील शिपाईदेखील सर्रास वापरत. हा 'चोळणा' म्हणजे ''गुडघ्यापर्यंतची आखूड विजार.'' पण एवढ्याने चोळण्याचे वर्णन पुरे होत नाही. कारण विजार मांडीवर सैल असते तर चोळणा गुडघ्याजवळ घट्ट असतो. कमरेचा भाग विजारीपेक्षा अधिक रुंद असतो. अन् कमरेला त्यामुळे चोळण्याच्या चुण्या पडतात. फार तर याला 'तुमान' असे म्हणता येईल. यालाच काही भागात 'मांडचोळणा' असेही म्हणतात. पूर्वीच्या काळी या चोळण्यात विंचू आणि उंदीर घालून अपराधी माणसाला तो नेसवीत, आणि शिक्षा करीत.

कानडीमध्ये 'चल्लण' आणि 'चोल्लण'

असे शब्द आहेत. तेलगुमध्ये 'चल्लउमु' असा शब्द आहे. या शब्दांचा अर्थ 'कमी लांबीची चड्डी' असाच आहे. या शब्दांपासून मराठीत 'चोळणा' शब्द आलेला असावा.

२३५. छबिना - 'छबिना' याचा कोशगत अर्थ एक आहे आणि लक्षणेतून निष्पन्न होऊन व्यवहारात वापरला जाणारा अर्थ वेगळा आहे. लक्षणार्थाबरोबर याचा थोडासा अर्थविस्तारही झाला. 'छबिना' याचा मूलार्थ आहे ''देवाच्या पालखीवरील पहारा'' आणि ''सैनिकांचा रात्रीचा पहारा हा.'' याचा लक्षणार्थ व अर्थविस्तार होऊन ''पालखीच्या सोबत रात्रभर देवादिकांच्या चरित्रकथांचे केलेले संकीर्तन'' असा अर्थ रूढ झाला. खेड्यांमध्ये देवाची पालखी गावभर फिरून येते व मग देवळासमोर (तिच्यावर पहारा ठेवण्याचा उद्देश नसला तरी) तिच्या साक्षीने देवांच्या चरित्रकथा ऐकविल्या जातात. यालाच छबिना म्हणतात. ग्रामस्थ पालखीभोवती गोलाकार बसून पेटविलेल्या दिवटीच्या प्रकाशात या कथा भक्तिभावाने ऐकत असतात.

'छबिना' या शब्दाला 'प्रवासी गलबत, आरमाराचा काफिला, स्वारीबरोबर असणारे सैन्य' आणि ''मिरवणूक'' एवढे अधिक अर्थ आहेत. मात्र कालपर्यंत लोकजीवनात मिरवणूक व संकीर्तन याच अर्थाने तो वापरला जात होता.

फारशीतील 'शबीनह' या शब्दापासून हा शब्द आला आहे. 'गेल्या रात्री' असा याचा अर्थ आहे.

२३६. छदाम - पूर्वीच्या आर्थिक व्यवहारात दाम, दमडी, पैसा, ढब्बू पैसा अशी नाणी वापरात होती. आज जसे पैसा हे व्यवहारातील शेवटचे नाणे आहे, तसे पूर्वी दाम हे नाणे होते. 'छदाम' याचा मूळ अर्थ 'दामाची सहा नाणी' म्हणजे पैशाचा चौथा हिस्सा. किंवा दोन दमड्या. पुढे लक्षणेने अर्थाचे सामान्यीकरण झाले आणि 'छदाम' याचा अर्थ 'पैसा' असा झाला. लक्षणेने थोडा पैसा किंवा अल्प अंश असा अर्थ निष्पन्न झाला. ''इथे तुला छदाम मिळायचा नाही.'' याचा अर्थ ''काही एक मिळायचे नाही.'' ''मी तुला छदाम लागत नाही.'' म्हणजे ''मी काहीही देणे लागत नाही.'' असा याचा अर्थ.

संस्कृतमधील 'षट्' शब्दाला 'द्रम्म' किंवा 'द्राम' शब्द लागला व त्यापासून 'छदाम' शब्द सिद्ध झाला. द्राम हे ग्रीक नाणे होते. आणखी एक व्युत्पत्ती अशी की, हिंदी 'छ' म्हणजे 'सहा'. या 'छ'ला 'दाम' शब्दाचा संधी झाला आणि त्यापासून मराठीत 'छदाम' हा शब्द सिद्ध झाला.

२३७. बिगीबिगी - हा खास ग्रामीण बोलीतला शब्द आहे. एके काळी ग्रामीण परिसरात सर्रास वापरात असलेला हा शब्द होता. आता मात्र हा जवळजवळ लोप पावला आहे. 'बिगीबिगी' याचा अर्थ ''लवकर, झटपट'' अथवा ''वेगाने'' असा आहे. चालताना मंद गतीने जाणाऱ्या व्यक्तीला ''लवकर लवकर'' चल म्हणताना हा शब्द वापरला जातो. कविवर्य

यशवंतांनी यशोधन काव्यसंग्रहात ''न्यारीचा वकुत होईल, मैतरणी बिगीबिगी चल.'' अशी प्रसिद्ध कविता लिहिलेली आहे. या शब्दाच्या व्युत्पत्तीबद्दल दोन मते सांगितली जातात. संस्कृत 'वेगे'पासून हा शब्द तयार झाला, हे एक मत आणि कानडी 'बेगे'-'बिगी' यापासून हा शब्द सिद्ध झाला. कानडी 'बेगे'चा अर्थही 'घाईने चालणे' असाच आहे. म्हणून 'बिगीबिगी' हा शब्द कानडीपासून सिद्ध झाला असे मानणे योग्य ठरेल.

२३८. भानोसा / भानवसा - जेव्हा चुलीवरच स्वैपाक व्हायचा, तेव्हा चुलीच्या मागे दगडमातीचा एक छोटासा ओटा तयार केलेला असायचा किंवा मातीचे एक गोलाकार आळे बनविलेले असायचे. या मातीच्या ओट्याला अथवा आळ्याला 'भानवसा' असे म्हणायचे. या ओट्यावर खबरदारीचा उपाय म्हणून दूधदुभत्याची भांडी ठेवली जात होती. अथवा गरम आमटी-भाजीचे पातेले ठेवले जात असे. स्वयंपाकघरात वावरणाऱ्या माणसाकडून वा लहान लेकराकडून ते सांडू नये अथवा त्याचा चटका बसू नये म्हणून ही व्यवस्था

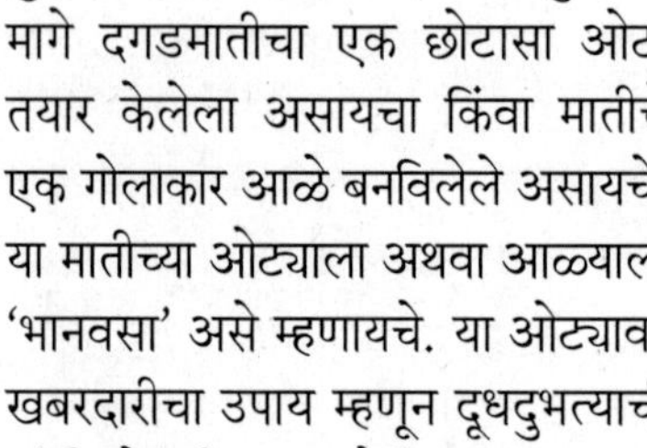

भानोसा / भानवसा

केलेली असायची. थोडक्यात, 'भानवसा' म्हणजे चुली-जवळचा ओटा. या भानवशाचा उल्लेख ऋद्धिपूरवर्णन, गुरुचरित्र आणि कथा-कल्पतरू या ग्रंथांमध्येही आढळतो. म्हणजे सुमारे आठशे वर्षांपासून या शब्दाचा वापर केला जातो आहे. उतरंड नीट बसण्यासाठी जे मातीचे कोंडाळे केले जाते, त्यालाही भानोसे असेच म्हणतात. 'ससा भानोशी येणे' यांसारख्या वाक्प्रचारात ''वस्तू प्रयत्नाशिवाय बसल्याजागी मिळणे.'' असा अर्थ अभिप्रेत होता. म्हणजे या अर्थाने हा शब्द वापरला जात होता. 'महानस' या संस्कृत शब्दापासून हा शब्द मराठीत सिद्ध झालेला आहे.

२३९. पारोसा/से/सी - विशेषण असलेला हा शब्द अजूनही समाज-व्यवहारात थोडाफार वापरला जातो. अर्थाच्या दृष्टीने याला बऱ्याच अर्थच्छटा आहेत. 'धुणे, स्नान आणि घासणे यांसारखे संस्कार ज्यावर केलेले नाहीत अशी वस्तू' म्हणजे 'पारोसी' वस्तू. उदा. पारोसे वस्त्र, पारोसा माणूस, पारोसे तोंड. इ. ''तो पारोशा तोंडाने सकाळी चहा पितो.'' या वाक्यात 'न धुतलेल्या, स्वच्छ न केलेल्या' असा अर्थ प्रकट होतो. 'पारोसे काम' असे जेव्हा आपण म्हणतो तेव्हा कालच्या दिवसाचा केर काढणे, खरकटी भांडी घासणे, शेणपाणी करणे इ. गोष्टी त्यात अभिप्रेत असतात. थोडक्यात, ''आदल्या दिवसाची करावयाची कामे म्हणजे पारोसे.'' या

शब्दाला 'शिळा' आणि 'अशुद्ध' असाही अर्थ संदर्भानुसार प्राप्त झालेला आहे. उदा. आदल्या दिवशी आणलेले पाणी. किंवा 'पारोसे अंग' म्हणजे अशुद्ध अंग. 'पर्युषित' या संस्कृत शब्दापासून प्राकृतमध्ये 'परूसिअ' असे रूप तयार झाले अन् त्यापासून 'पारूस' रूप सिद्ध झाले. आजकाल वापरले जाणारे 'पारोसे' हे रूप त्यानंतरची अवस्था आहे.

२४०. पोहरा - आता खेडेगावांतही घरोघरी नळ आलेले असल्याने तसेच विहिरीवरही विद्युत मोटारीद्वारे पाणी वर काढले जात असल्याने लोकजीवनाचा (अन् नागरजीवनाचाही) अविभाज्य घटक असलेला 'पोहरा' आता पूर्णपणे विस्मृतीत गेला आहे. ''विहिरीवरून किंवा आडातून पाणी काढण्याचे लाकडी किंवा लोखंडी

जाड पत्र्याचे भांडे म्हणजे पोहरा होय.'' हा पोहरा उभट आकाराचा असतो. त्याला दोरी बांधण्यासाठी तोंडाजवळ एक जाड कडी असते. आणि साधारणत: छोटीशी कळशी पाणी मावेल एवढ्या आकाराचा तो असतो. रहाट गाड्याला जे पोहरे बसविलेले असतात ते मातीचे अथवा लाकडी असतात. आजकाल त्यावरही लोखंडी पोहरे दिसू लागले आहेत. विहिरीवर रहाट नसेल तर काठावर उभे राहून पोहऱ्याने पाणी शेंदून काढावे लागते. आता हा साराच सोहळा संपलेला आहे. संस्कृतातील 'अपोहर' या शब्दापासून अथवा 'पयोधर' या शब्दापासून 'पोहरा' शब्द आलेला असावा. 'पोहणे' या धातूपासून त्याची निर्मिती झाली असावी असेही वाटते.

२४१. अलवन-अलवान - गेल्या शतकात विधवा झालेला स्त्रियांना पुनर्विवाह करण्याची समाजमान्यता नव्हती. तेव्हा या विधवा स्त्रीला जे वस्त्र परिधान करावे लागायचे, त्याला 'अलवन-अलवान' असे संबोधिले जायचे. 'अलवान' म्हणजे ''तांबड्या रंगाचे विधवेने नेसावयाचे साधे-जाडेभरडे वस्त्र किंवा साडी'' याच अर्थाने ते व्यवहारात अधिक प्रचलित होते. त्या काळी विधवा स्त्रीने पांढरे वस्त्र किंवा तांबड्या रंगाचे सुती, साधे वस्त्र नेसणे बंधनकारक होते. केशवपन केलेले, सौभाग्यलंकार नसलेले, बांगड्या, दागिने नसलेले आणि या तांबड्या वस्त्रामुळे अधिक अनाकर्षक दिसणारे तिचे रूप कुणाच्याही नजरेत भरू नये अशी यामागची भावना असावी.

एका विशिष्ट प्रकाच्या शालीलाही 'अलवन'

असे म्हणतात. हा शब्द 'अलवन' या अरबी शब्दापासून किंवा 'आरक्तवर्ण' या संस्कृत शब्दापासून मराठीत आला असावा.

२४२. इगत - ग्रामीण माणूस जी बोली बोलतो, त्यातला हा शब्द आहे. ग्रामीण माणसाचा स्वभावविशेष असा की, तो एखादा शब्द सोपा करून उच्चारतो. ग्रामीण नव्हे तर एकूणच मानवी स्वभाव असा सौकर्याकडे झुकलेला असतो. त्यासाठी तो एखादा वर्ण अधिक वापरतो. जोड अक्षराचा शब्द स्वर मिसळून उच्चारतो. कठोर वर्णाच्या जागी मृदू वर्ण (व्यंजन) वापरतो आणि उच्चार सोपा करून टाकतो. 'इगत' शब्दाच्या बाबतीत नेमके असेच घडले आहे. 'युक्ती' या शब्दाचे ग्रामीण रूप आहे 'इगत' असे. सोपे करू घेतलेले. मात्र ते भ्रष्टरूप आहे असे म्हणता यायचे नाही. ग्रामीण माणूस 'रक्त'चे रगत; 'भक्त'चे भगत; 'श्राद्ध'चे सराध, 'चैत्र'चे चैत; 'श्रावण'चे सरावण आणि 'प्रकार'चे परकार अशी उच्चारायला सोपी रूपे तयार करून घेतो. 'इगत' हे त्यातलेच एक रूप. आजकाल ग्रामीण बोलीवरही प्रमाणभाषेचा प्रभाव दाट होत चाललेला असल्याने 'इगत' हा शब्दही लोप पावत चालला आहे. मागच्या पिढीतील वयोवृद्ध ग्रामीण माणसेच इगतसारखा शब्द वापरतात. नवी पिढी नाही.

२४३. मर्जी - नागर आणि ग्रामीण समाजात आजही बऱ्यापैकी वापरला जाणारा हा शब्द आहे. संदर्भानुसार या शब्दाचे तीन-चार अर्थ सांगितले जात असले तरी 'मर्जी' म्हणजे ''इच्छा, आवड, पसंती किंवा कबुली'' या अर्थाने तो अधिक प्रमाणात वापरला जातो. ''वरिष्ठांच्या मर्जीप्रमाणे वागले तर मनस्ताप होत नाही.'' या वाक्यात 'इच्छा, पसंती' हा अर्थ व्यक्त होतो. त्याबरोबर 'कृपा, लोभ' या अर्थानेही हा शब्द वापरला जातो. ''देवाची मर्जी नसेल तर धावाधाव करूनही उपयोग नाही.'' यात 'कृपालोभ' असा अर्थ जाणवतो. तर ''पुरुषाची मर्जी संभाळणे बाई ग भारी कठीण !'' या वाक्यातून 'तब्बेत, कल, स्वभावविशेष' असा अर्थ ध्वनित होतो. पेशवेकालीन कागदपत्रांत हा शब्द खूप वेळा आलेला आहे.

अरबी भाषेतील 'मर्झी' या शब्दापासून हा शब्द मराठीत आला आहे. मात्र 'झ' चा 'ज' होऊन तो मराठीत आला आहे.

२४४. रयत - शिवकालीन आणि पेशवेकालीन पत्रव्यवहारात 'रयत' या शब्दाचा कितीतरी वेळा वापर झालेला आढळतो. अव्वल इंग्रजी काळातही हा शब्द वापरला जात होता. 'रयत' या शब्दाला बरेच अर्थ असले तरी ''शेतकरी, प्रजा, जनता'' याच अर्थाने तो अधिक प्रमाणात वापरात होता. 'रयत'चा मूळ अर्थ खरे तर 'गवत काढणे, शेती करणे' हा आहे. पण पुढे 'प्रजा', 'जनता' असा अर्थ त्याला प्राप्त झाला. ''आपण आज्ञा केली तर अवघी रयत हाती शस्त्र घेऊन

युद्धास उतरेल.'' अशा प्रकारची वाक्ये 'प्रजा' या अर्थानेच वापरलेली असतात. त्याचप्रमाणे 'शेतमालकाचे शेत करणारे लोक म्हणजे कुळ' या अर्थानेही 'रयत' शब्द अनेकदा वापरलेला आढळतो. थोडक्यात 'कुळ व छोटा शेतकरी' म्हणजे 'रयत' हा याचा अर्थ आहे. अशा शेतकऱ्यांची संख्या खूप म्हणून प्रजा हा अर्थ त्यातून आला. अर्थविस्ताराने तो निष्पन्न झाला.

'रहयत्' या फारशी शब्दाचे मराठी रूप म्हणजे रयत. आता हा शब्दही नव्या पिढीला अपरिचित झाला आहे.

२४५. भंडारा - अनेक अर्थांनी वापरला जाणारा आणि प्रामुख्याने धार्मिक कार्यावेळी उपयोगात येणारा हा शब्द आहे. पूर्वी हा शब्द नित्य वापरात होता. 'भंडारा' म्हणजे ''खंडोबाच्या नावाने वाहिलेले आणि स्वत: भक्ताने कपाळी लावलेले हळदीचे चूर्ण'' आणि दुसरा 'भंडारा' शब्दाचा अर्थ आहे ''बैरागी, साधुसंत, वारकरी व इतर लोकांना दिलेले भोजन.'' पंढरपूर आणि आळंदी यात्रेवेळी अनेक मंडळी भक्तांना असे अन्नदान म्हणजे भंडारा करतात. ''भोजनापूर्वी तीर्थ घेण्याच्या आधी थोडी हळद घालून मंगळागौरीस वाहिलेली कणीक'' यासही काही भागात ''भंडारा'' असे म्हणतात. प. महाराष्ट्रात सत्तर-ऐंशी वर्षांपूर्वी (अन् आजही थोड्याफार प्रमाणात) कृष्ण जन्मोत्सव, भैरोबाची यात्रा, होळीच्या सणानिमित्ताने किंवा देवाच्या नावे गावकरी वस्तू, धान्य व पैशाच्या रूपाने वर्गणी गोळा करून गावजेवण आयोजित करतात. देवाचा प्रसाद म्हणून. यालाही 'भंडारा घालणे' असेच म्हणतात. अनेकदा एखादा शेतकरी इच्छापूर्ती पोटी गावाला भोजन (प्रसाद म्हणून खीर केली जाते) देतो. त्यालाही 'भंडारा' म्हणतात.

कदाचित हा देशी शब्द असावा.

२४६. बोळवण - विविध अर्थच्छटांनी मोहरून गेलेला आणि आपल्या सांस्कृतिक जीवनाचे दर्शन घडविणारा हा शब्द आहे. या शब्दाला खूप अर्थ प्राप्त झालेले आढळतात; पण प्रामुख्याने ''रवानगी, पाठवणी, निरोप देणे'' या अर्थानेच तो अधिक वापरला जातो. मग ती नववधूची नवऱ्याचे घरी प्रथमत: केलेली थाटामाटाची रवानगी असेल, अथवा विवाहानंतर वरपक्षाच्या मंडळींची सत्कारपूर्वक केलेली रवानगी असेल, किंवा पाहुण्यांबरोबर थोडेसे चालत जाऊन त्यांना दिलेला भावपूर्ण निरोप असेल.

त्याबरोबरच गावात आलेल्या भुतांना अन्नाचा बळी देऊन त्यांची केलेली हकालपट्टी यालाही 'बोळवण' असेच म्हणतात. कामाबद्दल जाताना दिलेली रक्कम हीदेखील 'बोळवण' या शब्दात समाविष्ट होते. काही प्रदेशांत-विभागांत ब्राह्मणेतर जातींतील गर्भाधान समारंभास 'बोळवण' असे म्हणतात. पण प्रामुख्याने 'वधू, वरपक्ष आणि आप्तगण यांना दिलेला निरोप, यांची केलेली समारंभा-पूर्वक पाठवणी' हा खरा 'बोळवण'चा वापरातला

अर्थ आहे.
'बोलु' या कानडी शब्दापासून मराठीत 'बोळवण' शब्द आला आहे.

२४७. भडभुंज्या - 'भडभुंज्या' हा खरा तर चांगला अर्थ असलेला शब्द आहे. त्याचा मूळ अर्थ "चुरमुरे वगैरे भाजके पदार्थ तयार करणारा आणि विकणारा माणूस" असा आहे. पण हा अर्थ बाजूला गेला आणि लक्षणेने "क्षुद्र, नगण्य माणूस, ज्याला उत्पन्नाचा खात्रीचा स्रोत नाही असा माणूस," असा अर्थ प्राप्त झाला. परिस्थितीने दरिद्री आणि थोडेफार अस्थिर जीवन जगणारा माणूस असा त्याला अर्थ मिळाला.
आज हा शब्दही पूर्णत: लोप पावला आहे. त्याचा अर्थच ठाऊक नसल्याने आजच्या समाजाकडून त्याचा फारसा वापर होत नाही. क्वचित प्रसंगी निंदाव्यंजक अशा अर्थाने या शब्दाचा वापर ग्रामीण भागात झाला तर होतो. उदा. "त्या भडभुंज्याला मागितल्या बरोबर कशाला पैसे दिलेस ?"
'भ्रष्टभुंजक' या संस्कृत शब्दापासून मराठीतला हा 'भडभुंज्या' शब्द आलेला आहे, असे काही अभ्यासकांचे मत आहे.

२४८. आवा - या शब्दाचा मूळ अर्थ 'स्त्री' किंवा 'बायको' असा आहे. पण हा मूळ अर्थ भ्रष्ट झाला आणि आवा म्हणजे 'रखेली, ठेवलेली बाई' किंवा 'व्यभिचारी स्त्री' असा हीनार्थ या शब्दाला प्राप्त झाला. या अर्थभ्रष्टतेबद्दल प्रा. कृ. पां. कुलकर्णी यांनी दिलेली माहिती मोठी मजेशीर आहे. त्यांच्या मते याचा मूळ अर्थ बहुमानार्थी असला तरी शहाजीराजे, व्यंकोजी आणि पेशवे यांच्या अमदानीत मराठे कर्नाटकात पराक्रमासाठी गेले व तिथेच स्थायिक झाले. हे सरदार-सुभेदार काही दिवसांनी देशावर आले असताना त्यांनी येताना बरोबर काही कानडी बाया आणल्या. त्यांना प्रथम 'आवा-अवा' हा शब्द वापरला गेल्याने हळूहळू या शब्दाचा मूळचा अर्थ जाऊन 'ठेवलेली बाई' असा अर्थ त्याला प्राप्त झाला. आणि तोच काल परवापर्यंत समाजात रूढ होता. वापरात होता. म्हणजे "बहुमानार्थी स्त्री पासून व्यभिचार करणारी स्त्री" अशी या शब्दाच्या अर्थाची अधोगती झालेली आहे.
हा शब्द कानडीतून मराठीत आला. कानडीमध्ये 'अव्वा' म्हणजे 'स्त्री' किंवा 'पोक्त स्त्री' असा शब्द आहे. तोच शब्द अर्थ बदलून मराठीत आलेला आहे.

२४९. बेवड - शेती आणि पीकपाणी यांच्याशी निगडित असा हा शब्द आहे. या शब्दाला तसे तीन-चार अर्थ आहेत. बेवड म्हणजे 'दुसऱ्या धान्याबरोबर त्याच जागी पेरलेले उपधान्य.' म्हणजे ज्वारी-बरोबर करडीचा एक पट्टा पेरणे. यापेक्षाही 'बेवड' म्हणजे 'पीक चांगले येण्यासाठी एक वर्षांआड एक असे पीक घेणे.' म्हणजे यंदा ज्या जमिनीत ज्वारी केलेली असेल तर पुढच्या वर्षी तिथे ज्वारी न करता डाळीवर्गातील धान्य पेरणे, म्हणजे

द्विदल धान्याच्या मुळावर असलेल्या गाठीमुळे जमिनीचा पोत सुधारतो. 'बेवड' या शब्दाला आणखी एक अर्थ आहे. तो म्हणजे ताग, उडीद, भुईमूग, चवळी, कारळे यांसारखे पीक करून ते फुलोऱ्यात येताच जमिनीत गाडणे. त्यामुळे नत्र व सेंद्रिय द्रव्याचा जमिनीला पुरवठा होतो. थोडक्यात "बेवड" म्हणजे "पीकांचा क्रम बदलणे, एकाच वेळी भिन्नधर्मी दोन पिके घेणे आणि बेवड म्हणजे द्विदल पिकांचे वेल जमिनीत गाडणे होय."
ज्ञानेश्वरांनी ज्ञानेश्वरीच्या नवव्या अध्यायात संजयच्या संदर्भात 'बिवडु' असा शब्द वापरला आहे. म्हणजे 'गौण पीक' असा अर्थ घेऊन.

२५०. पाटलूण / पाटलोण - एके काळी लोकप्रिय व प्रतिष्ठा पावलेला हा शब्द आता पार विस्मृतीत गेला आहे. पाटलूण/पाटलोण म्हणजे 'एक विशिष्ट प्रकारची विजार' किंवा 'इंग्रजी पद्धतीची आवळघट्ट विजार.' या शब्दाची जन्मकथा तशी मजेशीर आहे. सेंट पँटालिओन या नावाचा एक प्रसिद्ध पाद्री व्हेनिस शहरात राहात होता. त्याच्या ताब्यात एक मंदिर (चर्च) होते. एका इटालियन नाटकात व्हेनिसचा विदूषक म्हणून या पँटोलिओन सारखे एक हुबेहूब पात्र घातले. ते पात्र प्रयोगावेळी घट्ट आणि आवळ विजार घालत असे. त्यावरून 'पाटलूण' किंवा 'पाटलोण' हा शब्द आला. याचे संक्षिप्त रूप 'पँट' असे झाले. या 'पँट'वरूनच मराठीत हा शब्द अवतीर्ण झाला आहे.

२५१. मांजरपाट - एके काळी ग्रामीण आणि नागर समाजातील सर्वसामान्य माणसाच्या देहरक्षणाची भूमिका नेकीने बजावणारा हा घटक होता. पायजमा, सदरा, कोपरी, पैरण, छाटण अशा कपड्यांसाठी मांजरपाटाशिवाय पर्याय नव्हता. 'मांजरपाट' म्हणजे 'साधारण दर्जाचे आणि सर्वसामान्य लोकांना परवडणारे असे कापड होय.' 'मद्रीपोलन' या ठिकाणी ते तयार होत असल्याने त्या गावाच्या नावाच्या अपभ्रंशातून हा शब्द निर्माण झाला. हे जाडेभरडे कापड असायचे. त्यापेक्षा मलमल नावाचा कापडाचा प्रकार एकदम भारी मानला जायचा. हे मांजरपाट कापड टिकायला चांगले मानले जायचे.
'मँचेस्टर' या नावावरून हा शब्द आलेला आहे असे काही अभ्यासकांचे मत दिसते. प्रा. कृ.पां. कुलकर्णी यांना मात्र हे मत मान्य नाही. साध्या नि जाड्याभरड्या कापडालाच गावाचे नाव मिळाले. आज जसे डालडा हे कंपनीचे नाव वनस्पती-तुपास मिळाले. बिसलेरी म्हणताच शुद्ध न निर्जंतुक पाणी मानतो. वास्तविक बिसलेरी ही पाण्यासाठी प्रसिद्ध असलेली एक कंपनी आहे. तसेच मांजरपाट शब्दाबाबत घडलेले दिसते.

२५२. खेंबडा - सरळ अर्थ असलेल्या या शब्दाला आता निंदाव्यंजक अर्थ प्राप्त झाला आहे. हा शब्दही आता पूर्वीसारखा

वापरला जात नाहीच. 'खेंबडा' या शब्दाचा 'कुरूप, वेडावाकडा आणि सौष्ठवपूर्ण शरीर नसलेला' असा अर्थ आहे. पण व्यवहारात कुरूप नसलेल्या व्यक्तीलाही शिवीसमान हा शब्द वापरला जातो. ज्याचे दात वेडेवाकडे आहेत, कवळी पुढे आलेली आहे, डोळे मोठे मोठे व बाहेर आल्या-सारखे भासतात, ज्याच्या शरीराला आकर्षक रूप नाही, त्याला खेंबडा असे म्हणतात. कालमानाप्रमाणे हा शब्द बदलला, म्हणजे त्याचा अर्थ बदलला व त्याला शिवीचे रूप प्राप्त झाले.

संस्कृतातील 'खेड' या शब्दापासून हा शब्द तयार झाला हे मानण्यापेक्षा फारशीतल्या 'खमीदा' या शब्दापासून तो सिद्ध झाला हे मानणेच रास्त ठरेल. कारण 'खमीदा' शब्दाचा अर्थही 'वेडावाकडा' असाच आहे.

२५३. भेडा / भेडे - काही देशी शब्द असे असतात की, त्यांचे कुळ सांगता येत नाही. त्यांत झालेले बदल नोंदविता येत नाहीत. त्यांचे मूळ शोधता येत नाही. शिवाय या शब्दांना अनेक अर्थांची आभरणेही लाभलेली नसतात. काही विशिष्ट स्थितीलाच तो शब्द वापरता येतो. 'भेडा' शब्द या प्रकारचा म्हणता येईल. हा शब्द ज्वारी, बाजरी, मका आणि फार तर गहू या पिकांच्या बाबतीतच आणि त्यांच्या एका विशिष्ट अवस्थेलाच वापरता येतो. ज्वारी, बाजरी, मका यांची कणसे जेव्हा आपण हुरडा खाण्यासाठी काढतो, तेव्हा ''हे कणीस हुरड्यासाठी घेऊ नका. ते भेडं झालेलं आहे.'' अशी सूचना शेताचा मालक करतो. म्हणजे हुरड्यासाठी योग्य नसलेले ते कणीस आहे. म्हणजे ते कोवळे नाही. त्या दाण्यांतील कोवळे दूध संपून गेलेले आहे. हे कणीस परिपक्व ज्वारीच्या दाण्यांच्या स्थितीकडे गेलेले आहे, असा याचा अर्थ होतो. तीच गोष्ट मक्याच्या कणसाची. त्यातले दाणे कोवळे नसतील तर ते कणीसही 'भेडे' झाले असेच म्हटले जाते. अशा कणसांचा हुरडा चवदार लागत नाही. ओलसर केलेले दाणे खावेत, तशी त्याची चव असते. तेव्हा भेडे, म्हणजे 'ज्या कणसातले दाणे परिपक्व स्थितीला गेलेले आहेत;' असे कणीस-

२५४. भोंगळा - या शब्दाला वेगवेगळ्या अनेक अर्थच्छटा लाभल्या आहेत. पण गेल्या पन्नास-साठ वर्षांपूर्वी याचा जो व्यवहारात वापर व्हायचा, तो प्रामुख्याने तीन-चार अर्थांनीच. ते अर्थ म्हणजे 'सैल, ढिले, न आवळलेले कपडे घालणारा.' भोंगळ याचा आणखी एक अर्थ म्हणजे ''नागडा, नागवा, वस्त्रहीन असा माणूस'' या दोन्ही अर्थानीच हा शब्द वापरला जात होता. याशिवाय ''अव्यवस्थित वागणारा, ढिलाईचा कारभार म्हणजे भोंगळ कारभार'' आणि 'अर्धवट' असणाऱ्या व्यक्तीला 'भोंगळा' असे संबोधिले जायचे.

''भोंगळ किंवा भोंगळा'' म्हणजे ''पोकळ, भरीव नसलेला, ज्याचे भोक मोठे आहे

असा मणी'' या अर्थानेही तो वापरला जात होता. खेड्यामध्ये मात्र हा शब्द 'ढिला' आणि 'नागडा' एवढ्याच अर्थाने अधिक प्रमाणात वापरला जायचा. आता आता तर हा शब्दच लोप पावल्यासारखा झाला आहे.

संस्कृतमधील 'भंगिल' या शब्दापासून हा शब्द निर्माण झाला असावा असे काही विद्‌वानांचे मत आहे.

२५५. खमीस - भाषा व्यवहारात काही वस्तू, पदार्थांना एकापेक्षा अधिक शब्द आढळतात. तर काहींना एकच एक शब्द असतो. पुरुषांनी अंगात घालावयाचे कपडे, स्त्रियांचे जननेंद्रिय, पदोपदी वापरात असणारे जल आणि मानव-प्राण्याचे डोके यांना अनेक शब्द-प्रतिशब्द आढळतात आणि ते वापरलेही जातात. पुरुषांच्या अंगात असणाऱ्या वस्त्राला जी अनेक नावे आहेत; त्यातील एक नाव आहे खमीस. पैरण, छाटण, कोपरी, कुडते, सदरा, अंगरखा, बाराबंदी या वस्त्रप्रकारांत किंचितसा फरक असतो हे खरे, पण तोही नावापुरताच. म्हणून 'खमीस' याचा ढोबळ अर्थ आहे, ''सदरा, एक प्रकारचे कुडते.'' किंवा ''आजच्या भाषेतील शर्ट म्हणजे खमीस.'' हा शब्द पाऊणशे वर्षांपूर्वी जनसामान्यांत चांगलाच रूढ होता. नव्हे वापरला जात होता. आता मात्र तो सहसा वापरला जात नाही. या शब्दाची व्युत्पत्ती दोन प्रकारे सांगितली जाते. 'कॅमिसा' या पोर्तुगीझ शब्दापासून हा शब्द मराठीत आला आणि 'कमीस' या अरबी शब्दापासून तो मराठीत आला.

घडवंची

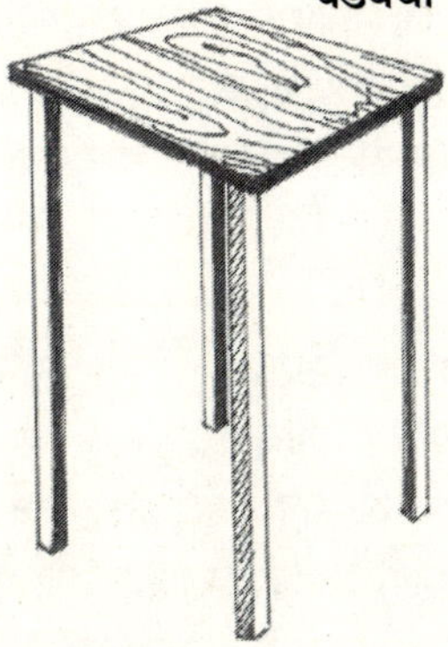

२५६. घडवंची - गेल्या पाच-पन्नास वर्षांत आपली जीवनशैलीच बदलून गेल्याने संसारासाठी हरघडी उपयोगी पडणाऱ्या अनेक वस्तू आता बाद झाल्या आहेत. या वस्तूंमध्ये 'घडवंची' ही एक म्हणावी लागेल. 'घडवंची' म्हणजे उंच तिवई. आजच्या आपल्या भाषेतील स्टूल. लाकडाच्या फळीस तीन किंवा चार पाय बसवून केलेल्या बैठकीस 'घडवंची' म्हटले जाई.

या अर्थाशिवाय घागर, भांडी, पेट्या इ. वस्तू ठेवण्यासाठी जी चौकट केलेली असते, तिलाही 'घडवंची' असेच म्हणतात. कोकणामध्ये भात झाडण्यासाठी जे लाकडी चौकोनी साधन असते, (कोकणात तिला घोडी असे म्हणतात) त्यालाही 'घडवंची' असाच शब्दप्रयोग केला जातो. थोडक्यात, ''लाकडाची चार पायांची चौकट म्हणजे घडवंची.''

संस्कृतातील 'घट' या शब्दाचा 'उच्च'

या शब्दाशी संधी होऊन हा शब्द तयार झाला, ह्या मतापेक्षा कानडीमधील 'गडंची' किंवा 'गडगंची' या शब्दापासून 'घडवंची' शब्द मराठीत आला हे मानणेच योग्य ठरेल.

२५७. गंजीफा - गेल्या तीन-चार शतकांपासून समाजात प्रचलित असलेला, तितकाच लोकप्रिय असलेला एक बैठा खेळ म्हणजे गंजीफा. सोंगट्या आणि गंजीफा हे दोन खेळ समाजाच्या सर्वच

गंजीफा

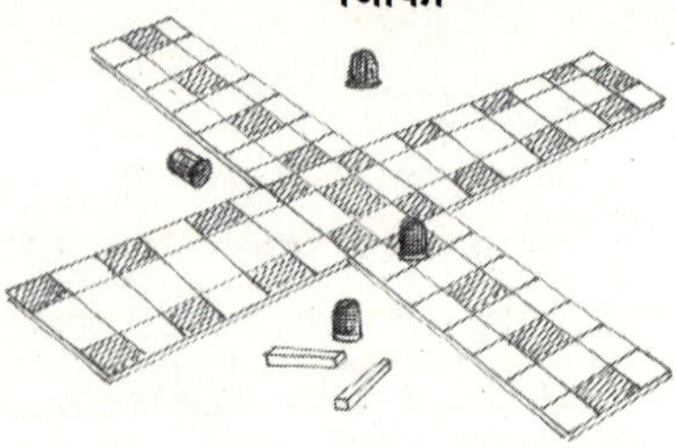

थरांमध्ये लोकप्रिय होते. गंजीफा म्हणजे जमिनीवर अंथरलेल्या मेणका-पडावर आकृत्या काढलेल्या असतात. त्यावर दशावतारी चित्रे रंगविलेल्या वाटोळ्या अशा पत्त्यांच्या आधारे (करमणुकीसाठी) खेळ खेळावयाचा असतो. आजच्या आपल्या पत्त्यांच्या पानांप्रमाणेच हा खेळ असतो. या खेळाला गंजीफा असे म्हणतात. मात्र त्याचे नियम निराळे, स्वरूप थोडेसे भिन्न असते.

या शब्दाला ऐतिहासिक कागदपत्रांमध्ये 'दारूचे कोठार' असाही एक अर्थ प्राप्त झालेला होता. पंडित कवी सामराज यांनी आपल्या रुक्मिणीहरण काव्यात या 'गंजीफा' खेळाचा उल्लेख केलेला आहे. फारशी 'गंजीफा' या शब्दापासून मराठीत हा शब्द जसाच्या तसा प्रवीष्ट झालेला आहे.

२५८. गडगनेर / गडंगनेर - लग्नकार्य अथवा घरातील एखादा मंगलविधी साजरा केला जाणार असताना नागर आणि ग्रामीण जीवनात त्या काळी रूढ असलेली एक प्रथा म्हणजे हा गडंगनेर/गडगनेरचा कार्यक्रम. याचा मूळ अर्थ 'विवाहापूर्वी अथवा दुसऱ्या एखाद्या कार्यापूर्वी नातेवाईकांना दिलेले गोड जेवण' असा आहे. पण याचा नंतर अर्थविस्तार झाला व "लग्न किंवा मुंज यापूर्वी वधू अथवा वर यांच्या स्वत:च्या घरी आप्तेष्टांना आमंत्रित करून त्यांना थाटाने भोजन देणे" हा अर्थ समाजात रूढ झाला. तसेच हे नातेवाईक वर अथवा वधूला आपापल्या घरी बोलावून विवाह निश्चित झाला या आनंदापोटी त्यांना मेजवानी देतात आणि भोजनानंतर घरचा आहेरही देतात. वधूची ओटी भरतात. याला गडंगनेर असे म्हणतात. 'केळवण' असाही दुसरा शब्द यासाठी रूढ आहे. या कार्यक्रमाला शास्त्राधार नाही. ती एक लौकिक प्रथा आहे. अलिकडच्या काळात वधूवर आपल्या घरी नातेवाईकांना जेवण्यास बोलवत नाहीत. मित्र, नातेवाईक मात्र त्यांना विवाहापूर्वी आमंत्रित करतात. कानडीमधील 'गडू' आणि 'नीर' हे दोन शब्द एकत्र येऊन मराठीतला गडंगनेर/ गडगनेर हा शब्द तयार झाला. कानडीमध्ये

गडू म्हणजे पाण्याचा तांब्या व 'नीर' म्हणजे पाणी.

२५९. मावळण - आपल्याकडे प्रत्येक नातेसंबंधाला स्वतंत्र नावे आहेत. अशा नावांची मराठीत श्रीमंती आहे; पण त्याचबरोबर प्रदेशपरत्वे या नातेसंबंधांच्या नावांमध्ये फरकही आढळतो. एके काळी समाजाच्या सर्व स्तरांमध्ये चांगला रूढ असलेला व वापरला जाणारा शब्द म्हणजे मावळण हा. या शब्दाला प्रचलित असलेले दोन अर्थ आहेत. पश्चिम महाराष्ट्रात मावळण म्हणजे आत्या, म्हणजे वडिलांची बहीण. तर कोकणामध्ये तसेच इतरही काही भागांत 'मावळण' म्हणजे मामी. मामी याचा पुणे-सातारा, सोलापूर भागात अर्थ होतो मामाची बायको असा. आजकाल मात्र 'मावळण' हा शब्द लोप पावला आहे. त्याऐवजी 'आत्या' हा शब्द प्रचलित झाला आहे.

संस्कृतमधील 'मातुलानी' या शब्दापासून 'मावळण' शब्द तयार झाला असावा असे एक मत आहे. पण यापेक्षाही कानडीतल्या 'माव' शब्दापासून हा शब्द मराठीत आला असावा. कानडीतले बरेच नातेसंबंधाचे शब्द मराठीत आलेले आहेत. उदा. ताई, मावशी, अप्पा इ.

२६०. येटण / येटाण - हा शब्द विशेष करून कृषीजीवनाशी निगडित आहे. शेतकऱ्याला औत, नांगर, कुळव, बैलगाडी इ. साधनांचा वापर करावयाचा झाल्यास ज्या साधनांचा वापर करून ही अवजारे मशागतीच्या उपयोगाला आणता येतात, त्याला 'येटण किंवा येटाण' असे ग्रामीण भाषेत बोलतात. बैलगाडीचे जू बांधण्यासाठी, औत जुंपण्यासाठी किंवा जोखडाला बांधण्या-साठी जो दोर, सापत्या, कासरा, नाडा यांसारख्या वस्तू वापरल्या जातात, त्याला 'येटाण' असे म्हणतात. मात्र यांतील सापत्या वेगळ्या असतात. नाडा वेगळा आणि कासरा वेगळा असतो; पण या साऱ्या साहित्याला मिळून शेतकरी 'येटाण/येटण' असे म्हणतो. त्या त्या अवजाराप्रमाणे ती ती वस्तू वापरावी लागते.

'येटाण' या शब्दाला 'खुबी, मर्म, युक्ती' असा आणखी एक अर्थ आहे. मात्र त्याचा वापर व्यवहारात फारसा होत नाही.

हा शब्द देशी म्हणजे बोलीचा असावा असे वाटते.

२६१. चिरेबंदी - प्रत्येकाच्या आर्थिक परिस्थितीनुसार साधारणपणे खेड्यांमध्ये तीन प्रकारची घरे असतात. एक : गवताच्या झोपड्या; खोपटी, दोन : साधी मातीत बांधलेली, वेड्यावाकड्या दगडांची आणि श्रीमंत लोकांची. चांगल्या घडविलेल्या दगडांची. या घडविलेल्या दगडांना चिरा असे म्हणतात. अशा चिऱ्यांपासून म्हणजे घडविलेल्या दगडांपासून बांधलेल्या घरांना 'चिरेबंदी' असे म्हटले जाते. तेव्हा चिरेबंदी म्हणजे 'खाणीतून काढलेल्या दगडाला घडवून आकार देतात, सुबक करतात नि वाडा वगैरे बांधण्यासाठी वापरतात तो दगड.'

म्हणजे चिऱ्यांनी केलेली बंदिस्ती. याचा लक्षणेने झालेला अर्थ 'भक्कम, मजबूत बांधलेले घर' असा आहे.

या शब्दाला 'स्निग्ध पदार्थांचे भोजन' आणि 'बांधावरील हद्दीचा दगड' असेही अर्थ आहेत. ज्ञानेश्वरांच्या अमृतानुभव ग्रंथात आणि तुकाराम महाराजांच्या एका अभंगात 'चिरा अथवा चिराव' असा शब्दप्रयोग आलेला आहे.

पोलके

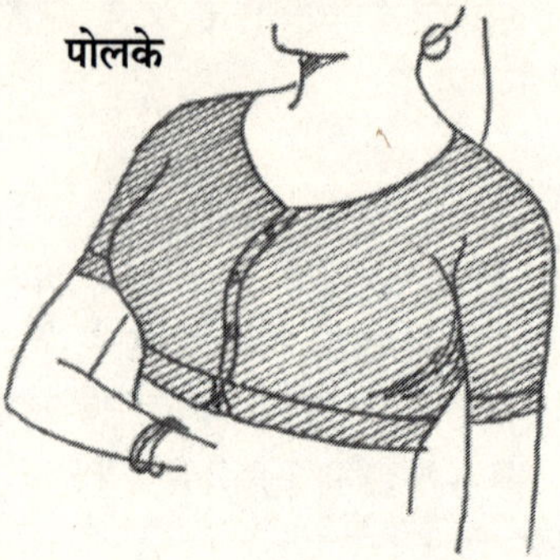

२६२. उटारेटा/ठा/टी - अनेक अर्थच्छटा असलेला मोठा अर्थपूर्ण असा हा शब्द आहे. या शब्दाला प्रसंगानुसार अर्थ प्राप्त झालेला दिसतो. याचे 'उठाठेव करणे; ढवळाढवळ करणे, उपद्व्याप, नसता उद्योग करणे, लुडबुड किंवा भानगडी करणे,'' असे अर्थ आहेत. म्हणजे 'निरर्थक नि तापदायक स्वरूपाची गोष्ट घडली' की हा शब्द वापरला जातो. याशिवाय नाचरेपणा करणे, अन्नाची भूक नसताना ताटातल्या अन्नाची उगीच चिवडाचिवड करणे यालाही हाच शब्द वापरला जातो. नियमभंग करून एखादी गोष्ट केली; नियोजनपूर्वक घेतलेल्या निर्णयात एकाएकी बदल करणे असे घडले तर आपण ''तुला हा नसता उटारेटा करायला कोणी सांगितला होता?'' असे चिडून बोलतो. यातून या शब्दाचा अर्थ अधिक स्पष्ट होतो.

हा शब्द पूर्णतः देशी शब्द असावा असे वाटते.

२६३. पोलके - इंग्रजी राजवटीमध्ये ब्रिटिशांच्या ज्या अनेक वस्तू आणि शब्द आपण आपल्या व्यवहारात आणि भाषेमध्ये स्वीकारले; त्यांतील एक शब्द आहे पोलके. विसाव्या शतकाच्या प्रारंभी हा शब्द नागर समाजात चांगलाच मान्यता पावला होता. व्यवहारात रुळला होता. 'पोलके' याचा मराठी अर्थ आहे ''बायकांचे चोळीसारखे वस्त्र.'' पण काटेकोरपणे पाहिले तर पोलके हे चोळीपेक्षा बऱ्याच बाबतींत निराळे होते. चोळीची बाही जवळजवळ कोपरापर्यंत असते. पोलक्याच्या बाह्या आखूड असतात. चोळीला काखेत लाग (स्वतंत्र असा पांढरा त्रिकोणी कपडा) असते. पोलक्याला असले काही लावत नाहीत. चोळीला बटने नसतात. (निदान पूर्वीच्या चोळीला तरी.) पोलक्याला समोर बटने असतात. चोळीसाठी प्रामुख्याने चोळखणाचे कापड वापरतात. पोलक्या-साठी ते वापरले जात नाही. त्यासाठी चिटाचे कापड अथवा रंगीत कापड वापरले जाते. म्हणून 'पोलके' हे स्त्रियांनी अंगात घालावयाचे वस्त्र असले तरी वेगळ्या प्रकारचे आहे. ते चोळी नव्हे.

इंग्रजीतील 'पोलका' (Polka) या शब्दाचे मराठी रूप म्हणजे 'पोलके' होय.

२६४. शेलकाट / शेलकट - विसाव्या शतकाच्या प्रारंभ काळात खेड्यातील मराठा समाजाच्या स्त्रिया किंबहुना सर्वच स्तरांतील ग्रामीण स्त्रिया गावाबाहेर पडताना, यात्रेला, विवाहाला अथवा आणखी कोणत्याही कारणाने घराबाहेर पडताना माथ्यापासून ते थेट गुडघ्यापर्यंत एक पांढरे वस्त्र अंगाभोवती लपेटून मगच बाहेर पडत. चेहरा दिसणार नाही एवढा लांब पदर घेत. या चौकोनी पांढऱ्या कपड्याचे एक टोक अंगाभोवती लपेटल्यावर खांद्यावर टाकत. या अंगभर पुरणाऱ्या जाड्याभरड्या पांढऱ्या चौकोनी वस्त्राला 'शेलकट' किंवा 'शेलकाट' असे म्हणत. ते एक प्रतिष्ठेचे, खानदानी-पणाचे आणि शालीनतेचे लक्षण मानले जाई. सातारा परिसरातील मुसलमान स्त्रिया अशीच अंगावर पांढरी चादर घेत. त्यावरून ही प्रथा आणि शब्द मराठीत आला असावा असे वाटते. कारण मोगलांच्या अनेक गोष्टी अनुकरणातून आपणाकडे आलेल्या आहेतच. तसेच 'चिव्' पासून 'चिर' व त्यापासून 'शेली' व 'शेलकट' अशी व्युत्पत्ती सांगितली जाते. कारण 'चीर' म्हणजे वस्त्र आणि 'शेली' म्हणजे 'डोके वा अग्रभाग.' म्हणजे ''डोक्यावरून घ्यावयाचे वस्त्र'' असा त्याचा अर्थ झाला. तर काही विद्वानांच्या मते कानडीतील 'चैलं' पासून 'शेलकट' शब्द आला असावा. कारण चैलम् म्हणजेही कापडाचा तुकडाच. यालाच 'भूती' असा आणखी एक शब्द आहे.

२६५. लागीर - तंत्रमंत्र आणि भूत-पिशाच्च यांच्यावर विश्वास ठेवून त्यांच्या अरिष्टापासून मुक्त होण्यासाठी धड-पडणाऱ्या एके काळच्या समाजात या शब्दाला चांगली प्रतिष्ठा होती. आजही अंधश्रद्धा अन् अज्ञान यांना कवटाळून जगणाऱ्या ग्रामीण परिसरात हा शब्द अनेकांना दिलासा देतो. ''भुताने निर्माण केलेली पीडा; भुताने निर्माण केलेली बाधा म्हणजे लागीर.'' दुसऱ्या शब्दांत ''भुताने केलेला आघात, गाजविलेले स्वामित्व, अथवा भुताने पछाडलेला.'' म्हणजे लागीर.

यालाच 'लाग' असाही दुसरा शब्द आहे. 'लाग' शब्दापासून हा 'लागीर' शब्द तयार झाला. 'लाग' या शब्दाचा ''चिकटणे, मारणे, आघात करणे'' असा अर्थ आहे. 'लागीर' शब्दात या गोष्टी हमखास घडत असतात.

सामराज कवीने आपल्या 'रुक्मिणीहरण' खंडकाव्यात या शब्दाचा वापर केलेला आहे. दासविश्रामधाम काव्यातही हा शब्द आलेला आहे. आज मात्र लागीर शब्द पूर्वीइतका व्यवहारात वापरला जात नाही.

२६६. रुखवत - बदलत्या काल-मानानुसार आपल्या विवाहातील अनेक गोष्टी लोप पावल्या. काही बदलल्या गेल्या. काही नव्याने आल्या. पूर्वीच्या काळी विवाह सोहळ्यातील सर्वांच्या चर्चेची

असणारी गोष्ट म्हणजे रुखवत ही होय. विवाह सोहळ्यात नवरा मुलगा जेव्हा वधूच्या घराकडे विवाहासाठी निघतो, तेव्हा किंवा त्याआधी वधू-पक्षाकडून वराच्या घरी त्याला आणि त्याच्या मित्रांना जो फराळ व भेटी पाठवल्या जातात, त्याला 'रुखवत' असे म्हटले जाते. असा उपहार देण्याचा समारंभ असेल तर त्यासही हाच शब्द वापरला जातो. यामध्ये प्रामुख्याने फराळाचे पदार्थ असतात. क्वचित प्रसंगी हा समारंभ वरप्रस्थानानंतरही करतात. अलीकडे मात्र फराळाच्या पदार्थांपेक्षाही संसारोपयोगी विविध वस्तू, भांडी, गृहसजावटीच्या बाबी आणि आधुनिक सुखसाधने यांचाच यात समावेश असतो. पूर्वी या साऱ्या वस्तू सवाद्य मिरवणुकीने वरपक्षाच्या घरी नेल्या जात.

फारशी भाषेत 'रूपवत्' असा एक शब्द आहे. त्याचा अर्थ 'देणगी' असा आहे. या शब्दापासून हा 'रुखवत' मराठीत अवतरला आहे.

२६७. भाडखाऊ - शिवी म्हणून वापरला जाणारा हा शब्द अर्थाचे सामान्यीकरण होताच एकदम अर्थदृष्ट्या बदलून गेला आहे. या शब्दाचा मूळ अवयव 'भाड' असा आहे. त्याचा आजचा अर्थ 'वस्तूच्या उपभोगाविषयी द्यावयाचे द्रव्य' असा असला तरी 'भाड' याचा मूळ अर्थ 'वेश्येचा दर' असा आहे. आणि 'भाडखाऊ' याचा अर्थ ''घरच्या स्त्रियांना उपभोगार्थ देऊन पैसे मिळविणारा माणूस'' किंवा ''या असल्या पैशावर निर्वाह करणारा माणूस'' असा आहे. आजच्या भाषेत ''कुंटणखाना चालवून त्यावर कष्टांविना जगणारा माणूस'' असा 'भाडखाऊ' या शब्दाचा अर्थ आहे. आज मात्र या शब्दाचा केवळ शिवी म्हणूनच वापर केला जातो. संस्कृतातील 'भाटम्' या शब्दापासून अथवा 'भाटि' या शब्दापासून 'भाड' शब्द तयार झाला. 'भाटि' याचा अर्थ 'व्यभिचाराचा पैसा' असाच आहे. या संस्कृत शब्दाचे 'भाडअ' असे प्राकृत रूप झाले व त्यापासून 'भाड' शब्द निर्माण झाला. या 'भाड' शब्दाला 'खाऊ' हा प्रत्यय लागलेला आहे. ऐतखाऊ, वेळखाऊ, लाचखाऊ यांसारख्या शब्दांना 'खाऊ' प्रत्यय लागलेला आपण जाणतोच. थोडक्यात, ''अनैतिक प्रकाराने पैसा कमावणारा नीच माणूस म्हणजे भाडभाऊ.''

२६८. बाळोते / बाळवते - अतिशय अर्थपूर्ण आणि उचित असलेला हा रसरशीत शब्द आहे. असा हा शब्द आजकाल पार विस्मृतीत गेलेला आहे. यातले माधुर्य आपल्या लक्षातून गेलेले आहे. या शब्दाचा अर्थ आहे, ''बाळाचे कपडे'' असा. पण हा अर्थ तितकासा परिपूर्ण वाटत नाही. बाळाचे कपडे यापेक्षा 'बाळाच्या वापरातील फडकी' हा अर्थ योग्य वाटतो. बाळाला न्हाऊ घातल्या-नंतर पुसणे, त्याला कपड्यात गुंडाळणे, त्याच्या मुखातून गळणाऱ्या दुधाचा ओघळ पुसणे, त्याची स्वच्छता करणे, यांसाठी मऊसूत अशा वस्त्रांची, साड्यांची जी

फडकी असतात, त्याला खरेतर 'बाळुती' असे संबोधिले जाते. दुसऱ्या शब्दांत 'बाळाच्या संगोपनासाठी रोजच्या वापरात असणारे कपडे म्हणजे बाळोते' होय. खरे तर शिवून तयार केलेले हे कपडे नसतातच. जुन्या झालेल्या पातळ धोतरांची, लुगड्यांची ती बऱ्यापैकी लांबरुंद असलेली फडकी असतात. मध्वमुनीश्वरांनी या शब्दाचा वापर केलेला आहे. आजच्या बाळाला स्वतंत्रपणे कपडे शिवून मिळतात. ते खूप आकर्षकही असतात.

'बाल+पोत्तिअ' यांचा संधी होऊन हा शब्द सिद्ध झाला आहे.

२६९. लवाण / लवण - ग्रामीण माणसांच्या नित्यबोलीत हा शब्द आढळतो. आजही हा शब्द थोडाफार वापरला जातो. 'लवणे' या क्रिया-पदापासून तयार झालेला हा शब्द आहे. त्यामुळे या शब्दाचा अर्थ 'वाकडा रस्ता, वाकण, समपातळीत नसलेला रस्ता' असा झाला. त्यातून थोडासा अर्थविस्तार होऊन याला ''जमिनीचा खोलगट भाग, आत गेलेला जमिनीचा भाग, वळण'' असा अर्थ प्राप्त झाला. काही भागांत पावसाळ्यात जमिनीवर जिथे ओहोळ वाहतो; त्यामुळे ती जमीन खोलगट होते त्या जागेला 'लवण/लवाण' असे संबोधिले जाते.

याशिवाय 'उतार किंवा उतरती जागा' या अर्थानेही खेड्यातील माणूस 'लवण/लवाण' या शब्दाचा वापर करीत असतो. या शब्दाची व्युत्पत्ती दोन प्रकारे सांगितली जाते. एक म्हणजे संस्कृत 'निपत्' या शब्दापासून हा शब्द मराठीत सिद्ध झाला आणि दुसरे 'नमुन्' या कानडी शब्दा-पासून 'लवण' अथवा 'लवाण' हा शब्द निर्माण झाला. यापैकी कानडी शब्दापासून हा सिद्ध झाला असावा असेच वाटते.

२७०. शाक - अर्थविस्तार झालेले पण संस्कृतमधून काहीही बदल न होता मराठीत जसेच्या तसे आलेले अनेक शब्द आहेत. त्यांपैकी हा एक शब्द आहे. अशा शब्दांना 'तत्सम' शब्द असे म्हणतात. शाक याचा मूळ अर्थ 'भाजी, भाजीपाला' असा आहे. आपण बोलताना ''आज भाजी काय केली ?'' असे विचारतो तेव्हा भाजी शब्दात असलेला अर्थ यापूर्वी 'शाक' या अर्थाने वापरल्या जाणाऱ्या शब्दाला नव्हता. 'पालेभाजी' असा त्याला अर्थ होता. त्याचा आजकाल अर्थ विस्तारला आणि खेड्यामध्ये विवाह सोहळा, भोजनावळी, एखादे धार्मिक कृत्य या वेळी भोजनात जी पातळ आमटी असते त्याला 'शाक' असे म्हणतात. सातारा, सांगली, कोल्हापूर या भागांत तर हा शब्द सर्रास वापरला जातो. ही आमटी तुरीच्या डाळीची अथवा हरभरा-डाळीची बनविलेली असते. तेव्हा शाक म्हणजे ''पालेभाजी नव्हे, फळभाजी नव्हे, तर डाळीची पातळ तिखटजाळ आमटी.''

संस्कृतातल्या 'शाक' या शब्दापासून मराठीत हा शब्द आला आहे.

२७१. थोबाड - ज्या एकाच अवयवाला अर्थाच्या भिन्न भिन्न छटा असलेले अनेक शब्द आहेत, त्यात मुख, तोंड, चेहरा यांचा समावेश केला पाहिजे. तसे 'थोबाड' म्हणजे तोंड, किंवा काटेकोर सांगावयाचे झाले तर 'चेहऱ्याची एक बाजू.' पण या अर्थाने हा शब्द वापरताना त्याला असलेला निंदाव्यंजक अर्थ घेऊनच तो वापरला जातो. कुरूपपणा, स्थूलपणा किंवा घाणेरडेपणा प्रकट करताना हा शब्द वापरला जातो. चपराकाची भीती दाखविताना 'थोबाड' हा शब्द वापरला जातो. लहान मुलाने आगळीक केल्यावर ''देऊ का तुझ्या थोबाडात'' असे आपण म्हणतो. या शब्दापासून झालेल्या ''थोबाडणे, थोबाड फोडणे, थोबाड रंगविणे, थोबाड सुजविणे'' अशा शब्दप्रयोगांत ''जोराने चिडून तोंडात मारणे'' किंवा ''चांगली अद्दल घडवणे'' हाच अर्थ अभिप्रेत असतो.

भास्करभट्ट बोरीकराने आपल्या 'शिशुपालवध' काव्यात या शब्दाचा वापर 'लाजणे' या अर्थाने केला आहे. संस्कृतातल्या 'स्थपुट' या शब्दापासून हा शब्द निर्माण झाला, अशी एक व्युत्पत्ती सांगितली जाते. किंवा 'तुण्ड' या शब्दापासून हा 'थोबाड' मराठीत आला अशी दुसरी व्युत्पत्ती सांगितली जाते. पण हा देशी-बोलभाषेतील शब्द असावा असे वाटते. कारण 'तुण्ड'पासून फार तर 'तोंड' शब्द निर्माण होऊ शकेल. — थोबाड नव्हे-

२७२. चघळचुघळ - 'चघळणे' या क्रियापदापासून तयार झालेला हा अभ्यस्त शब्द आहे. 'चघळ' किंवा 'चघळचुघळ' याचा अर्थ आहे ''गुरांनी अर्धवट खाऊन टाकलेली वैरण, किंवा 'गुरांनी खाऊन उरलेला चारा.' अनेकदा ही वैरण खाता खाता त्यांच्या पायाखाली येऊन ती तुडविली जाते. या तुडविलेल्या वैरणीलाही 'चघळचुघळ' किंवा 'चघळ' असे म्हणतात. अंगण, घर परिसरात साचलेला पालापाचोळा यालाही अनेकदा 'चघळ' असेच म्हणतात. यातूनच लक्षणेने याचा भिन्न अर्थ घेतला गेला. 'मूर्खपणाचे भाषण, वटवट, निरर्थक बडबड' हा अर्थ त्याला प्राप्त झाला.

संस्कृतच्या 'गृ'पासून 'जिगल' असे रूप झाले नि त्यापासून 'चिघळ' नि नंतर 'चघळ' असा विकासक्रम साधला गेला. आणखी एका मताने तमीळमधील 'शवैतल्' या शब्दापासून 'चघळ' असा शब्द सिद्ध झाला. कारण 'शवैतल्' याचा 'चघळणे' असाच अर्थ आहे.

२७३. कंडा - 'कंडा' याचा मूळ अर्थ बैल, घोडा, खोंड इ. जनावरांच्या गळ्यात बांधलेला कंठा. ऐतिहासिक शब्दकोशात याचा अर्थ 'घोड्याचे कंठभूषण' असा दिला आहे. पण हा सर्वच पाळीव जनावरांच्या गळ्यात बांधला जातो. 'कंडा' हा लोकरीचा असतो. रेशमी धाग्याचा असतो. आणि त्याला बाहेरून आकर्षक दोरे, सखलाद इ. वस्त्रांचा तुकडा शोभा येण्यासाठी लावलेला असतो.

अनेकदा त्यामध्ये पत्र्याच्या चौकोनी छोट्या पेट्याही गुंफून घेतलेल्या असतात.
'कंठ' या संस्कृत शब्दापासून 'कंडा' हा शब्द तयार झालेला दिसतो. आजकाल मात्र याचा अर्थ विपरित झालेला दिसतो. 'सुंदर, आकर्षक, देखणा अथवा देखणी' या अर्थानेच हा शब्द ग्रामीण भागात वापरला जातो. "अमक्या अमक्या इसमाची मुलगी दिसायला कंडा आहे." "त्याला एकदम कंडा बायको मिळाली" अशी वाक्ये आज प्रचलित आहेत. ती या नव्या अर्थाने :

२७४. अलाबला - गेल्या शतकातील समाजजीवनाच्या धारणा, श्रद्धा, विश्वास, आणि त्यांसाठी केल्या जाणाऱ्या कृती यांचे दर्शन मोठे नवलपूर्ण वाटत असते. विज्ञानाच्या शोधामुळे, शिक्षणप्रचार आणि प्रबोधन यामुळे या धारणा आता निरर्थक झाल्या अन् त्यामुळे लोपही पावल्या. 'अलाबला घेणे' किंवा करणे ही कृतीही अशीच त्या जीवनशैलीचा परिचय करून देणारी आहे. एखाद्याची द्रष्ट काढण्यासाठी पीठाचे दिवे (पेटविलेले) ओवाळताना किंवा 'प्रिय व्यक्ती खूप दिवसांनी घरी आल्यावर कानशिलावर बोटे मोडून त्या प्रिय व्यक्तीच्या अरिष्ट निवारणाची सदिच्छा व्यक्त करण्याच्या क्रियेला अलाबला' असे म्हणतात. यावरून 'इडापिडा टळो, संकट दूर जावो. दुःख आणि त्रास यांपासून आपली प्रिय व्यक्ती दूर राहो' असा त्याला अर्थ लाभला आहे. संतश्रेष्ठ तुकारामाने 'अलायबलाय' अशा स्वरूपात हा शब्द वापरला आहे. शाहीर प्रभाकराने एका लावणीत हा शब्द वापरला आहे. शिवकालीन कागदपत्रांतही ह्या शब्दाचा वापर केलेला आढळतो. अरबीमधील 'अलात्' आणि 'बला' या दोन शब्दांच्या समासातून हा शब्द तयार झाला. 'बला' म्हणजे संकट, दुर्दैव, आणि 'अलात्' म्हणजे कोलीत.

२७५. महाळ / म्हाळ - नागर जीवनामध्ये आणि विशेष करून ग्रामीण भागात एके काळी हा शब्द खूप प्रचलित आणि प्रतिष्ठा पावलेला शब्द होता. खेड्यांमध्ये आजही हा शब्द थोडाफार वापरला जातो. भाद्रपद महिन्याच्या वद्यपक्षाला पितृपक्ष असे म्हणतात. यालाच 'पितृपंधरवडा' असेही संबोधले जाते. या काळात पितरांप्रीत्यर्थ श्राद्धाचे भोजन घातले जाते. त्यासाठी भावकीतील अथवा स्नेह्यांतील चार-दोन व्यक्तींना भोजनासाठी आमंत्रित केले जाते. पितरांचा प्रतिनिधी म्हणून त्यांची पाद्यपूजा करून आणि त्यांना नमस्कार करून भोजन घातले जाते. ते भोजनही यथासांग असते. या विधीला 'महाळ' किंवा 'म्हाळ' असे म्हणतात. भोजनाला प्रारंभ करण्यापूर्वी आमंत्रित यजमान एका पत्रावळीवर पितरांसाठी अन्नाचा अंश काढून ठेवतात व तो नंतर गाईला घातला जातो वा घरावर ठेवला जातो. पितरांची तृप्ती आणि त्यांच्या ऋणातून मुक्तता होणे असा यामागे हेतू असतो.
'महालय' या संस्कृत शब्दापासून 'महाळ'

हा शब्द मराठीत सिद्ध झालेला आहे.

२७६. मदन / मदान - कृषीजीवनाशी संबंधित असलेला हा शब्द आहे. शेतकरी जेव्हा खळ्यामध्ये मळणी करतो, तेव्हा कणसे तुडवून गोंडासहित जे धान्य निघते त्याला 'मदन' किंवा 'मदान' असे म्हटले जाते. ही तुडवणी शक्य नसेल तर बडवणी करावी लागते. या तुडवणीतून जे धान्य निघते, त्यात भुसकटही (सूस) असते. त्याची नंतर उफणणी करावी लागते. पहिल्या तुडवणीस 'मदान' असे म्हणतात. दुसरीला 'आकणी' असे म्हणतात. तर तिसऱ्यांदा कणसे तुडवून निघालेल्या धान्यास 'निकणाचे मदान' असे म्हणतात. वेगवेगळ्या प्रांतांत याला वेगवेगळी नावेही आढळतात. रास, कांडे, मातेरे, फंजट किंवा परळे अशी नावे किंवा प्रकार आहेत. पश्चिम महाराष्ट्रात पाखडून, भुसकट काढून पोत्यात भरावयाच्या धान्यास 'रास' असे म्हणतात. तेव्हा 'मदान' म्हणजे ''कणसे तुडवल्यानंतर निर्माण झालेले प्राथमिक अवस्थेतील अस्वच्छ धान्य'' होय.

'मर्दन' या शब्दापासून 'मदान' शब्द सिद्ध झाला असे एक मत आहे; तर मृद+अन्न यापासून 'मृदन्न' शब्द झाला व त्यापासून 'मदन/मदान' शब्द मराठीत आला असे दुसरे मत आहे.

२७७. धारण - शिवकालापासून जनव्यवहारात रूढ असलेला हा शब्द आहे. पाऊणशे वर्षांपूर्वी तर पदोपदी या शब्दाचा वापर केला जात होता. आजकाल मात्र हा शब्द सहसा वापरला जात नाही. फारसा कानावर पडत नाही. 'धारण' म्हणजे 'धान्य आणि खाद्य पदार्थांच्या खरेदीविक्रीचा चालू बाजार-भाव.' आजच्या भाषेत 'दर' अथवा 'किंमत'. यावरूनच 'दुष्काळ' आणि 'महागाई' असा या शब्दाचा लक्षणेने अर्थ घेतला गेला. भाऊसाहेबांच्या बखरीत 'पाचावर धारण बसली' असा वाक्प्रचार आलेला आहे. याचा अर्थ 'एक रुपयाला पाच शेर धान्य विकले जाऊ लागले.' म्हणजेच कमालीची महागाई झाली. या महागाईमुळे घाबरून जाणे, भीतीने गर्भगळित होणे, दुष्काळ पडणे असा अर्थ या वाक्प्रचारापासून काढला गेला. तो वापरला गेला. आजही महागाई, बाजारभाव याच अर्थाने हा शब्द म्हातारी मंडळी वापरतात. उदा. ''सध्या बाजारात भाताची धारण काय आहे ?'' समर्थांनीही या शब्दाचा वापर केलेला आहे.

'धारणि' असा एक कानडी शब्द आहे. त्यापासून मराठीत 'धारण' शब्द तयार झालेला आहे.

२७८. खाटले - 'खाट' किंवा 'खाटले' हा ग्रामीण भागात नेहमी वापरला जाणारा शब्द होता. आता मात्र 'कॉट' असा उच्चार केला जातो. 'खाटले' म्हणजे ''चार पायांची, दोरांनी विणलेली साध्या लाकडांची चारपाई किंवा ''साधा पलंग.'' यालाच ग्रामीण बोलीत 'बाजले' असेही म्हटले जाते. आजची 'कॉट' लोखंडी फ्रेम (चौकट) असलेली आणि लोखंडी

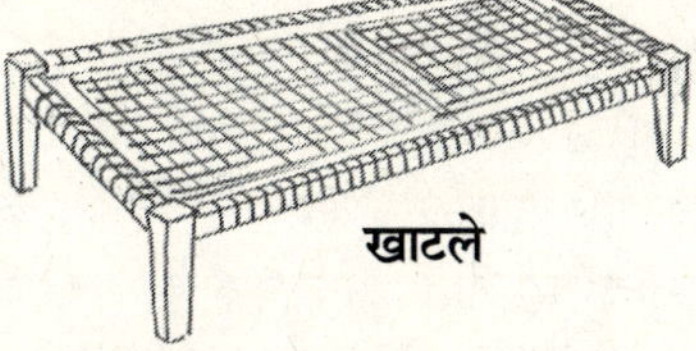

खाटले

पट्ट्यांनी विणून तयार केलेली असते. खाटले मात्र काथ्याच्या, वाखाच्या दोरीने विणलेले असते. या शब्दाचा लक्षणार्थ मात्र 'बाडबिछाना, सामानसुमान' असा घेतला जातो. 'खाटल्यावर चढणे' याचा अर्थ कुकर्म, अनाचार, स्वैराचार करणे असा होतो.

संस्कृतमधील 'खट्वा'पासून 'खटोपिका' असे रूप झाले. त्यापासून 'खट्टा' नि मराठीत खाट, खाटले असे रूप तयार झाले असे एक मत आहे. तर तमीळ-मधल्या 'कट्टिल' या शब्दापासून 'खाट' शब्द मराठीत आला असे एक मत आहे. हाच शब्द पोर्तुगीजांच्या भाषेमध्येही प्रवीष्ट झालेला आढळतो.

२७९. खंडी - पूर्वी वजन करण्यासाठी किंवा धान्य अथवा जिन्नस मोजण्यासाठी रूढ असणारी मापे-वजने वेगळी होती. पूर्वी चौसष्ट शेरांचा मण असे आणि वीस मणांची खंडी असे. तेव्हा 'खंडी' याचा अर्थ असा की, ''वजनाचे, जिन्नस मापण्याचे एक प्रमाण.'' निरनिराळ्या प्रांतांत निरनिराळ्या खंडी मानली जाते. मुंबई-पुणे भागात वीस मणांची खंडी धरतात. काही भागांत आठ मणांची खंडी. तर काही भागांत चाळीस किलोंची खंडी मानतात. पुढे या शब्दाचे सामान्यीकरण झाले आणि त्याला 'भरपूर, पुष्कळ' असा अर्थ प्राप्त झाला. उदा. ''त्याला खंडीभर पोरे आहेत.'' ''त्या धनगराकडे दोन खंड्या मेंढरे आहेत.'' ''मी त्याच्यासमोर खंडीभर बोललो, पण काही उपयोग झाला नाही.'' या वाक्यांतून पुष्कळ असाच अर्थ निष्पन्न होतो. 'खंडोगणती' यासारख्या शब्दाचा अर्थ ''खंडीने मोजता येण्यासारखा'' असा होतो. 'खंडीवर पेंढी' असा वाक्प्रचार उच्चारला तर एखाद्याला एकविसावे मूल झाले असा त्याचा अर्थ घेतला जातो.

कानडी 'कडुंग' या शब्दापासून हा शब्द मराठीत आला आहे.

२८०. जोगवा - पूर्वी समाजजीवनात देवदेवतांचे प्रस्थ खूप होते. त्यांच्यावर अपार श्रद्धाही होती. ग्रामीण भागात यल्लमा, रेणुका यांसारख्या देवतांचे उपासक स्त्री-पुरुष या देवीच्या नावे पाच घरे भिक्षा मागत. या भिक्षेला 'जोगवा' असे म्हणत. अर्थात पोट भरण्यासाठी

जोगवा

मागितलेली ही भीक नव्हे. ती देवीच्या नावे, देवीचा प्रसाद म्हणून घेतली जाते. तुळजाभवानी, अंबाबाई यांच्याही नावाने असा 'जोगवा' मागितला जातो.

हा जोगवा शिजवलेल्या अन्नाचा दिला वा घेतला जात नाही. तो कोरडा असतो. धान्य किंवा धान्याचे पीठ आणि मीठाचे चार खडे भिक्षा म्हणून घालतात. काही उपासक परडी घेऊन देवीच्या नावे भिक्षा मागतात. मंगळवार, शुक्रवार, अमावस्या या दिवशी हक्काने ती मागितली जाते. हा द्राविडी भाषेतून आलेला शब्द असावा. 'युज्-योग-जोग-जोगवा' असेही या शब्दाचे कुळ सांगितले जाते.

२८१. अमदनी-अमदानी - मुसलमान राजवटीच्या काळात मराठीत प्रवीष्ट झालेला हा एक अनेक अर्थांनी वापरला जाणारा शब्द आहे. आज मात्र तो जवळजवळ लोप पावला आहे. या शब्दाला अनेक अर्थ आहेत. त्यामध्ये 'मोसम, हंगाम, उत्कर्षाचा काळ, प्राप्ती, आगंतुक झालेली मिळकत' या अर्थानेच तो अधिक वापरला जात होता. याबरोबरच 'आयात उत्पन्न, जकातीचे उत्पन्न, बाजारात येणारा माल आणि व्यापारी वाहतूक' या अर्थानेही या शब्दाचा वापर केला जात होता. मात्र 'उत्पन्न' आणि 'हंगाम' याच अर्थाने तो सर्रास वापरला जात होता. ''त्याची वरकड स्वरूपातील अमदानी काही कमी नाही.'' ''सध्या तुझी अमदानी आहे म्हणून मोठाल्या गोष्टी तू करतोस.'' यांसारख्या वाक्यांतून हाच अर्थ स्पष्ट होतो आहे. ''मोगलांच्या अमदानीत रयतेचे हाल फार झाले.' या वाक्यात 'कारकीर्द, सत्ता' असा अर्थ होतो.

फारशी भाषेतील 'अमदानी' हा शब्द तसाच मराठीत आला आहे. त्याचा फारशीतला अर्थही 'मोसम, आयातीचे उत्पन्न' असाच आहे.

२८२. अनशवे / अनुशे - ग्रामीण माणसाच्या वापरामध्ये अजूनही थोडाफार शिल्लक असलेला हा शब्द आहे. नागर समाजातही तो क्वचित प्रसंगी वापरला जातो. 'अनशवे' किंवा 'अनुशे' हा शब्द 'अनुशन' यापासून तयार झालेला आहे आणि त्याचा अर्थ आहे 'उपवास'. तेव्हा 'अनुशे/अनशवे' म्हणजे 'रिकामे किंवा अन्न नसलेले पोट.'' उदा. अनुशे पोटी किंवा अनशवे पोटी औषध घेऊ नये.'' ''अनशवे पोटी पाणी पिले तर नळात भरते.'' इ. हा शब्द विशेष करून पोटाशी संबंधित आहे. उदा. अनुशे पोटी म्हणजे ''काही न खाता'' म्हणजे ''उपाशी असताना.''

संस्कृतातील 'अनशित' या शब्दापासून प्राकृतात 'अनसिय' असे रूप तयार झाले. आणि त्यापासून मराठीत 'अनशवे/अनुशे' हे रूप सिद्ध झाले असे मानले जाते.

२८३. आंदण - ग्रामीण माणसांच्या व्यवहारात काल-परवापर्यंत हा शब्द चांगलाच रूढ होता. आजकालच्या पिढीला हा शब्द तितकासा भावत नाही. त्यामुळे हा शब्द मंद गतीने लोप पावत

चालला आहे. 'अंदण/आंदण' याचा ग्रामीण माणूस जो अर्थ घेतो तो 'बक्षीस' असा. किंबहुना ''कसलीही अपेक्षा न धरता केलेले मोठे दान'' उदा. ''ही सारी इस्टेट मी काही कुणाला आंदण दिलेली नाही.'' ''गावाची सारी शेतं मला काही आंदण मिळाली न्हायीत.'' यांसारख्या वाक्यांतून या शब्दाचा अर्थ अधिक स्पष्ट व्हायला हरकत नसावी. मी कुणाला दहावीस रुपये बक्षीस वा दान म्हणून दिले तर त्या वेळी 'आंदण' शब्द वापरला जात नाही. पण माझी सारी इस्टेटच जाहीर करायची असेल तर तेव्हा आंदण शब्द वापरतात. अन् तीही कसलीही अपेक्षा न बाळगिता.

संस्कृतातील 'अन्यदान वा अनुदान' यापासून हा शब्द आलेला असावा असा एक अंदाज आहे. पण हा शब्द द्राविडी भाषांतून मराठीत आला असावा असे वाटते. कारण संस्कृतनिष्ठ शब्दोत्पत्ती समाधानकारक वाटत नाही.

२८४. तुंबडी - अनेक अर्थांनी वापरला जाणारा हा शब्द आज पूर्णत: नष्ट झालेला आहे. पूर्वीच्या काळी शरीरातील दूषित रक्त किंवा वायू बाहेर काढण्यासाठी तार असलेले भोपळ्याचे एक साधन वापरले जाई. त्याचे स्वरूप नळीसारखे (तोंडाला) असे. यालाच 'यंत्र' असेही म्हटले जाई. अशा या साधनाला 'तुंबडी' असे संबोधिले जात होते. आणि हे काम थोडासा जाणकार असलेला न्हावी करायचा. तेव्हा ''तुंबडी म्हणजे रक्त-

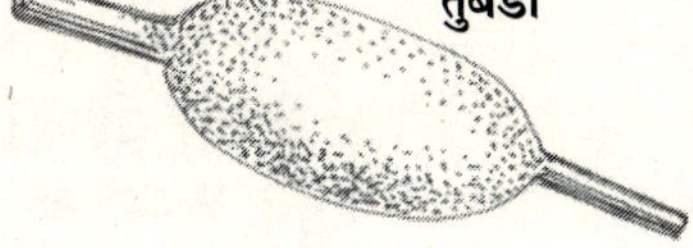

तुंबडी

शोषक असे भोपळ्याला नळी जोडलेले साधन (यंत्र).'' या शब्दाला भोपळ्याचे तंतुवाद्य आणि भिक्षापात्र असेही अर्थ आहेत. यावरूनच 'तुंबडी भरणे' म्हणजे आपल्या पदरात हवे तितके पाडून घेणे. 'तुंबडी लावणे' म्हणजे शोषण करणे हे अर्थ व्यवहारात रूढ झाले. ''रिकामा न्हावी, अन् भिंतीला तुंबडी लावी'' यासारख्या म्हणीतून निरुद्योगी माणूस निरर्थक उद्योगात नाहक वेळ व श्रम दवडतो, असा अर्थ निष्पन्न होतो.

संस्कृतमधील 'तुंबा' शब्दापासून प्राकृतात 'तुंबी' शब्द तयार झाला व तिथून मराठीत 'तुंबडी' शब्द निर्माण झाला असे एक मत आहे. कानडीत 'तुंबु' म्हणजे साचणे व 'तुंबी' म्हणजे कमंडलू असे शब्द आहेत. त्यापासूनच तुंबडी शब्द आलेला असावा, असे दुसरे मत आहे. हे दुसरे मतच ग्राह्य वाटते.

२८५. दातवण - सत्तर-ऐंशी वर्षांपूर्वी खेड्यांतील प्रौढ आणि वृद्ध स्त्रिया आपले दात आणि मुखाची शुद्धी राखण्यासाठी काळपट-करड्या रंगाची पावडर बोटावर घेऊन दातांना लावत असत. त्यामुळे या स्त्रियांचे दात चांगलेच काळेभोर व्हायचे. या दात घासण्याच्या चूर्णाला 'दातवण' असे म्हटले जाई. आजही काही वृद्ध

खेडुत स्त्रिया या 'दातवण'चा वापर करतात. यालाच त्या 'दारशिणा' किंवा 'दारशिणी' असेही म्हणत. टोकाला गोंडेदार केलेल्या बाभळ अथवा कडूनिंबाच्या काडीलाही 'दातन' तसेच 'दातवण' म्हटले जाते. या काडीनेही दात स्वच्छ करण्याची प्रथा आढळते. या चूर्णामध्ये हिरडा आणि इतर काही जिन्नस घालून त्यांची पूड बनविली जाते. थोडक्यात, 'दातवण म्हणजे दात स्वच्छ करण्यासाठी वापरली जाणारी काळी पावडर.'

संस्कृतमधील 'दंतधावन' शब्दापासून प्राकृतात 'दंतवण' शब्द तयार झाला. त्यापासून मराठीत 'दातवण' शब्द आला असे एक मत आहे. तर काही अभ्यासकांना कानडीतील 'दाचने' शब्दा-पासून हा शब्द मराठीत आला असे वाटते. गुजराथी भाषेतही 'दातवण' असाच शब्द आढळतो. मात्र त्याचा तिथे 'दात घासण्याची काडी' असा अर्थ आहे.

२८६. खुलवर - ग्रामीण भागात प्रत्येकाला ठाऊक असलेला असा हा शब्द. या शब्दाचा एक अर्थ 'लाच-लालूच' असा असला तरी व्यवहारात या अर्थाने तो वापरला जात नाही. 'खुलवर' याचा वापर 'घरातील कर्त्या माणसाच्या नकळत लपवून ठेवलेले द्रव्य किंवा जिन्नस' असा केला जातो. अनेकदा भागीदारीत असलेल्या मालमत्तेपैकी एकाने स्वत:च्या खाजगी उपयोगासाठी त्यातील काही मालमत्ता चोरून ठेवली तर त्यास 'खुलवर' असे म्हणतात. थोडक्यात काय, 'चोरीचा किंवा लबाडीने मिळविलेल्या वस्तूंचा गुप्त साठा म्हणजे खुलवर.'

खेड्यातील माणूस याचा यापेक्षा वेगळ्या अर्थाने वापर करतो. आपल्या स्वत:च्या शेतातून घरी-गावाकडे परत येताना दोन्ही बाजूंना असलेल्या गच्च पिकांतील वाटेवर आलेली अथवा चालता चालता सहजपणे खुडता येणारी कणसे तो चोरून घेतो. त्याचा साठा करतो. याला तो 'खुलवर' असे म्हणतो. मग ती कणसे असतील, आंबे असतील अथवा चोरून घेतलेल्या भुईमूगाच्या पसा-दोन पसा शेंगा असतील. हा शब्द देशी बोलीतील असावा असे वाटते.

२८७. खुर्द - पाच-पन्नास वर्षांपूर्वी शासकीय पत्रव्यवहारात गावांची नावे लिहिताना 'खुर्द' आणि 'बुद्रुक' असे कंसामध्ये लिहिलेले आढळत होते. आजही त्याच्या थोडाफार वापर होतो. या शब्दाचा मूळ अर्थ 'लहान, अतिशय लहान' असा आहे. पण अतिशय लहान असलेल्या वस्तूला वा खेड्याला सर्रास 'खुर्द' असे कोणी म्हणत नाहीत. जेव्हा एकाच नावाची दोन गावे असतील, तर त्यातील छोट्या गावाला 'खुर्द' असे संबोधिले जाते. उदा. लोणी खुर्द, लोणी बुद्रुक, टाकळी खुर्द, टाकळी बुद्रुक. मात्र खूप दूर अंतरावर अशी समान नावांची गावे/शहरे असतील तर खुर्द-बुद्रुक असे म्हटले जात नाही. मुसलमानी अंमलावेळी राज्यकारभाराच्या सोयीसाठी वापरले जाणारे हे शब्द आता

मराठीमय झाले आहेत. पण झपाट्याने बदलणाऱ्या जमान्यापुढे यांचा टिकाव लागत नाही.
फारशीतील 'खुर्द' हा शब्द मराठीमध्ये त्याच्या मूळ अर्थासह आपण स्वीकारलेला आहे.

२८८. मेवा - खेड्यातील बालपण या शब्दाशिवाय कधीच पुरे होत नाही. रडणाऱ्या, रुसणाऱ्या, न ऐकणाऱ्या मुलास या शब्दाचा वापर केला तरच शांत करता येत होते. 'मेवा' या शब्दाचा मूळ कोशगत अर्थ आहे 'अंजीर, द्राक्षे यांसारखी फळफळावळ' असा. नंतर त्याचा अर्थविस्तार झाला आणि या शब्दाला 'मिष्टान्न' असा अर्थ प्राप्त झाला. त्यामुळेच ''मेवामिठाईचे दुकान'' अशी पाटी पूर्वी वाचावयास मिळायची. तिथे फळांच्या ऐवजी मिठाई म्हणजे गोड पदार्थच मिळायचे. खेड्यात मात्र या शब्दाचा बराच अर्थसंकोच झाला. खेड्यामध्ये 'चुरमुरे' या अर्थाने 'मेवा' शब्द वापरला जात होता. भट्टीत भाजलेले विशिष्ट प्रकारचे तांदूळ म्हणजे चुरमुरे वा मेवा.
यावरूनच ''बाजाराचा मेवा - बापलेकांनी खावा'' अशी म्हण एके काळी प्रचलित होती. रघुनाथ पंडित यांनी व शाहीर प्रभाकराने आपल्या साहित्यात याचा वापर केलेला आहे.
फारशी 'मेवा' हा शब्दच मराठीत अर्थ बदलून स्थिर झाला होता. आता तोही हद्दपार झाल्यासारखा वाटतो.

२८९. गोंदण - सौंदर्योपासना आणि श्रद्धा यांचा लोकजीवनातील एक आविष्कार म्हणजे 'गोंदण.' पूर्वीच्या जमान्यातील स्त्रिया देह सजविण्यासाठी आणि नवरा आणि उपास्य देव-देवता यांच्यावरील श्रद्धा जोपासण्यासाठी आपल्या हातावर, खांद्यावर, कपाळी आणि मांडीवर काटा आणि सुईने टोचून घेत. त्यात एक विशिष्ट द्रावण घालत. त्यावर औषधी पानांचा रस चोळत. तसेच आकृत्या व

नावे टोचून घेत. या क्रियेला 'गोंदण' असे म्हणतात. राम-सीता, कृष्ण-राधा, शंकर-पार्वती, हनुमान आणि पती यांची नावे कोरणे, वृंदावन, धनुष्यबाण, गदा, पान आणि फूल यांची आकृती टोचून घेण्याची प्रथा रूढ होती. कुमारिका कुंकवाच्या जागी गोंदणाचा एक ठिपका टोचून घेत. गोंदण करणारे असे कारागीर पूर्वी गावोगावी भटकत. शिक्षा म्हणूनही अपराध्याला गोंदण्याची प्रथा पूर्वी प्रचलित होती. खेड्यातील अनेक पुरूष आपल्या हातावर देवांच्या आकृत्या या गोंदणातून कोरून घेत.
तेलगू भाषेत 'कोंदु' असा शब्द आहे. त्यापासून हा शब्द मराठीत आलेला दिसतो.

कानडीत 'गोंदू' असा एक शब्द आहे. मात्र त्याचा अर्थ 'डिंक' किंवा 'चिकट पदार्थ' असा आढळतो.

२९०. खुर्दा - गेल्या शतकातील समाज व्यवहारात या शब्दाचा पदोपदी वापर केला जात होता. आज मात्र हा शब्द पूर्णत: उपेक्षित झाला आहे. त्याच्याऐवजी त्याचा पर्यायी शब्द वापरला जातो. 'खुर्दा' या शब्दाला तसे बरेच अर्थ असले तरी "मोठ्या किंमतीच्या नाण्याबद्दल तेवढ्याच किंमतीची हलकी, छोटी नाणी देणे" याला खुर्दा असे म्हणतात. आजच्या शब्दांत मोड देणे किंवा चिल्लर देणे, म्हणजे खुर्दा.

'फुटून तुकडे-तुकडे झालेल्या वस्तूच्या अवशेषांसही खुर्दा' असे म्हणतात. "बैलगाडीच्या प्रवासात अंगाचा नुसता खुर्दा झाला." अशा वाक्यातून 'गचके, हादरे' असा त्याचा अर्थ निष्पन्न होतो. किंवा मोठ्या माणसांच्या समुदायात लहान मुलांचा जमाव असेल, तरी त्या वेळी मुलांना उद्देशून 'खुर्दा' शब्द वापरला जातो. "सैन्याचा खुर्दा झाला." अशा वाक्यात 'नाश' हा या शब्दाचा अर्थ घेतलेला असतो. तरीही "मोड, चिल्लर, किरकोळ छोट्या किंमतीची नाणी" या अर्थाने हा शब्द अधिक प्रमाणात वापरात होता. आता मात्र 'चिल्लर' हा शब्द वापरला जातो. फारशीतील 'खुर्दा' हा शब्द मराठीत आलेला आहे.

२९१. मोरस - आमच्या लहानपणी वडीलधाऱ्या माणसाबरोबर आम्ही किराणा दुकानी गेल्यावर मालाच्या खरेदीत 'मोरस' असा एक पदार्थ असायचा. म्हणजे सत्तर-पंच्याहत्तर वर्षांपूर्वी या मोरसचा त्या वेळी 'पिठी साखर' किंवा 'साखर' असा अर्थ घेऊन व्यवहार होत असे. 'साखरेची एक जात' असा याचा जो अर्थ दिला जातो, तो तितकासा परिपूर्ण नाही. दक्षिण गोलार्धात मॉरिशस नावाचे मोठे बेट आहे. पूर्वीच्या काळी त्या देशात तयार झालेली साखर हिंदुस्थानात येत असे. 'मॉरिशस देशातून आलेली साखर म्हणून मॉरिशस.' या मॉरिशसचा उच्चार करणे अवघड जात असल्याने आणि उच्चार सोपा करून घेण्याचा मानवी स्वभाव असल्याने याचा 'मोरस' असा उच्चार रूढ झाला. तोच मान्यता पावला.

'मॉरिशस' या शब्दाचा हा मराठी आविष्कार आहे.

२९२. मुरकुंडी - अर्थाचे अनेक सूक्ष्म पदर असलेला आणि म्हणूनच जन-सामान्यांकडून वारंवार उच्चारला जाणारा हा शब्द आहे. आजही हा शब्द थोड्याफार प्रमाणात वापरला जातो. या शब्दाला अनेक अर्थ असले तरी "फार हसणे, मान वळविणे" याच अर्थाने तो अधिक प्रमाणात वापरला जात होता. या अर्थाबरोबरच "भीती, आनंद, ताप, अशक्तपणा इ. कारणांनी शरीराची होणारी संकुचित स्थिती" या अर्थाने हा शब्द अधिक वापरला जातो. "वाघ दिसताच त्याची मुरकुंडी वळली" येथे भीतीने

शरीराचा झालेला संकोच व्यक्त होतो. ''हसून हसून त्याची मुरकुंडी वळली'' येथे 'खूप हसणे' हा अर्थ प्रकट होतो. ''गर्दी, दाटी, झुंड, उड्यांवर उड्या पडणे'' या अर्थानेही तो वापरला जातो. उदा. ''अनंतफंदीच्या लावण्यांवर हजारो माणसांच्या मुरकुंड्या वळल्या.''

थोडक्यात, 'शरीराचे संकोचन' हा याला अर्थ आहे. तसेच गुडघ्यात मान घालून व हात पायांभोवती वेढून घेण्याच्या प्रकारास (बैठकीस) मुरकुंडी घालून बसणे असा प्रयोग केला जातो. ज्ञानेश्वरीच्या तेराव्या अध्यायात, सामराजाच्या रुक्मिणीहरण काव्यात व श्रीधरांच्या काव्यात हा शब्द आलेला आहे.

कानडीतल्या 'मुरी' म्हणजे 'वळणे' या शब्दापासून किंवा तेलगूतल्या 'मुरिकोचु' म्हणजे 'मोडणे' या शब्दापासून हा 'मुरकुंडी' मराठीत निर्माण झाला असावा.

२९३. जोते - त्यातल्या त्यात सधन आणि प्रतिष्ठा असलेला शेतकरी, वतनदार किंवा पाटील-कुलकर्णी यांच्या-सारखा सरकारी माणूस आपल्या गावात जेव्हा वाडा बांधायला घेतो, तेव्हा आधी त्याला जोत्यासाठी विशेष लक्ष पुरवावे लागते. या जोत्यावर पुढच्या इमारतीचे काम उभे असते. तेव्हा ''जोते म्हणजे घडीव दगडांचा बांधलेला कट्टा'' असा ग्रांथिक अर्थ असला तरी ''गच्ची, ओटा आणि इमारत चांगली सुरक्षित राहण्या-साठी चिरेबंदी दगडांनी बांधलेला कडा किंवा काठ'' म्हणावा लागेल. थोडक्यात, 'चौथऱ्यासारखी उंच केलेली जागा म्हणजे जोते.' याच जोत्यावर गावकरी शिळोप्याच्या गप्पा मारत पानतंबाखूचा बार उडवीत असतात. याच जोत्यावर वाड्याच्या मालकाला भेटण्यासाठी एखादा गरजू वा आश्रित प्रतीक्षा करीत थांबलेला असतो. काही जोत्यांना जनावरे बांधण्यासाठी लोखंडी गोलाकार कड्या बसवलेल्या असतात. कवी श्रीधराच्या हरिविजय ग्रंथात ''गरुड पाचूची जोती'' असा या 'जोत्याचा' उल्लेख आलेला आहे. संस्कृतातल्या 'युक्त'पासून प्राकृतात 'जुत्र' शब्द तयार झाला व त्यापासून 'जोते' शब्द निर्माण झाला हे मत अपुरे वाटते. कानडीमध्ये 'जंत्रगी' असा शब्द आहे. तोच या जोते शब्दाचा मूळ पुरुष आहे. मराठीतला प्रत्येक शब्द संस्कृता-मधून निर्माण झाला असे मत बनविणे अशास्त्रीय वाटते..

२९४. रांड - 'रांड' या शब्दाचा मूळचा अर्थ 'विधवा स्त्री' असा आहे. अर्थात् निराधार नि परावलंबी असल्याने 'गरीब व निरुपयोगी' या अर्थानेही हा शब्द वापरला जायला हवा. पण या शब्दाला निंदार्थी अर्थ लाभला. तो एक प्रकारे शिवी म्हणूनच वापरला जात होता. कारण वापरणारा 'रांड' या शब्दाचा अर्थ ''बदचालीची स्त्री, वेश्या, कलावंतीण'' किंवा ''स्वैर आचरण असलेली स्त्री'' याच अर्थाने तो वापरतो. तिरस्कार अथवा राग व्यक्त करताना 'स्त्रीजात' किंवा 'बायको' या अर्थानेही हा शब्द वापरला जातो. उदा. ''तुझी रांड रंडकी झाली.''

''खालावलेली स्थिती'' या अर्थानेही हा शब्द वापरला जातो. पंडित कवी मोरोपंतांनी 'रांड' हा शब्द 'भित्रा, नामर्द' तसेच 'युद्धातून पळून जाणारा' या अर्थाने वापरला आहे. मुख्यत: 'बदचालीची स्त्री' याच अर्थाने हा शब्द शिवी म्हणून रूढ होता. आजकाल 'रांडेचा' या शब्दाचा थोडाफार वापर दिसतो. मात्र मूळ शब्द वापरात नाही. संस्कृतमधील रंड, रण्डा या शब्दांपासून हा शब्द निर्माण झाला असेल असे वाटत नाही. कानडीत 'रण्डे' म्हणजे 'वेश्या, कुलटा, विधवा' या अर्थाचा शब्द रूढ आहे. तोच मराठीत आला असावा हे योग्य वाटते.

२९५. पुळका - ग्राम बोलीमध्ये रूढ असलेला अन् भिन्न भिन्न अर्थाने वापरला जाणारा हा शब्द आहे. हा शब्द अगदी महानुभाव गद्य साहित्यापासून मराठी भाषाव्यवहारात प्रचलित झालेला आढळतो. या शब्दाचा प्रारंभी वापरात असलेला अर्थ 'रोमांच' असा आहे. 'भय, आनंद, वैफल्य इ. मुळे अंगावर आलेला काटा' असा आहे. पण नंतर या शब्दाचा अर्थ भिन्न झाला. गेल्या शतकात याला 'लहर, इच्छा' असा अर्थ प्राप्त झाला. तर गेल्या पन्नास-साठ वर्षांपासून याचा वापर ''प्रेमाचा मोठा आवेग, उमाळा, एखाद्याची बाजू घेऊन समर्थन करणे किंवा कड घेणे'' या अर्थाने केला जाऊ लागला. ''त्याच्या दोषांवर पांघरूण घालण्याचा तुला एवढा का पुळका आला ?'' अशासारख्या वाक्यात कड घेऊन बोलणे, एखाद्याची बाजू सावरणे या अर्थाने या शब्दाचा वापर झालेला दिसतो. महानुभावांच्या वाङ्मयात पुळका, पुळुक असा शब्दप्रयोग आला आहे. एकनाथी भागवतातही 'पुळुक' असा शब्द आढळतो.

संस्कृतातल्या 'पुलक:' या शब्दापासून मराठीत हा शब्द निर्माण झाला असे अभ्यासकांचे मत आहे.

२९६. डोरले - एके काळी प्रत्येक ग्रामीण स्त्रीच्या मुखामध्ये असलेला हा कौतुकाचा शब्द आज पूर्णपणे नष्टप्राय झाला आहे. एक तर वस्तूचा लोप झाल्याने, दुसरे म्हणजे त्याला दुसऱ्या

डोरले

नावाने ओळखले जाऊ लागल्याने हा शब्द मरण पावला. 'डोरले' याचा मूळ अर्थ 'लंबगोलाकार असलेले एक फळ' असा आहे. काही भागात छोट्या गोलाकार

काटेरी वांग्यालाही 'डोरले' असे म्हणतात. पण व्यवहारात या अर्था-बरोबरच 'डोरले' याचा आणखी एक अर्थ प्रचलित होता. तो म्हणजे 'डोरलीच्या फळासारखा दिसणारा नक्षीदार सोन्याचा दागिना' हा. नाजूक नक्षी असलेला गोलाकार मण्यांचा हा दागिना स्त्रियांच्या आवडीचा होता. तेवढाच प्रतिष्ठेचा मानला होता. ''राया मला आणा तुमी कोल्हापुरी डोरले'' असा एका लावणी-मध्ये याचा उल्लेख आढळतो.

काही प्रदेशांत या दागिन्याच्या मध्ये दोन वाट्या व काळे मणी घालून त्याला मंगळसूत्राचे रूप दिले जायचे.

'डोरले' हा पूर्णतः बोली मराठीतला शब्द असावा असे वाटते.

२९७. डूल - 'डूल' म्हणजे लहान

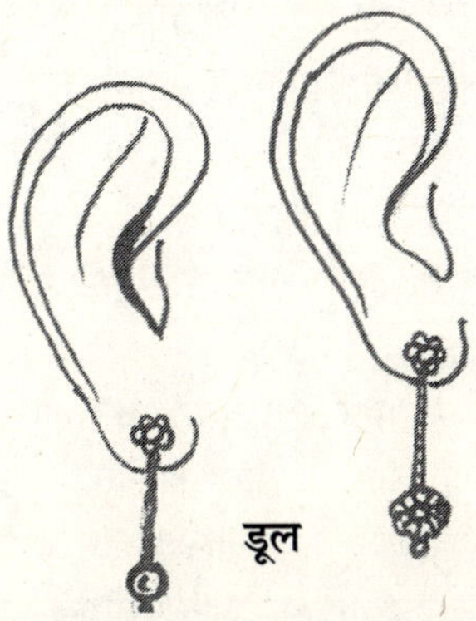

डूल

मुलांच्या कानातील लोलक असणारा एक दागिना. हा छोट्या मुलींप्रमाणेच मुलांच्या कानांत पूर्वी घातला जायचा. हा अलंकार कानाच्या पाळीखाली लोंबता असायचा. त्यात एखादा मोती अथवा रंगीत, देखणा खडा बसविलेला असे. हा लोंबता असल्याने मुलीच्या मानेच्या हालचालीबरोबर डूल हालायचे. ते मोहक दिसायचे. त्यातील लोलकाचा मंद प्रकाश बालिकेच्या गालावर पडत असल्याने चेहराही मोहक वाटत असे. मात्र मोठ्या स्त्रिया पूर्वी कानात घालत ते 'झुबे' वेगळे. झुब्याला झेंडूच्या फुलासारखा अथवा कृष्णकमळाच्या फुलासारखा आकार असतो. झुबा आकाराने डूलापेक्षा मोठाही असतो. आता हे दोन्हीही अलंकार गायब झालेले आहेत. जवळजवळ गायब झालेले आहेत. संस्कृतमधील 'दोलय' पासून 'डूल' हा शब्द तयार झाला असे एक मत आहे, तर कानडी 'दूल' शब्दापासून हा 'डूल' मराठीत आला असे दुसरे मत आहे. तिसऱ्या एका मताप्रमाणे 'डोलणे' या क्रियापदापासून मराठीतले 'डूल' अवतरले आहे.

२९८. चाटी - एखाद्या शहरात असलेल्या एखाद्या गल्लीच्या रूपानेच हा शब्द आता शिल्लक राहिलेला आहे. 'चाटी' म्हणजे 'कापडाचा व्यापारी किंवा कापडवाला.' या व्यवसायावरूच या शब्दाच्या अर्थामध्ये बदल झाला, आणि त्याचा अर्थ बनला 'कापडाचा व्यापार करणारी एक जात.' काही ठिकाणी त्याला 'कोष्टी' असे म्हटलेले आढळते. सत्तर-ऐंशी वर्षांपूर्वी खेड्यातल्या ग्रामदेवतेच्या यात्रेपूर्वी सुमारे एक महिना आधी विविध स्वरूपाचे कापड विकणारे फिरते व्यापारी

गावा-गावामध्ये ठाण मांडायचे. त्यांना ग्रामीण मंडळी 'चाटी' असेच म्हणायचे. घोड्याच्या पाठीवर कापडाच्या गाठी घेऊन ते यात्रा करायचे. त्यांचे असे एकच एक दुकान नसायचे. कवी नरेंद्राने या शब्दाचा वापर केलेला आहे. जैमिनी अश्वमेध काव्यात श्रीकृष्णाचे वर्णन 'द्वारकेचा चाटा' असे केलेले आहे. यादवकालीन गद्यामध्ये 'चाटा' उल्लेख आढळतो.

खरे तर तमीळ शब्द 'चेट्टी'पासून हा शब्द निर्माण झाला आहे. संस्कृतमधील 'श्रेष्टी' यापासून 'चाटी' उत्पन्न झाल्यासारखा वाटतच नाही.

२९९. आवतणं - काल-परवापर्यंत खेड्यामध्ये या शब्दाला खूप प्रतिष्ठा होती. त्याचा वापरही भरपूर केला जात होता. आज या शब्दाचे तेज मावळून गेले आहे. याचा कोशगत अर्थ 'भोजनास बोलावणे' असा असला तरी तो थोडासा अपुरा आहे. एखाद्या मंगलकार्याच्या निमित्ताने, एखाद्या सोहळ्याच्या निमित्ताने आणि धार्मिक कार्यानिमित्ताने दिलेले भोजन-आमंत्रण म्हणजे 'आवतणं' होय. अक्षता तळहातावर ठेवून विधीपूर्वक निमंत्रण करणाऱ्या गोष्टीलाही 'आवतणं' असे म्हणतात. हा ग्रामीण बोलीतील शब्द आहे. 'आवतणे' असेही याला संबोधिले जाते. असे आमंत्रण असल्या-शिवाय पूर्वी खेड्यातील माणूस भोजनास जात नसे. मुक्तेश्वरांनी आदिपर्वामध्ये, प्रभाकर शाहीराने एका लावणीमध्ये आणि संत एकनाथांनी आपल्या रुक्मिणीस्वयंवर काव्यात या शब्दाचा वापर केलेला आहे. संस्कृतमधल्या 'आमंत्रण' शब्दापासून हा शब्द सिद्ध झाला आहे. कानडीमध्ये 'अयुतण' असा शब्द आहे. पण तो संस्कृतमधील 'आमंत्रण' शब्दाचे तद्भव रूप वाटते.

३००. बाजार बुणगे - पेशवाईच्या पूर्वार्धात या शब्दाला चांगला अर्थ होता. 'बाजार बुणगे' म्हणजे "मोहीमेवर जाताना सैन्याबरोबर असलेले अवांतर लोक." म्हणजे 'उदीमधंदा करणारे, बाजार वगैरे करणारे, सैन्याला अन्य प्रकारची सेवा पुरविणारे, सैन्याची कामे करणारे लोक असा त्याला अर्थ होता. मात्र हे लोक' प्रत्यक्ष लढाईत भाग घेत नसत. या अर्थावरून या शब्दाचा अर्थ "कमकुवत, नपुंसक, बिनकामाचे लोक" असा रूढ झाला. म्हणजे सैन्याबरोबर असणारी अवांतर माणसे. दुसऱ्या शब्दात 'बिनकामाचा जमलेला समुदाय'. या बाजारबुणग्यांचेच संरक्षण या सैन्याला करावे लागायचे. म्हणजे युद्धाच्या संदर्भात फौजेलाच भारभूत झालेली मंडळी म्हणजे बाजारबुणगे होत.

'सैन्याच्या सामग्रीचा तळ' असाही एक अर्थ या शब्दाला प्राप्त झालेला आहे. हे दोन्हीही शब्द फारशीतले आहेत. 'बाजार' शब्द तसाच तत्सम रूपात मराठीत आला तर 'बुन्गाह' या फारशी रूपाचे परिवर्तन 'बुणगाळ' असे झाले. 'बुणगा' शब्दाचा अर्थ 'नामर्द' असा आढळतो.

❖ ❖

संदर्भ ग्रंथ

१.	महाराष्ट्र शब्दकोश	य. रा. दाते/ चिं.ग.कर्वे इ.
२.	मराठी व्युत्पत्ति कोश	कृ. पां. कुलकर्णी
३.	ऐतिहासिक शब्दकोश (भा. १,२)	य. न. केळकर
४.	शब्द : उद्‌गम आणि विकास	कृ. पां. कुलकर्णी
५.	यादवकालीन मराठी भाषा	डॉ. शं. गो. तुळपुळे
६.	मराठी भाषेचे मूळ	श्री. विश्वनाथ खैरे
७.	अडगुलं मडगुलं	श्री. विश्वनाथ खैरे
८.	दखनी भाषा	डॉ. श्री. रं. कुलकर्णी
९.	मराठी शब्दरत्नाकर	वा. गो. आपटे
१०.	अहिराणी शब्दकोश	डॉ. रमेश सूर्यवंशी
११.	कृषिज्ञानकोश (खंड १)	संपा : अशोक महादेव जोशी
१२.	मराठी-हिंदी शब्दसंग्रह	ग. र. वैशंपायन
१३.	पर्यायी शब्दकोश	डॉ. भाटवडेकर